कुठे, काय चुकले आहे हे जेव्हा तुम्हाला अधिक चांगल्या रितीने कळते आणि ते जेव्हा तुमच्यासारखेच सभोवतालच्या लोकांनाही कळते, तेव्हा किती बरे वाटते. आपल्याला कोणाच्याही सहानुभूतीची जरुरी नाही; आपल्याला गरज हवी आहे ती एका मदत करणाऱ्या हाताची आणि नीट समजण्याची. टेलरसारखी लेखिका जेव्हा तशी मदत करते तेव्हा जबरदस्त रितीने बसणारा तडाखा हा खूपच सौम्य होतो.

– टाईम मासिकातील '२००८ सालातील सर्वात प्रभावी असलेल्या १०० व्यक्ती' या लेखात डिक क्लार्क

"अफलातून, मोहक....... जे कोणी मेंदूच्या दुखापतीमुळे (नुसते पक्षाघात झालेले रुग्ण नव्हे) रुग्ण बनले आणि वैद्यकीय व्यवसाय करणाऱ्यांना ते मेंदूच्या दुखापतीबद्दल व नेहमीच्या उपचारांबद्दल जी माहिती या पुस्तकातून मिळते, ती वाचल्यावर कोणाच्याही मनात आशा उचंबळून येईल. .... पण मला स्वत:ला असे वाटते की, माय स्ट्रोक ऑफ इन्साइट हे पुस्तक अमोल किंवा साधे ठरवण्यासाठी आध्यात्मिक शोध घेणे व मनाच्या शांततेसाठी प्रयत्न करणे हे खरे आवश्यक आहे. लेखिकेने न भिता, नि:पक्षपातीपणे करुणा व निर्वाण यांची तपशीलवार दखल घेतली आहे. 'माणूस' हा किती एक आश्चर्यजनक जीव आहे ते हे पुस्तक वाचल्यावर कळते."

– 'ट्रिब्यून मिडिया सर्व्हिसेस'मध्ये रॉबर्ट कोएह्लर

आपल्या
स्नेहीजनांना
पुस्तके
भेट द्या

अ ब्रेन सायंटिस्टस पर्सनल जर्नी

माय स्ट्रोक ऑफ इन्साइट

मेंदूशास्त्रातील तज्ज्ञ संशोधिकेने स्वत:च्याच मेंदू विकाराशी दिलेली कडवी झुंज!

लेखक

डॉ. जिल बोल्त टेलर

अनुवाद

डॉ. दिगंबर बेहेरे

मेहता पब्लिशिंग हाऊस

✆ +91 020-24476924 / 24460313 / Mob. No. 954500513
Email : production@mehtapublishinghouse.com
Website : www.mehtapublishinghouse.com

MY STROKE OF INSIGHT by JILL BOLTE TAYLOR

Published by Arrangement with Viking,
a member of Penguin Group (USA) Inc.
First Viking edition published in 2008.

Translated into Marathi Language by Dr. Digambar Behere

माय स्ट्रोक ऑफ इन्साइट / अनुवादित अनुभवकथन

अनुवाद : डॉ. दिगंबर वि. बेहेरे

मराठी अनुवादाचे व प्रकाशनाचे हक्क : मेहता पब्लिशिंग हाऊस, पुणे ३०.

प्रकाशक : सुनील अनिल मेहता, मेहता पब्लिशिंग हाऊस,
१९४१ सदाशिव पेठ, माडीवाले कॉलनी, पुणे - ४११०३०.

मुद्रक : पार्कसन्स ग्राफिक्स

मुखपृष्ठ : चंद्रमोहन कुलकर्णी

प्रथमावृत्ती : ऑगस्ट, २०११

किंमत : ₹ २००

P Book ISBN 9788184982688

हे पुस्तक जी. जी. हिला अर्पण केले आहे.
माझे मन सुधारण्यासाठी तू मला खूप मदत केलीस.
त्याबद्दल थँक यू, ममा!
या तुझ्या कन्येला तू दिलेला आशीर्वाद हा मला मिळालेला
एक पहिला व महान आशीर्वाद आहे.
निया ह्याच्या स्मृतीलाही हे पुस्तक अर्पण करीत आहे. कारण पहिल्या प्रेम
प्रकरणासारखे दुसरे प्रेम कोठलेही असू शकत नाही.

हृदयापासून हृदयाला आणि मेंदूकडून मेंदूकडे

प्रत्येक मेंदूची स्वत:ची अशी एक गोष्ट असते. ही माझ्या मेंदूची गोष्ट आहे. दहा वर्षांपूर्वी मी हार्वर्ड मेडिकल स्कूलमध्ये संशोधन करीत होते. शिवाय तरुण व्यावसायिक डॉक्टरांना मानवी मेंदूवर व्याख्याने देत होते; परंतु १० डिसेंबर १९९६ रोजी मला माझ्याच मेंदूकडून धडा शिकायला मिळाला. त्या दिवशी सकाळीच माझ्या डाव्या मेंदूत सहसा न आढळणारा झटका मी अनुभवला. प्रचंड रक्तस्राव सुरू झाला. मला आतापर्यंत कधीही न उमगलेली पण नक्कीच जन्मापासून असलेली, नील-रोहिण्या केशिका संचा (कॅपिलरी बेड)द्वारे न होता अनैसर्गिक रीतीने जोडली गेलेली (कंजेनायटल मालफॉर्मेशन) माझ्या डाव्या डोक्यातील नस अनपेक्षितपणे तुटली. त्यानंतरच्या केवळ चार तासांच्या अवधीत कोणत्याही माहितीवर प्रक्रिया करून त्यावर निर्णय घेण्याची माझ्या मनाची नेहमीची क्षमता संपूर्णपणे कोलमडली. ही घटना मज्जापेशी संरचना शास्त्रज्ञाच्या (न्यूरोॲनॉटॉमिस्ट) माझ्या स्वत:च्या डोळ्यांनी मी पाहिली आणि अनुभवली. दुपार झाली तेव्हा मला धड चालता येत नव्हते, बोलता येत नव्हते, लिहिता येत नव्हते, एवढेच नव्हे तर माझ्या गत आयुष्यातल्या आठवणींनाही मी मुकले होते. सर्वस्वी गलितगात्र झालेल्या माझ्या शरीरातील माझा आत्मा मरणाला शरण जात आहे, असेच वाटत होते. माझ्या मेंदूची ही गोष्ट कोणालातरी सांगण्याइतकी शक्ती माझ्यात कधीतरी येईल, ही गोष्ट त्या वेळी माझ्या ध्यानीमनीही आली नव्हती.

'माय स्ट्रोक ऑफ इन्साइट : अ ब्रेन सायंटिस्ट्स पर्सनल जर्नी' हे पुस्तक म्हणजे स्ट्रोकनंतर माझ्या मनाचा शांत निराकार गर्तेत अगदी खोलवर जाताना घडलेल्या प्रवासाचे आणि त्या गर्तेत माझ्या संपूर्ण व्यक्तिमत्त्वालाच कोंडून मला घडलेल्या निरामय शांततेच्या साक्षात्काराचे जसेच्या तसे वर्णन आहे. हे पुस्तक म्हणजे माझे मेंदूसंरचना शास्त्रातील (न्यूरोॲनाटॉमी) शिक्षण, त्यातील व्यक्तिगत अनुभव

आणि या झटक्यामुळे मला गवसलेली अंतर्दृष्टी या सर्वांचा मिळून झालेला एक सुंदर मिलाफ आहे. माझ्या माहितीनुसार, मेंदूसंरचना शास्त्रज्ञाने (न्यूरोॲनॉटॉमिस्ट) स्वतःच अनुभवलेल्या मेंदूच्या अतिशय तीव्र झटक्यामधून संपूर्ण स्वास्थ्य परत मिळवल्यावर स्वतः शब्दबद्ध केलेले हे पहिलेच वर्णन असेल. मात्र शेवटी माझे हे शब्द जगात सगळीकडे जातील आणि जिथे ते गरजेचे असतील तिथे ते उपयुक्त ठरतील, या कल्पनेनेच मी खूप भारावून गेले होते.

सर्वांत महत्त्वाचे म्हणजे या सर्वांतून जिवंत राहिल्याबद्दल मी स्वतःला भाग्यवान समजते. मला आता येथे जो वेळ मिळालेला आहे त्यात मी अत्यंत आनंदी आणि उत्साही आहे. सुरुवातीच्या काळात शस्त्रक्रियेतून बरी होईपर्यंत मला होत असलेल्या मरणप्राय यातना सहन करण्याची शक्ती देऊन अनेक प्रेमळ व्यक्तींनी मला फारच निरपेक्षपणे मदत केली; मला प्रेम दिले. माझे अनुभव शब्दबद्ध करण्याच्या बाबतीत मी व्यावसायिक दक्षता कायम राखली आहे. याचे कारण एका तरुणीने अगदी निराश अवस्थेत असताना मोठ्या कष्टाने मला गाठले आणि कळकळीने विचारले होते की, माझ्यासारख्याच मेंदूच्या झटक्याने तिची आई मरण पावली, तेव्हा ऐन वेळी ९११ हा टेलिफोन नंबर फिरविण्याचे तिला किंवा कोणालाच का व कसे सुचले नव्हते! (९११ हा अमेरिकेतील हेल्पलाईन म्हणजेच कोणतीही आपत्तिजनक घटना घडली असता किंवा तशी भीती वाटत असेल तेव्हा मदतीसाठीचा टेलिफोन नंबर आहे.) दुसरे एक वयस्कर सद्गृहस्थ त्यांच्या सुविद्य पत्नीला मेंदूच्या झटक्यामुळे अनन्वित यातना कशा सहन कराव्या लागल्या होत्या आणि मरणापूर्वी ती कोमात गेली होती. तिथेही तिला या यातना सहन कराव्या लागल्या असतील, केवळ या काळजीनेच ते पुरते खंगून गेले होते. त्यामुळे माझ्या अनेक चाहत्यांकरिता आणि हितचिंतकांकरिता तसेच मला फोन करून मोठ्या आशेने माझ्याकडून मार्गदर्शनाची अपेक्षा करणाऱ्या, मला वाट पुसणाऱ्या असंख्य लोकांकरिता माझे हे अनुभव शब्दात उतरवताना मी स्वतःला

जवळजवळ संगणकाला बांधूनच ठेवले होते. हे करताना माझी लाडकी कुत्री निया माझ्या मांडीवर सतत बसून राहायची. मी हे काम जिद्दीने केले याचे आणखी एक कारण म्हणजे संपूर्ण अमेरिकन समाजात सात लक्ष लोकांना वर्षभरात असा मेंदूचा झटका येण्याची शक्यता आहे आणि त्यामुळे त्यांच्याबरोबर त्यांच्या कुटंबीयांवरही आपत्ती कोसळणार आहे. त्यातल्या एकाने जरी त्यातील मेंदूच्या झटक्याच्या दिवशी सकाळी हे प्रकरण वाचले, लक्षणे ओळखली आणि मदतीकरता लवकरात लवकर हाक मारली; तरी माझ्या गेल्या दहा वर्षांतील प्रयत्नांना पावती मिळण्यापेक्षाही जास्त काही चांगले झाले, असे म्हणता येईल.

*'माय स्ट्रोक...'*चे चार विभागात विभाजन केले आहे. पहिला भाग आहे जिलचे स्ट्रोकपूर्वीचे आयुष्य. माझ्या मेंदूची नस तुटण्यापूर्वी मी कोण होते याविषयी माझी ओळख यात आहे. मी मेंदूसंरचना शास्त्रज्ञ का झाले, त्या पूर्वीचा माझा शालेय व विद्यापीठाचा प्रवास, माझ्या चळवळी आणि माझा स्वतःचा व्यक्तिगत शोध ह्या गोष्टींचा परामर्ष मी त्यात घेतला आहे. मी भरभरून आयुष्य जगत होते. मी हार्वर्ड विश्वविद्यालयात मेंदूसंरचना शास्त्रज्ञ (न्यूरोॲनॉटॉमिस्ट) म्हणून अध्ययन, अध्यापन आणि संशोधन करीत होते. याशिवाय नामी (नॅशनल अलायन्स ऑन मेंटल इलनेस) संस्थेच्या बोर्डावर होते आणि सर्व देशभर माझे दौरेही चाललेले होते. त्यामुळे 'गाणारी शास्त्रज्ञ' म्हणूनही माझी ओळख झालेली होती. माझ्या या थोड्याशा व्यक्तिगत ओळखीनंतर मेंदूच्या झटक्याच्या दिवशी सकाळी माझ्या मेंदूत जैवकियदृष्ट्या (बायॉलॉजिकली) नेमके काय चालले होते हे कळावे म्हणून 'सोपे विज्ञान' या प्रकरणात मी मेंदूचे विज्ञान साध्या व सोप्या भाषेत सांगण्याचा प्रयत्न केला आहे.

तुम्हाला जर कधी मेंदूचा झटका आल्यावर नेमके काय होते हे जाणून घ्यायचे असेल, तर 'झटक्याच्या दिवशी सकाळी' आणि त्यापुढील दोन प्रकरणे ही तुमच्यासाठी उपयुक्त ठरतील. त्यात मी तुम्हाला अत्यंत विचित्र अशा प्रवासाला

घेऊन जाऊन माझ्या नेहमीच्या जाणिवा कसकशा कोलमडत गेल्या, हे शास्त्रज्ञाच्या दृष्टिकोनातून अगदी पायरी पायरीने उलगडून दाखविले आहे. माझ्या मेंदूतील रक्तप्रवाह जसजसा वाढत गेला तसतसे, माझ्या जाणिवांत ज्या त्रुटी मी अनुभवत होते, त्यांचा संबंध माझ्या मेंदूत त्या वेळी होणाऱ्या जैव-रासायनिक प्रक्रियांशी (बायोकेमिकल रिॲक्शन्स) कसा होता हे दाखवून देण्याचा प्रयत्न केला आहे. मेंदूसंरचना शास्त्रज्ञ म्हणून मी एवढे नक्की सांगेन की, मला झटका आल्यानंतर त्याच अवस्थेत असताना त्या चार-पाच तासांत माझ्या स्वत:च्या मेंदूबद्दलचे, त्याचे कार्य कसे चालते याबद्दलचे अधिकाधिक ज्ञान मला झाले. ते मिळवण्याकरिता आजपर्यंतचे माझे संपूर्ण शैक्षणिक आणि अध्यापकाचे आयुष्य मी घालवले होते. सकाळ संपली तेव्हा माझी जागृतावस्था अशा एका स्थितीत पोहोचली की जिथे मी आणि जग हे अभिन्नच होतो. मी म्हणजेच जग आणि जग म्हणजेच मी असेच मी अनुभवत होते. आपल्याला आध्यात्मिक (मिस्टिकल) किंवा तत्त्व-मीमांसा (मेटाफिजिकल) पातळीवर अनुभव येतात; म्हणजे नेमके काय होते हे मेंदूच्या संरचना (न्यूरोॲनाटॉमी) संदर्भात तेव्हापासून माझ्या लक्षात आले.

तुमच्या माहितीत जर कोणाला मेंदूचा झटका आला असेल किंवा कोणी मेंदूच्या एखाद्या विकाराने किंवा आघाताने ग्रासलेला असेल, तर त्यांच्या दृष्टीने मेंदूच्या झटक्यातून बरे होण्यावरची पुढील प्रकरणे नक्कीच उपयुक्त ठरतील. यामध्ये माझ्या शस्त्रक्रियेनंतर मी कसकशी बरी होत गेले, याचा कालानुक्रमाने घेतलेला आलेख दिलेला आहे. यामध्ये मला गरज पडलेल्या (पण प्रत्यक्षात त्यातील काही उपयोगात न आलेल्याही) अशा पन्नास गोष्टी ज्या माझे संपूर्ण स्वास्थ्य परत मिळविण्यात उपयुक्त ठरल्या त्यांचाही समावेश आहे. माझे स्वास्थ्य परत मिळविण्याकरिता केलेल्या शिफारशी ह्या पुस्तकाच्या शेवटी यादीत तुमच्या सोयीकरता वेगळ्या दिल्या आहेत. मला आशा आहे की कोणाला मदत होणार असेल त्याला ही माहिती तुम्ही द्यालच.

शेवटी *'माय स्ट्रोक ऑफ इन्साइट'* म्हणजे ह्या झटक्याने मला माझ्या मेंदूबद्दल काय शिकवले, ह्याचा ताळेबंद आहे. इथपर्यंत तुमच्या लक्षात आले असेल की, हे पुस्तक केवळ मेंदूच्या झटक्याची माहिती सांगणारे नाही. खरे म्हणजे झटका हा, माझे संपूर्ण जीवन हादरवून टाकणारा असा अनुभव होता; ज्याच्यामुळे मला अंतर्दृष्टी लाभली. हे पुस्तक मानवी मेंदूचे सौंदर्य आणि पुनरुत्थान क्षमता (रिझिलियेन्सी) निर्देशित करते. कारण मानवी मेंदूत सतत होणाऱ्या बदलाला आत्मसात करून घेऊन पुन्हा स्वत:ला कार्यक्षम आणि कार्यरत बनविण्याची आंतरिक शक्ती आहे. हा माझ्या उजव्या मेंदूच्या जाणिवे (कॉन्शसनेस) पर्यंत पोहचण्याचा प्रवास आहे. मी खोल निरामय अशा शांततेत स्वत:ला लपेटून घेतले. माझ्या डाव्या मेंदूच्या जाणिवांचा पुनर्जन्म झालेला आहे आणि तो अशाकरता झालेला आहे की, इतरांना त्या खोल निरामय शांततेचा अनुभव झटक्याशिवाय घेता यावा. आपला हा प्रवास आनंदाचा होवो!

अनुवादकाचे मनोगत

प्राध्यापक डॉक्टर जिल बोल्त टेलर यांचे 'माय स्ट्रोक ऑफ इन्साइट : अ ब्रेन सायंटिस्टस पर्सनल जर्नी' हे पुस्तक अनुवादित स्वरूपात आपल्यासमोर ठेवताना मला अतिशय आनंद होत आहे. 'टाटा मूलभूत विज्ञान अनुसंधान संस्थानाच्या' रसायन शाखेतून २००५ मध्ये निवृत्त झाल्यावर मी अमेरिकेत माझ्या मुलाकडे काही महिने गेलो होतो, तेव्हा प्राध्यापक-डॉक्टर जिल बोल्त टेलर यांचे भाषण 'टेड' या वेबसाईटवर ऐकण्याची आणि पाहाण्याची संधी मला मिळाली. त्या भाषणाने प्रभावित होऊन मी गुगलवर त्यांची आणखी माहिती मिळवली. तेव्हा समजले की, त्यांना आलेल्या मेंदूच्या झटक्याच्या आघातातून बाहेर पडल्यावर त्यांनी हे पुस्तक लिहिले आणि नुकतेच ते प्रसिद्ध केले होते. ते पुस्तक मी मिळवले आणि वाचल्यावर माझ्या लक्षात आले की हृदयविकाराबद्दल भारतात पुस्तकांतून, मासिकांतून, वर्तमानपत्रांतून किंवा दूरदर्शन या माध्यमातून आतापर्यंत बरीच माहिती आणि चर्चा झालेली आहे; चालूही आहे, पण मेंदूच्या झटक्याबद्दल भारतात, विशेषत: मराठी जगतात तेवढी माहिती किंवा जाण अजून आली आहे, असं वाटत नाही.

प्राध्यापक-डॉक्टर जिल बोल्त टेलर या स्वत: एक कुशल मज्जापेशी संरचना शास्त्रज्ञ असून त्यांनाच मेंदूच्या झटक्याचा आघात सहन करावा लागला. त्या एकट्याच घरी असताना त्यांनी तो कसा ओळखला आणि त्यातून आपली सुटका करून घेऊन आपल्या अनुभवांकडे त्रयस्थपणे पाहून ते अनुभव आणि आपले विचार या पुस्तकात मांडले आहेत.

विज्ञानाचा प्रचंड विस्तार झाला असला आणि त्याने अनेक सुविधाही माणसाला पुरवल्या असल्या तरीही सर्वसामान्य माणसाला आपले दैनंदिन व्यक्तिगत जीवन सुसह्य करण्याकरता अनेक निर्णय घ्यावे लागतात. निवृत्त झाल्यावर विज्ञानाच्या

काही शाखांतील संकल्पनांचा आणि आतापर्यंतच्या माहितीचा उपयोग करून घेऊन ह्यासंबंधी काही करता येईल का, या विचारात मी होतो. या संबंधात मी लिहिलेले दोन लेख ई-सकाळ डॉट कॉमच्या 'पैलतीर' या सदरात आणि एक लेख 'साप्ताहिक सकाळ'मध्ये आतापर्यंत प्रसिद्ध झालेले आहेत. प्राध्यापक टेलर यांचे हे पुस्तक माझ्या विचारांशी मिळतेजुळते आहे, हे माझ्या लक्षात आले. शिवाय ते वाचल्यावर माझ्या हेही लक्षात आले की, मेंदूच्या संरचनेसंबंधीची आणि त्याच्या कार्याची अद्ययावत वैज्ञानिक माहिती सामान्य वाचकाला समजेल अशा भाषेत त्यात लिहिलेली आहे. मेंदूचा झटका आणि त्यातून बरे होणे म्हणजे काय याविषयी उत्तम मार्गदर्शनही त्यात आहेच; पण त्याचबरोबर विशेष म्हणजे भारतीय तत्त्वज्ञानात वर्णन केलेली अतिशय आनंददायी, शांत आणि 'निरामय अवस्था' किंवा ज्याचे त्या स्वत: 'निर्वाण अवस्था' असे वर्णन करतात, तशा प्रकारची शांतता त्यांनी कशी अनुभवली याचेही वर्णन त्यामध्ये आहे. हे पुस्तक मराठीत अनुवादित करण्याचे मी ठरवले आणि प्राध्यापक टेलर यांच्याशी ई-मेलने संपर्क साधला, तेव्हा त्यांनी आनंदाने मला मराठीत अनुवादास परवानगी दिली. एवढेच नव्हे; तर गरज पडल्यास, मराठी प्रकाशकाला सर्वतोपरी साहाय्य करण्यासाठी मूळ इंग्रजी पुस्तकाचे प्रकाशक व्हायकिंग पेंग्विन (पेंग्विन ग्रुप) यांच्याशी संपर्क साधण्यास त्यांनी उत्सुकता दाखवली. भारतात परत आल्यावर मेहता पब्लिशिंग हाऊसचे श्री. सुनील मेहता यांनी हे पुस्तक मराठीत अनुवादित करण्याची माझी विनंती मान्य केली. त्यामुळे हा अनुवाद आपल्यापुढे आणल्याचा मला आनंद होत आहे. अनुवाद करताना मूळ शास्त्रीय आणि अनेक अशास्त्रीय इंग्रजी शब्दांनासुद्धा शक्यतोवर मराठी प्रतिशब्द वापरण्याची काळजी घेतली आहे. वाचताना सोईचे जावे म्हणून तिथेच कंसात मूळ इंग्रजी शब्दही उद्धृत केला आहे. हस्तलिखित वाचून अनेक मौलिक सूचना केल्याबद्दल माझी पत्नी प्रतिभा हिचा मी अत्यंत आभारी आहे.

– डॉ. दिगंबर वि. बेहेरे

अनुक्रमणिका

जिलचे स्ट्रोकपूर्वीचे आयुष्य

मी, मज्जापेशी संरचना शास्त्रात (न्यूरोॲनॉटॉमी) विशेष प्रावीण्य मिळवलेली शास्त्रज्ञ आहे. माझ्या संशोधनांवर आधारित माझे अनेक शोधनिबंध शास्त्रीय नियतकालिकांतून वेळोवेळी प्रसिद्ध झालेले आहेत. अजूनही माझे अध्ययन आणि अध्यापन चालू आहे. उत्तर अमेरिकेतील इंडियाना राज्यातील टेरे हाऊट या गावात मी जन्मले आणि तिथेच वाढले. माझा थोरला भाऊ माझ्याहून अठरा महिन्यांनीच मोठा होता; पण त्याला स्किझोफ्रेनिया नावाचा मानसिक विकार होता. पुढे, तो ३१ वर्षांचा असताना जरी अधिकृतपणे ते सिद्ध झाले असले तरी त्याच्या मानसिक विकृतीची लक्षणे अगोदरपासूनच दिसत होती. लहानपणी वास्तवाचे त्याचे अनुभव आणि त्याचे वागणे वगैरेंबाबतीत माझ्यापेक्षा तो अगदीच वेगळा होता. त्यामुळेच मानवी मेंदूबद्दलचे विशेष आकर्षण मला अगदी लहानपणापासूनच होते. आम्हा दोघांनाही प्रसंगी एकच अनुभव येऊनसुद्धा, त्यातून जरा दूर गेल्यावर त्या प्रसंगात नेमके काय घडले होते याबाबत आम्हा दोघांचे निर्णय अगदी दोन टोकांचे कसे, याचा अनेक वेळा मला खूप अचंबा वाटत असे. दोघांच्या जाणिवांतील फरक आणि माहितीचा उपयोग करण्याच्या दोघांच्यातल्या प्रक्रियांमधला फरक आणि त्याचे दृश्य परिणाम या गोष्टींमुळे आपण मेंदू शास्त्रज्ञ व्हायला पाहिजे, असे मी मनात पक्के ठरवले.

माझा पदवीपूर्व (अंडरग्रॅज्युएट) शैक्षणिक प्रवास १९७० मध्ये ब्लुमिंग्टन येथील इंडियाना विश्वविद्यालयात सुरू झाला. माझ्या भावाबरोबरच्या अनुभवांमुळे मज्जापेशीयस्तरावर (न्यूरॉलॉजिकल लेव्हल) नॉर्मल म्हणजे नेमके काय हे जाणून घ्यायची मला खूप घाई होती. त्या वेळी मज्जापेशी विज्ञान (न्यूरोसायन्स) मेंदूच्या विज्ञानातील नुकतीच तारुण्यात आलेली ज्ञानशाखा असल्यामुळे इंडियाना विश्वविद्यालयात

त्या वेळी तो विषय विशेष प्रावीण्य मिळविण्याकरिता अभ्यासायची सोय नव्हती. त्यामुळे शारीरिक मानसशास्त्र (फिजिऑलॉजिकल सायकॉलॉजी) आणि मानवी जीवशास्त्र (ह्युमन बायॉलॉजी) या दोन्ही विषयांच्या अभ्यासातून मानवी मेंदूबद्दल जेवढे शिकता येईल तेवढे मी शिकून घेतले.

वैद्यकीय विज्ञानाच्या (मेडिकल सायन्स) शाखेत काम करायला मला मिळालेली खरी पहिली संधी माझ्या आयुष्याला फार मोठे वरदान मिळाल्यासारखी होती. मला 'टेरे हाऊट सेंटर फॉर मेडिकल एज्युकेशन' या संस्थेच्या प्रयोगशाळेत तंत्रज्ञ म्हणून नोकरी मिळाली. ही संस्था इंडियाना स्टेट विश्वविद्यालयाच्या आवारातच कार्यरत असलेल्या 'इंडियाना युनिव्हर्सिटी स्कूल ऑफ मेडिसीन' या संस्थेचीच टेरे हाऊटमधील शाखा होती. माझे काम वैद्यकीय सर्वसाधारण मानवी शरीररचना शास्त्र (मेडिकल ह्युमन ग्रॉस ॲनॉटॉमी) आणि मज्जापेशी संरचना शास्त्र या दोन्ही शाखांत सारखेच विभागले गेले होते. दोन वर्षे मी वैद्यकशास्त्राच्या अभ्यासात अगदी गढून गेले होते. माझे वरिष्ठ सहकारी डॉ. रॉबर्ट सी. मर्फी यांच्या मार्गदर्शनाखाली काम करताना शवविच्छेदनाच्या खरे तर मी प्रेमातच पडले होते.

पदव्युत्तर श्रेणीच्या मागे न लागता पुढच्या सलग सहा वर्षांकरिता मी थेट इंडियाना स्टेट विश्वविद्यालयाच्या जीवविज्ञान (लाईफ सायन्स) शाखेतील सर्वांत उच्च श्रेणीच्या डॉक्टरेट पदवी (पीएच.डी.) कार्यक्रमात औपचारिकरीत्या सहभागी झाले. माझ्या अभ्यासाचा अधिकतर भर प्रथम वर्ष वैद्यकीय अभ्यासक्रमावर होता. तसेच माझे विशेष संशोधन मेंदू संरचना शास्त्रात डॉ.विलियम जे. ॲन्डरसन यांच्या मार्गदर्शनाखाली सुरू होते. १९९१ मध्ये मला डॉक्टरेट पदवी मिळाली आणि वैद्यकीय महाविद्यालयात शरीररचना शास्त्र (ह्युमन ग्रॉस ॲनॉटॉमी), मानवी मज्जापेशी संरचना शास्त्र आणि पेशीद्रव्य शास्त्र (हिस्टॉलॉजी) हे विषय शिकविण्यातला आत्मविश्वासही मी नंतर मिळविला.

१९८८ मध्ये मी टेरे हाऊट सेंटर फॉर मेडिकल एज्युकेशन आणि इंडियाना स्टेट विश्वविद्यालयात माझे शिक्षण पूर्ण करीत असतानाच माझ्या भावाला झालेल्या स्किझोफ्रेनियावर औपचारिक शिक्कामोर्तब झाले होते. जगात तो मला सर्वांत जवळचा माझा प्रेमळ थोरला भाऊ होता; पण याशिवाय जीवशास्त्रीयदृष्ट्याही (बायॉलॉजिकली) तो माझ्या अगदी जवळचा नातेवाईक होता. मला हे जाणून घ्यायची उत्सुकता होती की त्याच्या आणि माझ्या मेंदूत असा कोणता फरक होता की, ज्यामुळे आयुष्यातली माझी स्वप्ने मी वास्तवात साकार करून घेऊ शकले होते; परंतु माझा भाऊ मात्र त्याची स्वप्ने सर्वसामान्य वास्तवाशी जुळवूनही घेऊ शकत नव्हता. एवढेच नव्हे; तर तो भ्रमिष्टासारखा वागत होता. स्किझोफ्रेनिया या विकारावरील संशोधनावर माझे लक्ष केंद्रित करायला मी अतिशय उत्सुक होते.

इंडियाना स्टेट विश्वविद्यालयाच्या पदवीदान समारंभानंतर हार्वर्ड वैद्यकीय विद्यालयातील मज्जापेशी विज्ञान विभागात (डिपार्टमेंट ऑफ न्यूरोसायन्स) विशेष पदव्युत्तर संशोधन करण्याची संधी मला मिळाली. तेथे दोन वर्षे डॉ. रॉजर टूटेल यांच्यासमवेत मध्य समयी कवचाच्या व्याप्त (मिडल टेंपोरल कॉर्टेक्स) प्रदेशाची कार्यकक्षा निश्चिती (लोकलायझेशन ऑफ एरिया एम.टी.– मिडल टेंपोरल कॉर्टेक्स) यावर मी संशोधन केले. मध्यप्रमस्तिष्कीय कवच (मिडल कॉर्टेक्स) हा मेंदूतील दृष्टिकवच्याचा (व्हिज्युअल कॉर्टेक्स) एक भाग असतो आणि तो डोळ्यांच्या हालचाली नियंत्रित करतो. मला या विषयात विशेष रस होता, कारण स्किझोफ्रेनिया झालेल्या व्यक्तींमध्ये चल वस्तूंचे निरीक्षण करताना डोळ्यांच्या विक्षिप्त (ॲबनॉर्मल) हालचाली करणाऱ्या रुग्णांचे प्रमाण सर्वांत जास्त असते. मेंदूचे विच्छेदन करून मध्य समयी कवचाच्या कार्यकक्षा निश्चित करण्याच्या कामात डॉ. रॉजर यांना मदत केल्यानंतर माझी बदली मी हार्वर्ड वैद्यकीय विद्यालयातील मनोचिकित्सा विभागात (डिपार्टमेंट ऑफ सायकियाट्री) करून घेतली. मॅक्लिन रुग्णालयातील डॉ. फ्रेन्साइन एम. बेनेस हिच्याबरोबर काम करण्याचे माझ्या मनाने घेतले होते. डॉ. बेनेस ही (मृत) मेंदूचे विच्छेदन (पोस्टमॉर्टेम) करून, विशेषत: स्किझोफ्रेनिया झालेल्यांच्या मेंदूंचे विच्छेदन करून शोध घेण्याबाबतीत जगविख्यात आहे. माझा असा विश्वास होता की या कामातून माझ्या भावाला झालेल्या मेंदूच्या आजारासारखाच आजार झालेल्या इतर अनेक व्यक्तींना मी मदत करू शकेन.

मॅक्लिन रुग्णालयात माझ्या नव्या जागी रुजू होण्याच्या एक आठवडा अगोदर मी आणि माझे वडील हाल, असे आम्ही दोघे, नॅशनल अलायन्स ऑन मेन्टल इलनेस (नामी) च्या १९९३मध्ये मियामी येथे भरलेल्या वार्षिक परिषदेत सहभागी झालो होतो. माझ्या वडिलांनी मानसशास्त्रीय समुपदेशन विषयात डॉक्टरेट केलेली आहे. एपिस्कोपाल चर्चमध्ये ते मिनिस्टर होते. आता ते निवृत्त आहेत. सामाजिक न्यायाचे ते खंदेपुरस्कर्ते आहेत. 'नामी'च्या कार्याबाबत अधिक जाणून घेण्याकरिता आणि आमच्या आंतरिक ऊर्मींचा, संस्थेच्या कार्यकर्त्यांच्या उत्साहाबरोबर कसा मिलाफ घडवून आणता येईल याचा तपास घेण्याकरिता, परिषदेत सहभागी होण्यासाठी आम्ही अगदी उत्सुक होतो. मानसिक विकारांनी त्रस्त झालेल्या रुग्णांचे आयुष्य सुसह्य होण्याकरिता मुळात जाऊन कार्य करणाऱ्या संस्थांची 'नामी' ही सर्वांत मोठी शिखर संस्था आहे. ज्यांच्या घरातील कोणी ना कोणी एखादी तरी प्रेमळ व्यक्ती मानसिक व्याधीने ग्रस्त (सायकियाट्रिक डिसऑर्डर) झालेली आहे अशी जवळजवळ ४०,००० कुटुंबं त्या वेळी 'नामी'ची सभासद होती. आज जवळजवळ २२०,००० कुटुंबं त्यांची सभासद आहेत. 'नामी' राष्ट्रीय पातळीवर कार्य करते; तर 'स्टेट नामी' राज्य पातळीवर

कार्यरत असते. याशिवाय स्थानिक पातळीवरील सामाजिक स्तरापर्यंत (कम्युनिटी लेव्हल) शिक्षण (रोजगाराच्या) संधी, सल्ला देण्याचे आणि मदत पोहोचविण्याचे कार्य करणाऱ्या देशभर विखुरलेल्या ११०० संस्था 'नामी'शी सलग्न संस्था म्हणून कार्य करतात.

मियामीच्या सफरीने माझे संपूर्ण आयुष्यच बदलून टाकले. तीव्र दर्जाच्या मानसिक विकाराने ग्रस्त रुग्ण, कित्येकांचे आई-वडील, मुले-बाळे आणि त्यांची भावंडे मिळून तेथे मदत, समुपदेशन, शिक्षण आणि मेंदूच्या विकारांवर झालेले नवीन संशोधन वगैरे सर्व जाणून घेण्याकरिता जवळजवळ १५०० सभासद तेथे जमले होते. मी माझ्यासारख्याच रुग्णांच्या इतर भावंडांना प्रत्यक्ष भेटेपर्यंत, माझ्या भावाच्या स्किझोफ्रेनियाचा माझ्या स्वत:च्या आयुष्यावर किती जबरदस्त परिणाम झाला होता, याची मला कल्पनाच आलेली नव्हती. त्या चार दिवसांत माझी एका कुटुंबाशी ओळख झाली होती. त्यामुळे स्किझोफ्रेनिया झालेल्या माझ्या भावाला मी गमावून बसल्याची खंत माझ्या मनात असल्याचे मला जाणवले होते. त्याला उपलब्ध असलेली उत्तमातील उत्तम वैद्यकीय शुश्रूषा मिळायला हवी, याकरता आमच्या कुटुंबाची चाललेली धडपड त्यांना समजून आली. सर्व कुटुंबीय एकत्र राहिल्यामुळेच त्यांना मानसिक विकारामुळे समाजात त्यांच्यावर होत असलेला अन्याय आणि कुटुंबाच्या डागाळलेल्या प्रतिमेच्या विरुद्ध धडाडीने लढता आले. त्याकरता 'नामी'च्या शैक्षणिक कार्यक्रमाचा फारच मोठा फायदा त्यांना त्यांच्या स्वत:करिता आणि त्यांच्या सान्निध्यात येणाऱ्या समाजातील इतर सर्वसामन्यांकरताही मिळाला होता. या मानसिक रोगाचे मूळ स्वरूप हे जीवविज्ञानाशी (बायॉलॉजी) कसे निगडित आहे, हे त्यांना समजून आले होते. त्याचबरोबर अधिक महत्त्वाचे म्हणजे तीव्र मानसिक विकारातून बरे होण्याच्या संबंधात त्यांनी मेंदूवर संशोधन करणाऱ्या शास्त्रज्ञांकडे धाव घेतली होती. हे पाहून माझी खात्री झाली की, माझ्या कामाची दिशा बरोबर होती आणि त्याकरिता मी योग्य जागीही होते. मी मानसिक विकाराने ग्रस्त रुग्णाची बहीण होते; मी शास्त्रज्ञ होते आणि माझ्या भावाप्रमाणेच इतरांनाही माझ्या संशोधनातून मदत व्हावी ही माझी तळमळ होती. मी माझ्या मनाशी खूणगाठ बांधली की माझ्या प्रयत्नांना केवळ योग्य ती दिशाच मिळाली नव्हती; तर 'नामी'मुळे माझे कुटुंबच आता मोठे बनले होते.

मियामी येथील परिषद आटोपून आठवडा उलटल्यावर मी मॅक्लिन रुग्णालयात रुजू झाले. डॉ. फ्रॅन्साइन बेनेस यांच्या प्रयोगशाळेत माझ्या नव्या जागी संशोधन सुरू करायला, मी उत्सुक होते. डॉक्टरांच्या संशोधनाचा भर संरचनात्मक मज्जापेशी विज्ञान (स्ट्रक्चरल न्यूरोसायन्स) शाखेच्या अखत्यारीतला आहे, हे कळल्यावर मला खूपच आनंद झाला. स्किझोफ्रेनियामागची जीवशास्त्रीय (बायॉलॉजिकल)

कारणे समजावून घेण्याकरिता मेंदूंच्या विच्छेदनाच्या माझ्या कामात लगबगीने मी गढून गेले. फ्रॅन्साइनला आपुलकीने मी 'स्किझोफ्रेनियाची राणी' म्हणते. कारण शास्त्रज्ञ म्हणून ती अधिकच अनोखी आहे. ती विचार कशी करते; प्रयोगातून समोर आलेल्या माहितीकडे वेगवेगळ्या अंगांनी ती कशी पाहते आणि मिळालेली माहिती एखादे कोडे अलगद सोडवावे किंवा एखाद्या कुशल यंत्रज्ञाने एखाद्या गुंतागुंतीच्या यंत्राची परत सर्व जोडणी अगदी सहज करून यशस्वीपणे ते कार्यान्वित करावे तसे ती तुकड्या तुकड्यात विभागलेल्या माहितीची एकत्र गुंफण घालून त्यातून अवगत झालेले ज्ञान कसे दाखवून देते, हे सर्व नुसते पाहणे यामध्ये आम्हा सर्वांना अतिशय आनंद होतो. एखादी गोष्ट पडताळून पाहण्याकरिता करावयाच्या प्रयोगाची योजना करण्यात तिची दिसून येणारी सृजनशीलता, प्रयोगामागच्या प्रयत्नांची चिकाटी, सूक्ष्मपणा आणि कार्यक्षमता या सर्वच गोष्टी वाखाणण्याजोग्या होत्या. या कामाने खरोखर माझे स्वप्नच पूर्ण झाले होते. स्किझोफ्रेनिया झालेल्या रुग्णांचे मेंदू अभ्यासण्यात माझे ध्येय मला सापडल्याची खात्री पटली होती.

कामाच्या पहिल्याच दिवशी दुर्दैवाने मला बसूनच राहावे लागले, याची फ्रॅन्साइनने मला पहिल्या दिवशी आल्याआल्याच सांगितलेली कारणे म्हणजे एक तर स्किझोफ्रेनियाच्या मृत रुग्णांच्या देणगी मिळालेल्या मज्जापेशीद्रव्याचा (ब्रेन टिश्यू) तुटवडा आणि दुसरे म्हणजे अशा देणग्यांच्या बाबतीत निर्माण झालेली एकंदर अनिश्चितताही होती. मी काय ऐकत होते ते मला खरेच वाटत नव्हते. कारण आताच मी तीव्र स्वरूपाच्या मेंदूच्या अनेकविध विकारांनी ग्रस्त रुग्णांना आणि त्यांच्या कुटुंबीयांना भेटण्यात नुकताच 'नामी' परिषदेत मी संपूर्ण आठवडा घालवून परतले होते. 'नामी'चे पूर्वाश्रमीचे अध्यक्ष, डॉ. ल्यू. जडड यांनीच संशोधनावर आधारित असलेल्या 'नामी'च्या पहिल्याच सत्रातील अभिभाषणाचे आणि त्यानंतरच्या अनेक प्रतिथयश शास्त्रज्ञांनी मांडलेल्या संशोधनपर भाषणांचे अध्यक्षस्थान भूषवले होते. 'नामी'च्या सभासद कुटुंबांना मेंदूवरील संशोधनावर आधारलेल्या गोष्टी शिकण्यात आणि त्याबाबतच्या गोष्टींचे आदान-प्रदान करण्यात विशेष रस असतो. त्यामुळे मज्जापेशीद्रव्याचा तुटवडा आहे, हे ऐकून मी अगदी गोंधळूनच गेले. मज्जापेशीद्रव्याचा तुटवडा आहे ही बातमी एकदा का 'नामी' सभासद कुटुंबीयांपर्यंत पोचली असती, तर तीव्र मानसिक विकारांनी ग्रस्त रुग्णांनी मरणोत्तर मेंदू दान करावे म्हणून त्यांचे प्रबोधन करण्याकरिता एखादी प्रचारमोहीम हाती घेऊन 'नामी'मध्ये नक्कीच प्रश्नाची तड लावली असती, याची मला खात्री होती.

पुढील वर्षीच १९९४ मध्ये 'नामी'च्या संचालक समितीवर माझी निवड झाली. उत्तम कार्य करणाऱ्या संस्थेच्या कार्यात माझेही योगदान असेल, या

कल्पनेनेच मी अगदी हुरळून गेले होते. तो एक सन्मानही होता; पण जबाबदारीही तशीच होती. अर्थातच माझ्या कार्याचा पाया मेंदूदान ही किती मौल्यवान गोष्ट आहे, हे जनमानसावर बिंबवणे आणि मानसिक विकारांनी ग्रस्त असलेल्या मृत रुग्णांच्या मज्जापेशीद्रव्याच्या तुटवड्यामुळे शास्त्रज्ञांना कामच करणे कसे कठीण झाले आहे हे दाखवून देणे, हा होता. माझ्या मोहिमेला नाव दिले होते 'टिश्यू इश्यू.' त्या वेळी 'नामी'च्या सभासदांचे सर्वसाधारण वय ६७ वर्षे होते. मी १९९४ मध्ये फक्त ३५ वर्षांची होते. त्यामुळेच संचालक समितीवर निवडून आलेली सर्वांत तरुण सदस्य म्हणून मला सार्थ अभिमान होता. मी खूप आनंदी होते आणि काम करायला अतिशय उत्सुक होते. 'नामी'च्या राष्ट्रीय पातळीवरील माझ्या पदामुळे विविध राज्यांतील राज्यस्तरीय वार्षिक अधिवेशनांमधून ताबडतोब मी प्रचार आणि प्रबोधन करू लागले. माझ्या प्रचारकार्याला सुरुवात करण्यापूर्वी बेनेस प्रयोगशाळेच्या जवळच असलेल्या 'हार्वर्ड मज्जा पेशीद्रव्य संशोधन केंद्रा'च्या (हार्वर्ड ब्रेन टिश्यू रिसोर्स सेंटर) मज्जापेशीद्रव्य बँकेत (ब्रेन बँक) तीव्र मानसिक विकारग्रस्त असताना मृत झालेल्या रुग्णांचे दान म्हणून वर्षाकाठी तीन किंवा त्यापेक्षाही कमी मेंदू उपलब्ध होत होते. फ्रॅन्साइनच्या प्रयोग शाळेकरिता ते अतिशय कमी होतेच; शिवाय तिच्या प्रयोगशाळेइतक्याच मेंदूवरील संशोधनात अग्रेसर असलेल्या इतर प्रयोगशाळांना पुरवठा करण्याकरिता तर अगदीच अपुरे होते. माझ्या प्रबोधन आणि प्रचारकार्याला सुरुवात झाल्यानंतर काही महिन्यांतच मेंदूदानात लक्षणीय वाढ झाली. सध्या दानाचे प्रमाण वर्षाला २५ ते ३५ मेंदू इतके आहे. वैद्यानिकांना असे दरवर्षाला १०० एक मेंदू मिळाल्यास त्यांना ते त्यांच्या संशोधनासाठी पुरेसे ठरतील.

माझ्या प्रबोधन मोहिमेत सुरुवातीलाच माझ्या लक्षात आले की, माझ्या भाषणानंतर काही सभासद बेचैनीने हिरमुसले होत असत. ज्या वेळी तो अगदी अपेक्षित असा क्षण येऊन ठेपत असे, तेव्हा कित्येकाच्या चेहऱ्यांवर 'अरे बापरे! हिला माझा मेंदू हवा आहे', असे त्यांच्या चेहऱ्यावर उमटलेले भाव मला स्पष्टपणे टिपता येत; पण मी त्या क्षणी थांबून सांगत असे की, 'होय मला तुमचा मेंदू हवा आहे. पण मला अजिबात घाई नाही.' त्यांच्या मनातली भीती कमी करण्याकरिता मनात सहज गुणगुणता येतील अशा काव्यपंक्ती मी लिहिल्या होत्या, त्याचे शीर्षक होते '१-८००-ब्रेन बँक' माझी गिटार घेऊन मी गाणारी शास्त्रज्ञ बनून प्रचाराकरिता सर्वत्र संचार करू लागले. मी जशी मेंदूच्या दानाच्या विषयापर्यंत पोहोचत असे तेव्हा सभागृहात तणाव वाढतो आहे, हे लक्षात येताच मी माझी गिटार उचलून माझ्या काव्यपंक्ती श्रोत्यांपुढे गाऊन दाखवीत असे. मज्जापेशीद्रव्य बँकेवरील माझ्या काव्याला उत्तम गेयता लाभल्यामुळे सभागृहावर त्याचा अचूक

परिणाम झालेला दिसत असे. हृदयंही मोकळी झाल्याचे लक्षात येत असे आणि माझे म्हणणे लोकांपर्यंत पोहोचवण्यात मला यश मिळत असे.

'नामी'तल्या माझ्या कार्याचा अर्थ अगदी खोलपर्यंत माझ्या जीवनात निर्माण झाला आहे, असे मला भासले. प्रयोगशाळेतील माझ्या संशोधनालाही गती प्राप्त झाली होती. संशोधनातले माझे प्राथमिक ध्येय फ्रॅन्साइनबरोबर काम करून एकाच तऱ्हेच्या मज्जापेशीद्रव्यातील एकाच वेळी तीन मज्जापेशी प्रक्षेपकांची (न्यूरो ट्रान्समीटर) सक्रियता मोजण्याकरिता संहिता (प्रोटोकॉल) तयार करणे हे होते. मज्जापेशी प्रक्षेपक म्हणजे मज्जापेशी (न्यूरॉन) ज्या रसायनांच्या आदान- प्रदानाच्या माध्यमातून एकमेकांशी संपर्क करतात ती रसायने होत. ते अत्यंत महत्त्वाचे काम होते. कारण मनक्षोभ शांत करण्यासाठी नवनवीन योजना करून निर्मिलेली असाधारण अशी औषधे एकाच वेळी एकापेक्षा अनेक मज्जापेशी प्रक्षेपकांवर कार्य करतात. एकाच मज्जापेशीद्रव्यातील एकाच वेळी तीन मज्जापेशी प्रक्षेपकांची सक्रियता मोजण्याच्या आम्ही सिद्ध केलेल्या संहितेमुळे त्यांच्या प्रक्रियांमधील नाजूक आंतरसंबंध (इंटरप्ले) समजून घेण्यातली आमची क्षमता वाढली. आमचे अंतिम ध्येय होते मेंदूतील सूक्ष्म जोडण्या समजावून घेणे. म्हणजेच मेंदूच्या कोणत्या भागातील मज्जापेशी कोणत्या मज्जापेशी प्रक्षेपकांच्या आदान-प्रदानाच्या माध्यमातून संपर्क स्थापित करतात आणि त्याकरता त्यांना मज्जापेशी प्रक्षेपकांची किती मात्रा लागते, हे समजावून घेणे होते. यातले दोन किंवा अधिक मनोरुग्णांच्या मेंदूतील त्याच तऱ्हेच्या मज्जापेशीद्रव्यातील मज्जापेशी स्तरावर दिसून येणारे फरक, हे मानसिकदृष्ट्या स्वस्थ स्थितीत असताना मृत पावलेल्या व्यक्तींच्या मेंदूतील फरकांच्या मानाने जितके जास्त समजून येतील, तितकी वैद्यकीय क्षेत्रातील तज्ज्ञांना औषधी उपाय योजताना मदत होणार होती. १९९५ च्या वसंतऋतूकालात प्रसिद्ध झालेल्या 'बायो टेक्निक्स् जर्नल' नावाच्या शास्त्रीय पत्रिकेत ते प्रसिद्ध झाले आणि एवढेच नव्हे; तर त्या पत्रिकेच्या मुखपृष्ठावरही झळकले होते आणि आमच्या त्या कामाला १९९६ मध्ये हार्वर्ड वैद्यकीय विद्यालयाच्या मनोचिकित्सा विभागाचे (डिपार्टमेंट ऑफ सायकियाट्री) अत्यंत मानाचे असे समजले जाणारे मायसेल ॲवॉर्डही मिळाले होते. मी प्रयोगशाळेत आनंदात काम करीत होते आणि 'नामी'च्या सभासद कुटुंबांबरोबरही ते वाटून घेताना मला खूप आनंद होत असे.

त्यानंतर विचारही करू नये अशी ती विपरीत घटना घडली. मी ऐन तारुण्यात होते. शास्त्रज्ञ म्हणून आणि व्यक्तिगत आयुष्यात चांगली फुलत होते. एका झटक्यात माझ्या आयुष्यातली गुलाबी आणि उज्ज्वल भविष्याची स्वप्ने पार उडून गेली. डिसेंबरच्या १९९६ च्या दहा तारखेला सकाळी मी उठले तेव्हा माझ्या लक्षात आले की, माझ्या स्वत:च्याच मेंदूत विकार आहे. मला मेंदूचा झटका

आलेला होता. केवळ चार तासांच्या अवधीत माझ्या ज्ञानेंद्रियांतून येणाऱ्या सर्व संवेदनांवर प्रक्रिया करण्याची माझ्या मनाची संपूर्ण क्षमताच कोलमडून गेलेली मी अनुभवली. या अचानक घडलेल्या रक्तस्त्रावाने मला अगदी इतकी लुळीपांगळी करून टाकली की, मी धड चालू शकत नव्हते, बोलू शकत नव्हते, लिहू शकत नव्हते, वाचू शकत नव्हते आणि काही आठवूही शकत नव्हते.

मला कल्पना आहे, की आपण मेंदूच्या झटक्याच्या दिवशीचे माझे व्यक्तिगत अनुभव वाचायला उत्सुक आहात; पण त्या वेळी माझ्या डोक्यात नेमके काय चालू होते ते नीटपणे समजण्यासाठी, मी पुढील दोन आणि तीन या प्रकरणांत मेंदूचे बाळबोध विज्ञान आपल्यासमोर मांडले आहे. कृपया, या प्रकरणातील गोष्टींनी घाबरून जाऊन पुस्तक वाचणे सोडून देऊ नका. ते वाचकाभिमुख करण्यासाठी मी खूप परिश्रम घेतले आहेत. अनेक अगदी साधी आणि समजण्यास सोपी अशी चित्रे घातली आहेत; जेणेकरून तुम्हाला त्यामागील माझ्या मेंदूतील जाणिवेच्या स्तरावरील, शारीरिक आणि आध्यात्मिक स्तरावरील संरचना लक्षात येण्यास मदत होईल. कदाचित ही दोन्ही प्रकरणे सोडून देणेच इष्ट आहे असे वाटल्यास ती उपयुक्त संदर्भ म्हणून आहेत ही खात्री ठेवा; पण तरीसुद्धा तुम्ही ती वाचावीत असाच सल्ला मी तुम्हाला देईन. कारण मला विश्वास आहे की, त्यांच्यामुळे तुम्हाला गोष्टी समजणे जास्त सुकर होईल.

■

सोपे विज्ञान

आपण सर्वजण जाणतोच की कोणत्याही दोन व्यक्ती आपापसात जेव्हा वैचारिक आदान-प्रदान करतात, तेव्हा त्यांच्यात किमान अशी सामायिक वैचारिक बैठक असते. यावरून असे म्हणता येईल की, बाहेरून प्राप्त होणाऱ्या संवेदनांना मेंदूत साठवण्याची, त्यांचे आकलन करून ज्ञानात रूपांतर करण्याची आपल्या मज्जासंस्थेची क्षमता ही सर्व माणसांत सारखीच आहे. त्याचबरोबर, त्या ज्ञानाच्या परिणामस्वरूप तयार होणारे आपले विचार, शब्द आणि त्यानुसार आपल्या हातून घडणाऱ्या कृती वगैरे गोष्टींकरता लागणाऱ्या आपल्या सर्वांच्या शरीरातल्या सर्व यंत्रणाही एकसारख्याच आहेत. पृथ्वीवरील जीवाचा उगम ही एकमेव अनन्यसाधारण अशी घटना आहे. एकपेशीय जीव उत्पन्न झाल्यापासूनच, संयुगीय पातळीवरील माहितीच्या प्रक्रियेचे नवे युग सुरू झाले. अणू आणि त्यांच्यापासून तयार झालेली संयुगे यांच्यात रासायनिक प्रक्रियेने रूपांतर घडवले जाते. त्यातून डीएनए आणि आरएनए गुणसूत्रांच्या संरचना स्वरूपात माहिती गुंफवून, भविष्यात तिचा उपयोग होण्याकरता ती तेथे बद्ध केली जाते. काळाच्या ओघात झालेल्या अनेक गोष्टी जशा आल्या तशाच नाहीशा झाल्या नाहीत, तर वेळोवेळी त्यांच्यात बदल झाले. या बदलांचे ठसे एकामागोमाग एक असे अगदी अलगद एकत्र गुंफले जाऊन जीवाचा पहिला धागा म्हणजे पेशीच्या स्वरूपात उत्क्रांत पावलेला जीव होय. त्यानंतर लवकरच पेशींना एकत्र राहण्यातले फायदे आणि मार्ग कळून आले. त्या एकत्रित कार्य करीत करीत शेवटी तुमच्या-माझ्यासारखा मानव तयार झाला. अमेरिकन हेरिटेज डिक्शनरीच्या मते, जैविकीय उत्क्रांतीचा अर्थ – उत्क्रांती प्रक्रियांच्या मार्गाने अनादी आणि अमूर्त अशा अवस्थेतून, अधिक उच्चस्तरीय बांधणीच्या आकृतिबंधापर्यंत प्रगती करणे असा आहे. पृथ्वीवरील डीएनए संयुगाचा हा मेंदू अत्यंत प्रगल्भ आणि

यशस्वी जैविकी आकृतिबंध आहे. कारण तो सतत होणाऱ्या बदलाला यशस्वीपणे आत्मसात तर करतोच; पण त्यातही आलेल्या संधींचा फायदा घेऊन स्वत:च्या संरचनेत असे बदल घडवून आणतो की, त्याचा बदललेला आकृतिबंध अधिकच प्रगल्भ होतो. आश्चर्याची गोष्ट म्हणजे मानवाचे जनुकीय गुणसूत्र नेमक्या त्याच चार म्हणजे – अ‍ॅडेनिन, थायमिन, ग्वानिन आणि सायटोसिन नामक संयुगांपासून बनलेले आहे आणि ज्यांच्यापासून पृथ्वीवरील इतर प्रत्येक जीवाचे जनुकीय गुणसूत्र बनलेले आहे. त्यामुळेच सरपटणारे जीवजंतू, पक्षी, तसेच पाणी आणि जमीन या दोन्ही माध्यमांत सहज विहार करणारे जीव आणि पिल्लांना जन्म देणारे, म्हणजेच सस्तन प्राणी यांच्याशी, एवढेच नव्हे; तर अगदी वनस्पतींशीसुद्धा, डीएनएच्या पातळीवर तरी, एकमेकांशी जणू नातेसंबंध असतात. अशा शुद्ध जैविकीय पातळीवर विचार केला, तर मानववंश म्हणजे पृथ्वीच्या जैवकीय क्षमतेचा, जनुकीय बदल घडवलेला एक नमुना आहे.

मानवाला उत्क्रांतीतून लाभलेले– शारीरिक, मानसिक आणि बौद्धिक पातळ्यांवरील आकृतिबंध संपूर्ण जीवसृष्टीच्या तुलनेत कितीतरी पटीने प्रगल्भ किंवा अगदी अत्युत्तम आहेत असे आपण कितीही मानले, तरी मानवाचे जनुकीय गुणसूत्र हे गुणसूत्राची अगदी परिपूर्ण संरचना आहे किंवा त्याचे ते अंतिम स्वरूप आहे असे मात्र म्हणता येणार नाही. मानवी मेंदू सतत बदलत जाणारा अवयव आहे. आजच्या मानवाचा मेंदू आणि दोन किंवा चार हजार वर्षांपूर्वीच्या त्याच्या पूर्वजांचा मेंदू हे साधे दिसण्यातसुद्धा एकसारखे नाहीत. उदाहरणार्थ, मानवी समाजात भाषेचा उगम झाल्यानंतर मेंदूची संरचना आणि त्यातल्यात्यात पेशी-पेशींमधील बंधांचे जाळे या दोन्ही पातळ्यांवर अनेक बदल होत गेले.

आपल्या शरीरात असलेल्या अनेक प्रकारच्या पेशी मेल्यावर त्यांची जागा विभाजनातून नव्याने तयार झालेल्या पेशी घेत असतात. सातत्याने होणारी ही घटना पूर्ण होण्यास काही आठवड्यांचा किंवा महिन्यांचा अवधी लागतो. मेंदूतील पेशींना 'न्यूरॉन' असे संबोधले जाते. जन्म झाल्यावर मेंदूतल्या बहुतेक भागातल्या न्यूरॉन पेशींचे मात्र विभाजन होत नाही. याचा अर्थ असा की, मेंदूतील बहुतेक पेशी या आपल्या आजच्या वयाइतक्याच वयस्क आहेत. त्यांना लाभलेल्या या मोठ्या आयुष्यामुळेच आपल्या वयाच्या दहाव्या वर्षी, आपल्या तिशीत आणि अगदी आपल्या ऐंशीव्या वर्षीसुद्धा आपल्यातले आपण तेच आहोत, ही भावना टिकवून धरायला थोडीफार मदत होते. आपल्या मेंदूतील न्यूरॉन पेशी त्याच असतात, पण आपल्या किंवा त्यांच्या अनुभवाबरोबर त्यांचे एकमेकांत असलेले बंध बदलतात.

आश्चर्याची गोष्ट म्हणजे सतत बदलणारी ही मानवी मज्जासंस्था, जवळजवळ एक महापद्म म्हणजेच एक सहस्र अब्ज पेशींनी बनलेली आहे. एक सहस्र अब्ज

म्हणजे एकावर बार शून्य एवढी मोठी संख्या आहे, म्हणजे नेमकी किती मोठी? याची कल्पना करायची असेल तर असे सांगता येईल की, पृथ्वीवरील आजची लोकसंख्या ही सहा अब्ज आहे असे गृहीत धरले तरी एका मानवी मज्जासंस्थेत अस्तित्वात असलेल्या महापद्म पेशींच्या संख्येएवढी संख्या यायला या लोकसंख्येला १६७ ने गुणावे लागेल!

अर्थात आपले शरीर म्हणजे केवळ मज्जासंस्था नव्हे. खरे तर सर्वसाधारण माणसाचे शरीर जवळजवळ पन्नास महापद्म पेशींनी बनलेले असते. अर्थातच पन्नास महापद्म ही संख्या पृथ्वीवरील लोकसंख्येच्या ८,३३३ पट मोठी आहे! पण गमतीची गोष्ट म्हणजे हाडे, स्नायू, त्यांना एकमेकांबरोबर जोडणाऱ्या पेशी, संवेदना ग्रहण करणाऱ्या पेशी, मज्जासंस्था वगैरे सर्व मिळून एकोप्याने आपापली कामे करतात आणि त्यामुळेच आपल्याला एक तंदुरुस्त आणि बलवान असा मानवी देह लाभतो.

जैवी उत्क्रांती ही साध्या स्थितीतून अधिक क्लिष्ट स्थिती उत्पन्न करीत असते; पण हे होत असताना लाभलेली कुशलता मात्र निसर्ग कायम राखतो. म्हणजे, प्रत्येक वेळी चाकाचा नव्याने शोध तो लावत बसत नाही; तर पेशीच्या केंद्रातील जनुकीय गुणसूत्राची संरचना जीवाच्या संवर्धनाला पोषक ठरते. जसे परागकणांचे वहन यशस्वीरीत्या होण्याकरता फुलांचे फुलणे आणि त्यांनी मधमाशा, फुलपाखरांना आपल्याकडे आकृष्ट करून घेणे, शरीराचे तापमान संतुलित राखण्यास मदत करणाऱ्या धर्मग्रंथी किंवा दृष्टीकरता बुब्बुळ असणे वगैरे त्या संरचनेचीच वेगवेगळी रूपे बांधण्याकडे निसर्गाचा कल असल्याचे दिसून येते. अगोदर अस्तित्वात असलेल्या आणि संवर्धनाने सिद्ध झालेल्या जनुकीय संरचनेच्या आकृतिबंधामध्ये त्यातील महितीचा आणखी एक स्तर उंचावून प्रत्येक नव्याने उत्पन्न झालेल्या जीवजातीतील डीएनए गुणसूत्राला काळाच्या ओघात तावून- सुलाखून घेतलेली आणि भक्कम पायावर उभी असलेली जनुकीय संरचना लाभते. या एका अत्यंत साध्या अशा मार्गाने पूर्वजांचे अनुभव आणि शहाणपण निसर्ग पुढील पिढीकडे सुपूर्द करीत असतो.

याअगोदर अस्तित्वात असलेल्या जनुकीय गुणसूत्रात माहितीचा आणखी स्तर उंचावण्यामागे असाही एक फायदा आहे की, डीएनए गुणसूत्राच्या संरचनेत (जेनेटिक सीक्वेन्स) झालेल्या अगदी थोड्याशा बदलानेसुद्धा उत्क्रांतीमधील जनुकीय संरचनेतून क्रमादेशात (प्रोग्रॅम) बांधले गेलेले (जेनेटिकली प्रोग्रॅम्ड) महत्त्वाचे टप्पे ओलांडलेले आहेत. विश्वास ठेवा अगर ठेवू नका; पण वैज्ञानिक संशोधनाने असे दाखवून दिले आहे की, मानवाच्या डीएनए गुणसूत्रांची संरचना आणि चिम्पांझीच्या डीएनए गुणसूत्राची संरचना यामध्ये ९९.४ टक्के साम्य आहे.

अर्थात याचा अर्थ असा नव्हे; मानवप्राणी चिम्पांझीपासून सरळसरळ उत्क्रांत पावलेला आहे; पण यातून एक अत्यंत महत्त्वाची अशी गोष्ट मात्र निदर्शनास येते की जनुकीय संरचनेचा अद्वितीय असा हा आकृतिबंध निसर्गाच्या अब्जावधी वर्षांतील उत्क्रांतीच्या प्रयत्नांचा निश्चित पाठपुरावा करणारा आहे. मानवाची सर्वच जनुकीय संरचना ही सरमिसळ पद्धतीने बनलेली नाही, तर उत्क्रांतीतून जीवाच्या संवर्धनाला अधिकाधिक पोषक अशी जनुकीय संरचना बनविण्याच्या निसर्गाच्या प्रयत्नातील ती सर्वोत्कृष्ट अशी संरचना आहे, असेच त्याचे समर्थन करता येईल.

मानव जातीच्या सर्व सभासदांची – तुमची आणि माझी, आपणा सर्वांची मिळून फक्त ०.०१ टक्के वगळता, इतर सर्व जनुकीय संरचना ही एकमेकांशी अगदी तंतोतंत जुळणारी आहे. म्हणजेच, जीवशास्त्रीयदृष्ट्या भूतलावरील एकाच जातीचे म्हणून, तुम्ही आणि मी आपल्या जनुकीय स्तरावर अगदी ९९टक्के तंतोतंत जुळणारे आहोत. आजूबाजूला दृष्टिक्षेप टाकल्यावर मानवजातीमध्ये आपल्या अनुभवाला येणारी विविधता ही आपण दिसतो कसे, वागतो कसे किंवा विचार कसा करतो वगैरेमध्ये प्रकर्षाने दिसून येते. मात्र त्यातला सर्व फरक हा ०.०१ टक्क्यांमध्येच बसणारा आहे.

सस्तन प्राणी आणि माणसाचा मेंदू यांच्यामध्ये प्रकर्षाने फरक करणाऱ्या मानवी मेंदूच्या बाहेरील भागाला प्रमस्तिष्कीय कवच (सेरेब्रल कॉर्टेक्स) म्हणतात. हा भाग वलयाकारी, एखाद्या घट्ट पिळून एकगठ्ठा बांधलेल्या (पिळलेल्या कपड्यासारखा) पेळांप्रमाणे दिसतो. मेंदूच्या बाहेरील भागाला अर्थात सर्व सस्तन प्राण्यांमध्ये हे कवच असतेच; पण मानवी मेंदूमध्ये ते त्यांच्यापेक्षा जवळ जवळ दुप्पट जाडीचे असते. शिवाय मानवी मेंदूत त्याचे कार्यसुद्धा त्यातील जोडण्यांसह अतिशय गुंतागुंतीचे आणि त्यांच्यापेक्षा अनेकपटींनी जास्त क्लिष्ट असते. आपले प्रमस्तिष्कीय कवच एकमेकांना पूरकरीतीने कार्य करणाऱ्या दोन प्रमुख अर्धगोलांमध्ये (हेमिस्फिअर) म्हणजेच उजवा मेंदू आणि डावा मेंदू असे विभागले आहे. (या पुस्तकातील मेंदूच्या सर्व चित्रांमध्ये कपाळाकडील भाग डाव्या दिशेला आहे.)

समस्त मानवी मेंदूचे प्रमस्तिष्कीय कवच

(सेरेब्रल कॉर्टेक्स)

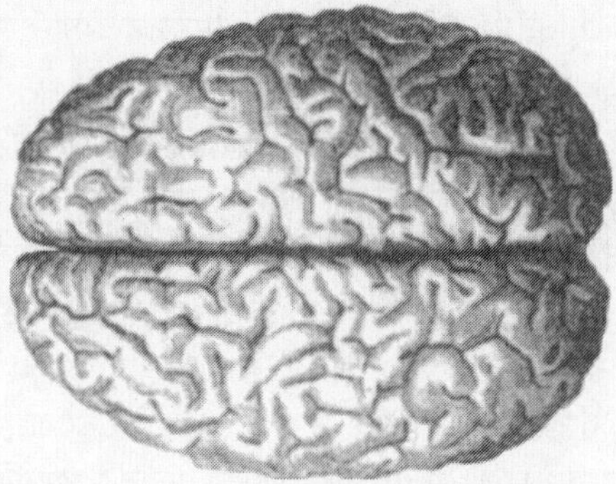

डावा मेंदू आणि उजवा मेंदू एकमेकांत सतत माहितीचे आदानप्रदान करीत असतात. त्यांच्यामध्ये त्या दोघांना जोडणारा मज्जापेशींचा घट्ट सांधा (कॉर्पस कलोजम) असतो. माहितीच्या या महामार्गातून (इन्फर्मेशन हायवे) हे आदानप्रदान होते. मात्र, जरी मेंदूचे हे दोन्ही भाग स्वतंत्रपणे त्यांच्या स्वतःच्या विशिष्ट अशा माहिती विश्लेषण यंत्रणेद्वारे कार्य करीत असले, तरी एकमेकांशी जेव्हा ते जोडलेले असतात; तेव्हा ते एकमेकांना पूरक म्हणून कार्य करतात आणि बाहेरच्या जगाची एकच एकसंध अशी (कंगोरेविरहित) अनुभूती निर्माण करतात.

उजव्या आणि डाव्या मेंदूला जोडणारा मज्जा पेशींचा घट्ट सांधा

कॉर्पस कलोजम (माहितीच्या आदान-प्रदानाचा महामार्ग)

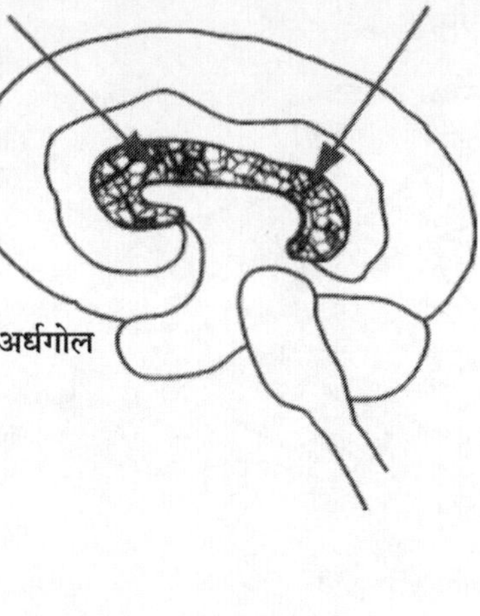

प्रमस्तिष्कीय कवचातील अत्यंत सूक्ष्म संरचनात्मक जोडण्या कशा आहेत हे पाहिले तर असे दिसून येते की, त्या जोडण्यांमध्ये असलेली विविधता हाच त्यातील खरा नियम असून त्याला अपवाद नाही. अंतर्गत जोडणीतील ही विविधताच आपल्या व्यक्तिगत आवडीनिवडी आणि व्यक्तिमत्त्वाचा महत्त्वाचा भाग आहे. परंतु, प्रत्येक मानवी मेंदूची सर्वसाधारण संरचना ही मात्र एकजिनसी आणि सारखीच असते. मेंदूच्या कवचावर उंचवटे असतात. त्यांना 'गायरी' असे म्हणतात आणि त्यांच्याबरोबरच खळगेही असतात. त्यांना 'सल्की' असे म्हटले जाते. ही उंचवटे व खळग्यांनी बनलेली विशिष्ट अशी संरचना आपणा सर्वांच्याच मेंदूमध्ये, त्याचे दृश्य स्वरूप, रचना आणि कार्य या सर्व बाबतीत जवळजवळ तंतोतंत एकसारखी असते. उदाहरणार्थ, कवचातील सर्वांत लांब आणि मोठा उंचवटा (सुपीरिअर टेंपोरल गायरस), मध्यपूर्व उंचवटे (प्री सेंट्रल गायरस), मध्यपश्च उंचवटे (पोस्ट सेंट्रल गायरस), सर्वांत मोठे पार्श्विक उंचवटे (सुपीरिअर पेरीॲटल गायरस) आणि सर्वांत मागील बाजूचे उंचवटे (लॅटरल ऑक्सिपिटल गायरस) अशी त्यांच्यातील काही नावे वानगीदाखल म्हणून सांगता येतील. हे सर्व उंचवटे आणि खळगे विशिष्ट जातीच्या पेशींनी बनलेले असतात. त्यांच्या जोडण्या आणि कार्येही वेगवेगळी असतात.

उदाहरणार्थ, मध्यपश्च उंचवटा हा आपल्या ज्ञानेंद्रियांकडून येणाऱ्या संवेदना ग्रहण करण्याबाबत आपल्याला जागृत राहण्यास मदत करतो, तर मध्यपूर्व उंचवटा आपल्या शरीरातील अवयवांची आणि स्नायूंची वगैरे जाणीवपूर्वक हालचाल करण्यास मदत करतो. कवचातील या प्रकारच्या दोन्ही मेंदूतील मज्जापेशी समूहांतर्गत (फायबर ट्रॅक्ट्स) महामार्गातून होत असलेली माहितीची देवाणघेवाण ही आपणा सर्वांमध्ये सारखीच असल्याकारणाने बहुतेक वेळा विचारांचे बाबतीत आणि आपल्यातील भावनांचे उगम आणि त्यांचे प्रदर्शन वगैरेंच्या बाबतीत आपण सर्वच जण सर्वसाधारणपणे सारख्याच पातळीवर असतो.

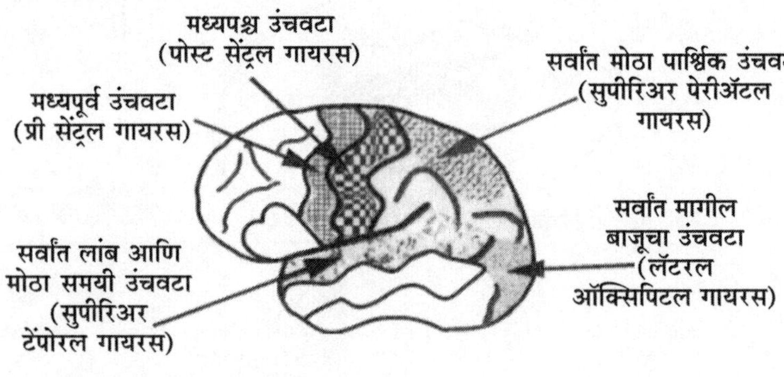

मेंदूला रक्तपुरवठा करणाऱ्या धमन्यांमध्येही एक विशिष्ट सुसूत्रता असते. पूर्वप्रमस्तिष्कीय धमनी (ॲन्टिरिअर सेरेब्रल आर्टेरी), मध्यप्रमस्तिष्कीय धमनी (मिडल सेरेब्रल आर्टेरी) आणि पश्चप्रमस्तिष्कीय धमनी (पोस्टीरिअर सेरेब्रल आर्टेरी) या धमन्या दोन्ही मेंदूंना रक्तपुरवठा करतात. या तिन्ही प्रमुख रक्तवाहिन्यांच्या कोणत्याही शाखेच्या रक्तवाहिनीला जखम झाली, तर मेंदूच्या नेहमीच्या कार्यात अति तीव्र स्वरूपाचे अडथळे येतात किंवा ते कार्यच पूर्णपणे थंडावते. अशा प्रसंगी येणाऱ्या अडथळ्यांची लक्षणे काही प्रमाणात अपेक्षित असतात. (अर्थात असा अपघात उजव्या मेंदूला किंवा डाव्या मेंदूला झाला असेल, तर त्याप्रमाणे मेंदूच्या कार्यात येणाऱ्या अडथळ्यातही विशिष्ट असे फरक असतात.) पुढील चित्रात मध्यप्रमस्तिष्कीय धमनी, डाव्या मेंदूच्या ज्या भागात कार्य करते तो भाग विस्ताराने दाखवला आहे. त्यामध्ये माझ्या मेंदूमध्ये जिथे नस तुटली होती, तो भागही दर्शविला आहे. प्रमुख मध्यप्रमस्तिष्कीय धमनीच्या कोणत्याही शाखेला जखम होते तेव्हा ती जखम कोणाही व्यक्तीला झाली असेल तरीही त्यामुळे निर्माण झालेल्या मेंदूच्या कार्यात आलेल्या अडथळ्यांची काही अपेक्षित अशी लक्षणे दिसतातच.

मध्यप्रमस्तिष्कीय धमणी

(धमनीचा प्रवाह असलेला मेंदूचा भाग आणि तिच्या शाखा)

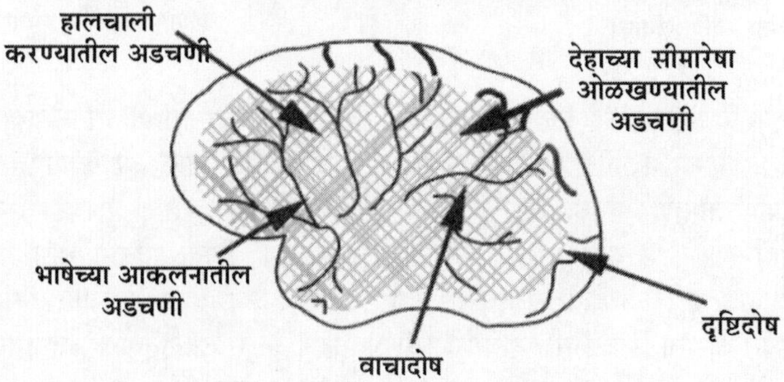

मेंदूच्या बाहेरील हाडाचे जे आवरण असते, त्याला कवटी (स्कल्) म्हणतात. कवटीच्या आत प्रथम दृष्टीस पडतात, मज्जापेशीय प्रमस्तिष्कीय कवचाचे वरवरचे थर. सर्व मेंदू मज्जापेशींनी बनलेला आहे. मज्जापेशींमुळेच (न्यूरॉन) मानवाला एक विशेष व्यक्तिमत्त्व लाभते. कवचाच्या वरवर दिसणाऱ्या मज्जापेशी – अगदी अलीकडच्या म्हणजेच आपल्या मेंदूच्या जडणघडणीत सर्वांत शेवटी तयार झालेल्या या पेशी – अशा नवीन जोडण्या निर्माण करतात की, ज्यांच्यामुळे आपल्याला

सुसंगत असा विचार करता येतो. उदाहरणार्थ, भाषा शिकणे आणि तिच्यातील अगदी कठीण असे बारकावे आत्मसात करणे किंवा गणितातील चिन्हांकित सूत्रबद्ध समीकरणे वगैरे शिकून आत्मसात करून त्यात लीलया विचार करता येणे किंवा आपल्याला अमूर्त संकल्पना मांडण्याची किंवा त्यांचा विचार करण्याची क्षमता निर्माण करून ती आत्मसात करणे. कवचाच्या अगदी आतल्या भागातील पेशींचे काही पदर हे 'लिंबिक सिस्टिम' नावाने ओळखले जातात. मेंदूच्या या पेशी इतर सस्तन प्राण्यांच्या मेंदूत कार्य करतात तशाच त्या आपल्या मेंदूतही कार्य करतात.

लिंबिक सिस्टिम

(प्रभाव किंवा भावना)

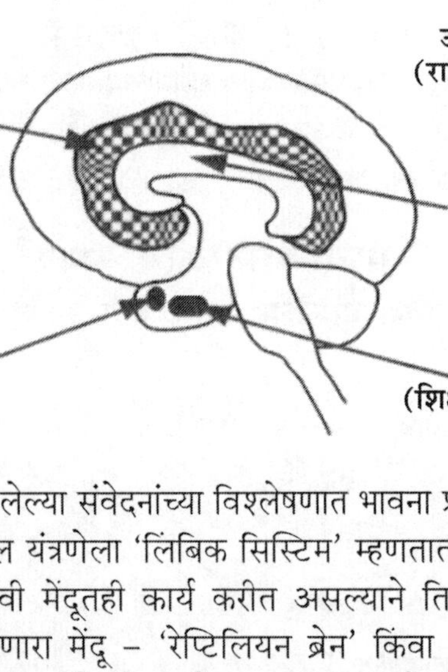

ज्ञानेंद्रियांकडून आलेल्या संवेदनांच्या विश्लेषणात भावना प्रभावित करण्याचे कार्य करणाऱ्या मेंदूतील यंत्रणेला 'लिंबिक सिस्टिम' म्हणतात. ही यंत्रणा इतर सर्व प्राण्यांप्रमाणे मानवी मेंदूतही कार्य करीत असल्याने तिला सरपटणाऱ्या प्राण्यांप्रमाणे कार्य करणारा मेंदू – 'रेप्टिलियन ब्रेन' किंवा भावनाप्रधान मेंदू 'इमोशनल ब्रेन' असेही संबोधले जाते. आपण ज्या वेळी नवजात शिशु अवस्थेत असतो, तेव्हा या मज्जापेशींची ज्ञानेंद्रियांकडून आलेल्या संवेदनांमार्गे जोडणी होते. पण लक्षात ठेवण्यासारखी आणि आश्चर्याची गोष्ट अशी की, लिंबिक सिस्टिम ही माणसाच्या मेंदूमध्ये जरी आयुष्यभर कार्यरत असली तरी ती कधीही परिपक्व किंवा प्रौढ होत नाही. आणि म्हणूनच परिस्थितीच्या आघातामुळे ज्या ज्या वेळी भावना उद्दीपित होण्याचे प्रसंग आपल्यावर ओढवतात, त्या त्या वेळी, आपण जरी वयाने कितीही प्रौढ असलो तरी अशा प्रसंगी आपली प्रतिक्रिया देण्याची क्षमता ही आपण जणू दोन वर्षांचे बालक आहोत अशीच होते. जसजशा लिंबिक सिस्टिमच्या बाहेरील कवचातील मज्जापेशी

परिपक्व होत जातात आणि मेंदूतील इतर कूट जोडण्यांबरोबर त्या व्यवस्थित समन्वय साधतात, तसतसे वर्तमानातील क्षणांचे नवे चित्र आकलन करून घेण्याची आपली क्षमता वाढते. आपण ज्या वेळी आपल्या विचारी मनातील या नव्या आकलनांची शिशुमनात तत्काळ उद्‌भवलेल्या प्रतिक्रियेशी तुलना करतो; तेव्हा वर्तमान प्रसंगाचे पुनर्मूल्यांकन करून जाणीवपूर्वक प्रौढ प्रतिक्रिया देऊ शकतो.

या ठिकाणी एक गोष्ट नमूद करणे उचित ठरेल की आजकाल अमेरिकेतील अगदी मॉंटेसरी ते माध्यमिक सर्व स्तरातील शालेय शिक्षणात, मेंदू शास्त्रज्ञांच्या लिंबिक सिस्टिम कार्याच्या आकलनावर आधारित असलेल्या मेंदू शास्त्राच्या शैक्षणिक तंत्रांचा वापर केला जातो. या तंत्रांच्या आधारे विद्यार्थ्यांना सुरक्षित नेहमीचे आणि ओळखीचे आहे असे वाटेल अशा वातावरणात विद्यार्थ्यांच्या वर्गांचे आम्ही रूपांतर करतो. या मागे हेतू हा की वर्गामध्ये विद्यार्थ्यांच्या मेंदूतील भीती वा प्रतिक्रियावादी प्रवृत्ती (अमिग्डाला) उद्दीपित होणार नाहीत. अमिग्डाला हा लिंबिक सिस्टिमचाच एक भाग आहे. त्याचे प्राथमिक कार्य आता त्या क्षणी मिळणाऱ्या संवेदनांचे, जीवाचे संरक्षण कसे होईल या स्तरावर, मूल्यमापन करणे हे असते आणि लिंबिक सिस्टिममधील अद्वितीय उंचवट्याचे (सिंग्युलेट गायरस) कार्य असते मेंदूचे लक्ष केंद्रित करणे.

ज्या वेळी बाहेरून येणारी संवेदना ओळखीची वाटते तेव्हा अमिग्डाला शांत असतो आणि त्याच्या बाजूला असलेला लिंबिक सिस्टिमचा आणखी एक भाग ज्याला 'हिप्पोकॅम्पस' म्हणतात, तो संवेदनेतील नवीन माहिती शिकतो आणि आठवणीच्या स्वरूपात तो ती साठवून ठेवू शकतो; परंतु जेव्हा अमिग्डाला एखादी अनोळखी अशी संवेदना ग्रहण करतो किंवा विशेषत: जीवाला धोका संभवतो अशा प्रकारची संवेदना ग्रहण करतो तेव्हा तो उद्दीपित होतो. त्या क्षणी मेंदूची घालमेल होते. त्याच्या काळजीचा स्तर उंचावतो. त्याचे सर्व लक्ष त्या क्षणी त्या प्रसंगावर केंद्रित होऊन बसते. अशा प्रसंगी हिप्पोकॅम्पसवरील मेंदूचे लक्ष उडते आणि स्वत:च्या संरक्षणाच्या कार्यावर केंद्रित होते.

अशा वेळी ज्ञानेंद्रियांकडून आलेल्या संवेदनांचा स्रोत ज्ञानकेंद्रांकडून लगेचच लिंबिक सिस्टिमकडे वळवला जातो व तिथे त्याचे विश्लेषण केले जाते. अधिक विचारार्थ ज्या वेळी तो स्रोत कवचाच्या बाहेरील भागात पोहोचतो, त्या वेळी त्या (लिंबिक सिस्टिम विश्लेषित) संवेदनांमध्ये समोरच्या प्रसंगाकडे आपण कसे पाहतो, उदाहरणार्थ, या प्रसंगात आपल्याला दु:ख होणार आहे की आनंद होणार आहे अशा अर्थाच्या भावना, अगोदरच मिश्र झालेल्या असतात. आपल्यापैकी कित्येकजण जरी स्वत:ला 'आपण बुवा भावनांची कदर जरूर करतो; पण मुळात

मात्र विचारीच आहोत,' असे मानणारे असले तरी जीवशास्त्रीय दृष्टिकोनातून मात्र आपण सर्वजण प्रामुख्याने भावनाप्रधान; पण विचारसुद्धा करणारे प्राणीच आहोत.

या ठिकाणी भावना हा शब्द वापरला आहे. त्याची कक्षा ही बरीच विस्तृत आणि पसरट आहे. त्यामुळे मेंदूच्या कोणत्या भागात आपले अनुभव नोंदविले जातात, त्याविषयी आता मी सांगणार आहे. प्रथम, म्हणजे आपण ज्या वेगवेगळ्या भावना म्हणजे दु:ख, आनंद, राग, नैराश्य, उतावीळ होण्याची भावना वगैरे अनुभवतो, त्या मेंदूतील लिंबिक सिस्टिममधल्या मज्जापेशींमध्ये उत्पन्न होत असतात. दुसरी गोष्ट अशी की आपल्याला आपल्या हातात काही (एखादी वस्तू) असल्याची भावना होते किंवा तसे वाटते किंवा आपल्याला स्पर्श केल्यावर म्हणजे उदाहरणार्थ थोपटल्यावर, अचानक अनाहुतपणे कोणी स्पर्श केल्यावर किंवा डॉक्टरांनी तपासून पाहताना वगैरे होणाऱ्या भावना वेगवेगळ्या असतात. अशा प्रकारे वाटणाऱ्या भावना त्वचेत कार्यरत असलेल्या संवेदना टिपणाऱ्या संग्राहकांकडून (रिसेप्टर) येणाऱ्या संवेदनांमुळे होतात. त्यांच्या विश्लेषणात कवचातील मध्यपश्च उंचवट्याचा (पोस्ट सेंट्रल गायरी) सहभाग असतो. शेवटी, एखाद्या विवक्षित गोष्टीबाबत, त्याच्या किंवा तिच्या नेमक्या भावना काय आहेत? मन (गट फिलिंग) नेमकं काय सांगतंय? अशा प्रकारचा एखाद्याचा प्रश्न असतो; तेव्हा त्याचे मिळणारे उत्तर ही आंतरिक समज असते आणि अशा प्रकारची उच्च प्रतीची जाणीव (कॉन्शसनेस) ही उजव्या मेंदूतील केंद्रात उगम पावत असते. आपला डावा आणि उजवा मेंदू कशा प्रकारे कार्य करतात (पाहा प्रकरण तिसरे).

संवेदनांचे पृथक्करण करून त्याचे ज्ञानात रूपांतर करण्याचे मेंदूचे कार्य, हे ज्ञानेंद्रियांच्या माध्यमातून बाहेरील जगातून येणाऱ्या संवेदनांचे ग्रहण करण्याच्या त्यांच्या क्षमतेनुसार त्यांनी केलेल्या कार्यानंतर सुरू होते. सतत घडणाऱ्या या गोष्टींविषयी आपण क्वचितच जागरूक असतो; पण आपली ज्ञानेंद्रियांची संरचना अशी घडलेली आहे की ते सर्व बाह्य संवेदना या ऊर्जेच्या स्तरावर ग्रहण करीत असतात. याचे कारण असे की, आपल्या आसमंतात असलेले आणि आपल्या संपर्कात येणारे सर्वच पदार्थ, म्हणजे आपण श्वासोच्छ्वास करतो ती हवा ते अगदी आपण नेहमी वापरात असलेल्या, खात असलेल्या आणि बांधायला वगैरे वापरतो त्या सर्व वस्तूंसहित सर्वच्या सर्व पदार्थ, स्वत:भोवती सतत गिरक्या घेणाऱ्या कंपनयुक्त अशा मौलांचे अणू आणि त्यांची संयुगे यांचेच बनलेले असतात. तेव्हा तुम्ही आणि मी म्हणजे आपण सर्व जण हे अक्षरश: विद्युतचुंबकीय क्षेत्राच्या वादळी दर्यात सतत पोहत असतो नव्हे; आपण त्याचेच एक अविभाज्य भाग आहोत. आपण त्यात अगदी पूर्णपणे गुंडाळले गेलेले आहोत आणि आपल्या ज्ञानेंद्रियांमार्फत त्याच्या संवेदना सतत अनुभवत असतो.

आपल्या मेंदूतील ज्ञानकेंद्रे (सेन्सरी सिस्टिम) ही अत्यंत क्लिष्ट अशा साखळीयुक्त पद्धतीची संरचना असलेल्या मज्जापेशींच्या गठ्ठ्यांसारखी असतात. ती ज्ञानेंद्रियांकडून आलेल्या मज्जापेशीय संवेदनांचे (न्यूरल कोड) पृथक्करण करून त्यांना मेंदूतील इतर केंद्रांकडे प्रसारित करतात. संवेदनांचे पृथक्करण करताना साखळीतील पेशींचा एक समूह, एक तर मूळ संवेदनांत बदल घडवून आणतो किंवा त्यांची तीव्रता वाढवतो आणि नव्या स्वरूपात त्या साखळीतील पुढच्या पेशीसमूहाकडे पाठवतो. पुढील पेशीसमूह आलेल्या संवेदनांवर आणखी संस्कार करतात व साखळीतून पुढे पाठवतात. अशा रीतीने सरकत-सरकत संवेदना जेव्हा मेंदूच्या बाहेरील भागात, म्हणजेच कवचाच्या उच्च स्तरावरील पेशींपर्यंत पोचतात, त्या वेळी आपल्याला त्या संवेदनांची जाणीव झाल्याचे आपण अनुभवतो; पण या मार्गातील कोणत्याही पेशी त्यांचे सर्वसाधारण विवक्षित कार्य करण्यात काही कारणाने असफल झाल्या, तर आपली जाणीव नेहमीपेक्षा वेगळी, अगदी विक्षिप्तसुद्धा होते.

आपले दृष्टिक्षेत्र, म्हणजेच नजरेत भरणारे बाहेरील संपूर्ण जग, हे अगदी छोट्या छोट्या अब्जावधी चित्रकणांत (पिक्सेल) विभागले जाते. त्यातील प्रत्येक कण कंप पावत असलेल्या अणू आणि संयुगांनी भरलेला असतो. डोळ्याच्या मागील भागात असलेल्या रेटीनातील पेशी या कंपनलहरी अचूक टिपतात. वेगवेगळ्या कंपनसंख्या (फ्रिक्वेंसी) असलेल्या कणांपासून वेगवेगळ्या लांबीच्या (वेव्हलेंग्थ) प्रवाही लहरींतील ऊर्जेचे प्रक्षेपण होते आणि ही माहिती मेंदूतील कवटीच्या मागील भागात असलेल्या (ऑक्सिपिटल रीजन) दृष्टिकवचात (व्हिज्युअल कॉर्टेक्स) विविध रंगांत साठवली जाते. या ठिपक्यांच्या वेगवेगळ्या समूहांना एकत्रित करण्याच्या मेंदूच्या क्षमतेतून प्रतिमांचे कंगोरे घडवले जातात. असे उभे, आडवे आणि तिरप्या स्थितीत असलेले विविध कंगोरे एकत्र येऊन गुंतागुंतीच्या प्रतिमा बनतात. विविध पेशीसमूह, आपण जे बघतो, त्याला खोली प्राप्त करून देणे, त्यात रंग मिश्रित करणे आणि त्याला गती प्राप्त करून देणे वगैरेंची भर घालतात. आपल्या पाहण्याच्या या साखळीयुक्त प्रक्रियेत बदल घडल्यास काय होऊ शकते, याचे उत्तम उदाहरण म्हणजे नेहमीप्रमाणे लिहिलेली अक्षरे उलट्या क्रमात दिसण्यासारखी विपरीत अवस्था निर्माण होणे ही होय. दृष्टीच्या या विकाराला 'डिस्लेक्सिया' असे म्हणतात.

मज्जापेशीय कवचाचा आकृतिबंध

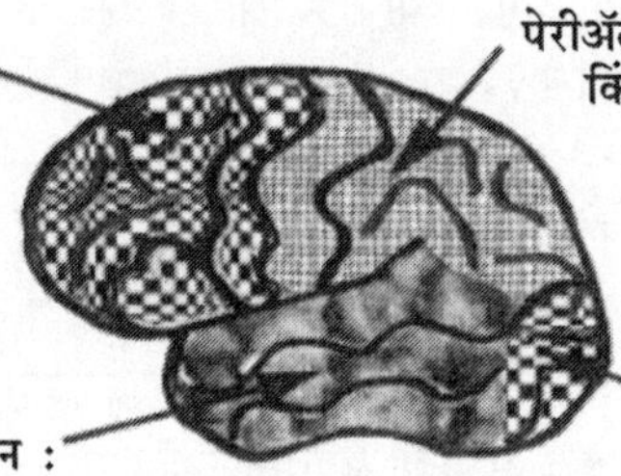

दृष्टीप्रमाणेच बाहेरील आवाज ऐकण्याची प्रक्रियासुद्धा वेगवेगळ्या लांबीचे ऊर्जाप्रवाह टिपण्यावर अवलंबून असते. आवाज म्हणजे अणू आणि संयुगांपासून बनलेल्या पदार्थांचे अवकाशात एकमेकांवर आदळण्यातून निर्माण झालेल्या ऊर्जेचे वेगवेगळ्या प्रकारे होणारे प्रक्षेपण होय. एकमेकांवर आदळणाऱ्या कणांपासून निघणाऱ्या विविध लांबी असलेल्या प्रवाही ऊर्जालहरी कानांतील पडद्यावर (टिंपॅनिक मेंब्रेन) आदळतात. हा पडदा वेगवेगळ्या लहरलांबीच्या आवाजाच्या लहरींमुळे कंप पावतो आणि त्याच्यातील विशिष्ट गुणधर्माने ती कंपने तो टिपतो. डोळ्यातील रेटीनाप्रमाणेच टिपलेल्या कंपनांतील ऊर्जेचे रूपांतर आंतरकानातील कोटी नामक अवयवातील केसपेशी मज्जापेशीय संवेदनांमध्ये (न्यूरल कोड) घडवितात. या संवेदनांशेवटीचा आवाज कवचापर्यंत (ऑडिटरी कॉर्टेक्स) पोचवितात आणि आपण आवाज ऐकतो. आवाज कवच हे मेंदूमधील समयी भागात (टेंपोरल रीजनमध्ये) असते.

अणू आणि संयुगांमध्ये ग्रथित झालेली माहिती आत्मसात करण्याची क्षमता ही आपल्या रासायनिक ज्ञानेंद्रियांतून म्हणजेच नाकाने श्वासासह घेतल्या जाणाऱ्या गंधातून आणि जिव्हेच्या साहाय्याने मिळणाऱ्या रसस्वादातून आपल्याला लाभते. ही ज्ञानेंद्रियें जरी त्यांच्या सान्निध्यात येणाऱ्या अणू आणि संयुगांबाबत संवेदनशील असली तरी त्यांची किती मात्रा मिळाल्यावर त्या संवेदनेचे गंध आणि चवीच्या अनुभवण्यात रूपांतर होते, याची प्रत्येकाची क्षमता वेगवेगळी असते. या दोन्ही ज्ञानेंद्रियांत, अत्यंत गुंतागुंतीच्या पायऱ्या पायऱ्यांच्या साखळीयुक्त अशा रासायनिक प्रक्रिया होतात. त्यामुळे या प्रक्रियांत कोणताही बिघाड झाला तर त्या अनुभवण्याचा आपल्या प्रक्रियेवर विपरीत परिणाम होतो.

शेवटी आपली त्वचा हे आपले सर्वांत मोठे ज्ञानेंद्रिय आहे. तिच्यावर दाब, कंपने, प्रकाश, तापमान आणि स्पर्श यांचे ज्ञान होण्याकरता त्यांच्या अचूक संवेदना टिपणारे संग्राहक (रिसेप्टर) सर्वत्र पेरलेले असतात. वेगवेगळ्या संवेदनांकरता वेगवेगळे

संग्राहक असतात. उदाहरणार्थ, कंपनांची संवेदना टिपणारा संग्राहक (रिसेप्टर) कंपन संवेदना अचूक टिपतो; तर थंड किंवा गरम अशी तपमानातील फरकाची संवेदना टिपण्याकरता असलेले विवक्षित संग्राहक (रिसेप्टर) तपमानातील फरक टिपतात. विवक्षित संवेदना टिपण्याकरता विवक्षित संग्राहक (रिसेप्टर) असणे, या प्रक्रियेमुळे संपूर्ण त्वचेवर संग्राहकांचे (रिसेप्टर) सूक्ष्म जाळे विणलेले असते.

आपल्यावर आदळणाऱ्या विविध संवेदनांचा अनुभव घेण्यासाठी आपण किती सक्षम आहोत, हे आजमावताना व्यक्ती-व्यक्तीत जो स्वाभाविक फरक आपल्याला जाणवतो, त्याचे आपण जगाचे कसे आकलन करतो, याबाबत बरेच मोठे योगदान असते. लोक बोलत असताना आपल्याला जर ते नीट ऐकायला येत नसेल तर तुटक शब्दच आपल्याला ऐकायला येतील. मग आपले निर्णय आणि तर्क अशा अर्धवट माहितीवर आधारलेले असतील. आपली दृष्टी जर अधू असेल तर आपल्याला नीट दिसणार नाही आणि वावरताना त्यात अडथळे निर्माण होतील. इतरांना येणारा वास आपल्याला येत नसेल तर आपल्यात ती त्रुटी आहे, हे जाणवते आणि त्यामुळे आरोग्यदायी वातावरण आणि दुर्गंधीयुक्त वा अनारोग्यपूर्ण वातावरण यामध्ये फारसा फरक आपण करूच शकणार नाही. याच्या अगदी उलट संवेदना अनुभवताना जर त्याबाबत आपण अति संवेदनशील असू, तर अशा ठिकाणी वावर करायची आपण टाळाटाळ करू आणि जीवनातील साध्या साध्या गोष्टीतल्या आनंदालाही मुकू.

मज्जासंस्थेत जेव्हा बिघाड होतो किंवा तिला एखादा रोग जडतो, तेव्हा त्यामध्ये मेंदूतील पेशीद्रव्याचा जो भाग असतो तो प्राण्यांच्या वेगवेगळ्या जातींमध्ये वेगवेगळा असतो. त्यानुसार मनुष्यप्राण्यातील मज्जासंस्थेत कवचाचा जो बाहेरचा भाग असतो तो मज्जसंस्थेत होणाऱ्या रोगात सर्वसाधारणपणे जास्त असुरक्षित असतो. अमेरिकन समाजात पक्षाघाताच्या (ब्रेन स्ट्रोक) माणसाला पंगू बनविण्याचे बाबतीत सर्वांत पहिला क्रमांक लागतो आणि त्यातच त्याचा मृत्यू होण्यात तिसरा क्रमांक लागतो. मज्जासंस्थेत होणाऱ्या विकारात साधारणपणे कवचाच्या बाहेरच्या अंगाला असलेल्या मज्जापेशींचा समावेश असतो. मनुष्याला या पेशी अत्यंत महत्त्वाच्या असतात, कारण यांच्यामुळेच तर इतर प्राण्यांच्या तुलनेत त्याला विशेष अशा उच्च तऱ्हेच्या जाणिवा प्राप्त होत असतात. शिवाय डाव्या मेंदूला झटका येण्याची शक्यता चौपटीने जास्त असते. त्यामुळे अशा व्यक्तींमध्ये बोलणे किंवा समजण्याच्या क्षमतेची हानी होते. मेंदूच्या झटक्याचा संबंध तेथील रोहिण्यांमध्ये म्हणजेच प्राणवायू वाहून नेणाऱ्या रक्तवाहिन्यांत होणाऱ्या बिघाडाशी आहे. हे बिघाड मूलतः दोन तऱ्हेचे असतात; एकाला 'इश्चेमिक' असे संबोधले जाते; तर दुसऱ्याला 'हेमॉर्ड्गिक' असे संबोधले जाते.

अमेरिकन स्ट्रोक असोसिएशनच्या अभ्यासात असे आढळून आले आहे की, मेंदूच्या सर्व प्रकारच्या विकारांत इश्चेमिक झटका येण्याचे सर्वसाधारण प्रमाण ८३ टक्के आहे. रोहिण्या मेंदूत शुद्ध रक्त वाहून नेतात. हृदयापासून दूर जाईपर्यंत या रोहिण्या पेशीपेशीला, अगदी मज्जापेशींनासुद्धा, जिवंत ठेवणारा प्राणवायू वाहून नेतात. इश्चेमिक झटक्यात रक्तात निर्माण झालेली गाठ रोहिणीचा व्यास गाठीच्या व्यासाइतका होईपर्यंतच वाहून नेऊ शकते. तिचा व्यास पुढे यापेक्षा जास्त लहान झाल्यावर ती गाठ पुढे जाऊ शकत नाही.

अशी अडकलेली गाठ शुद्ध रक्ताच्या प्रवाहाला अडचणीत आणते. त्यामुळे मज्जापेशी प्राणवायूशिवाय गुदमरतात आणि प्रसंगी मरणही पावतात. मेलेल्या पेशी तिथेच पडून राहातात. कारण मेंदूतील पेशी सर्वसाधारणपणे नव्याने तयार होत नसल्यामुळे, मेलेल्या पेशींची जागा घ्यायला दुसऱ्या नव्या पेशी नसतातच. मेंदूतील दुसऱ्या पेशी मृत पेशींचे कार्य करण्यास जर तयार झाल्या नाहीत, तर मृत पेशींचे कार्य जवळजवळ कायमचेच ठप्प होते. प्रत्येक मेंदूतील सर्व पेशींची जडणघडण ही त्यातील जोडण्या आणि संरचनेसह विशिष्ट असल्याकारणाने त्यांची आघातातून वाचून परत पूर्ववत होण्याची क्षमतासुद्धा वैशिष्ट्यपूर्ण असते.

इश्चेमिक रक्तगाठ

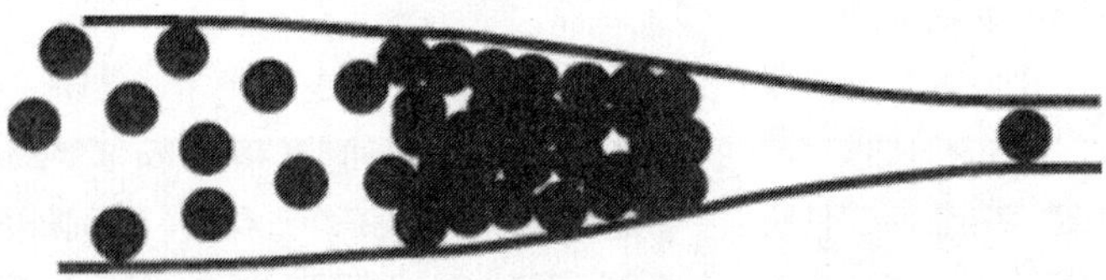

मेंदूतील नस तुटून त्यातून रक्त मेंदूच्या इतर भागांत जेव्हा वाहू लागते; तेव्हा त्याला 'हेमॉर्ड्गिक' झटका म्हणतात. या झटक्यांचे प्रमाण मेंदूच्या सर्व झटक्यांच्या तुलनेत सतरा टक्के आहे. मेंदूतील पेशींचा वाहत्या रक्ताशी सरळसरळ संबंध येणे त्यांना हानिकारक असते. त्यामुळे रक्तवाहिनीतून ते गळून किंवा नस फुटून जातात; पण कोणत्याही प्रकारे मेंदूत रक्तस्राव होणे हे मेंदूला अत्यंत हानिकारक असते. एक प्रकारच्या झटक्याला 'ॲन्युरिझम' असे म्हणतात. यामध्ये रक्तवाहिनीचा काही भाग अगदी कमकुवत होऊन फार पातळ होतो आणि रक्ताच्या दाबामुळे तो भाग फुग्यासारखा फुगून बाहेर येतो. या फुग्यात रक्त भरते आणि अशा जागी रक्तवाहिनी सहज फुटू शकते. कोणत्याही प्रकारचा रक्तस्राव हा जीवाला घातक ठरू शकतो.

अॅन्युरिझम

(शुद्ध रक्तवाहिनी जिथे पातळ झाली तिथे आलेला फुगवटा)

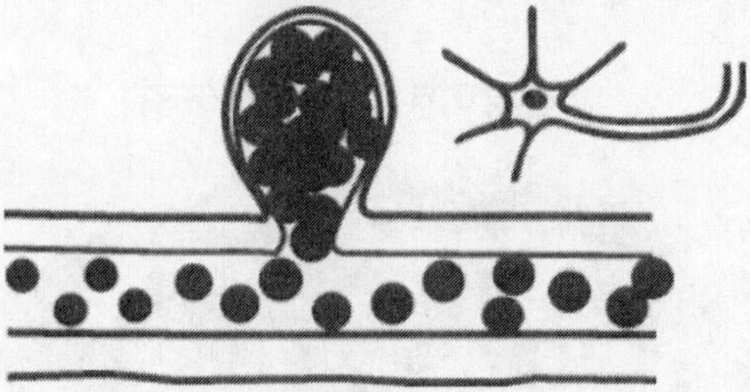

(रक्तवाहिनीच्या भिंतीची नैसर्गिक जाडी)

नीला-रोहिण्यांतील अनैसर्गिक जोडणी (आर्टेरिओव्हेनस मालफॉर्मेशन – एव्हीएम) म्हणता येईल. या जोडणीमुळे येणारा झटका तसा विरळाच; पण अशी जोडणी जन्मतः असू शकते, म्हणजे मनुष्य नीला व रोहिण्या अनैसर्गिकरीत्या (अॅबनॉर्मल) जोडलेल्या स्थितीत घेऊनच जन्माला येतो. साधारणपणे हृदय शुद्ध रक्त उच्च दाबाने रोहिण्यांतून शरीराच्या इतर भागांकडे पाठवते आणि अशुद्ध रक्त कमी दाबात नीलांमधून परत गोळा केले जाते. हे साधण्याकरता रोहिण्या आणि नीला यांच्यामधील केशिकासंच (कॅपिलरी बेड) बफरिंगचे कार्य करतो. (पुढील आकृती पाहा.)

नैसर्गिक रक्तप्रवाह

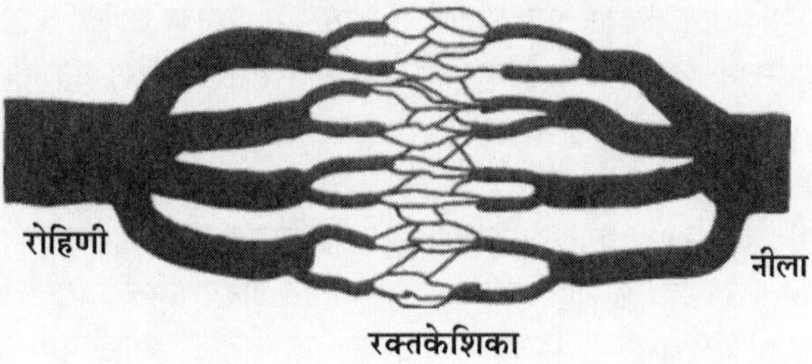

एव्हीएमसारख्या परिस्थितीत रोहिणी आणि नीला ही सरळ सरळ म्हणजे केशिका संचाशिवायच जोडलेली असते. कालांतराने रोहिणीच्या मानाने नीला तिच्यात उच्च दाब सहन करण्यात असमर्थ ठरते आणि त्यांच्यातील संबंध संपुष्टात येतो. नस तुटते आणि रक्त मेंदूत झिरपते. समाजातील एव्हीएम झटक्याचे प्रमाण इतर हेमॉर्ट्गिक झटक्याच्या मानाने जरी फक्त दोन टक्के इतकेच असले तरीसुद्धा

सामान्यत: माणसांच्या अगदी कार्यक्षम वयात (म्हणजे २५ ते ४५ वयोगटात) त्यांच्या अतिशय जिवावर बेतणारा असा हा झटका आहे. माझी जेव्हा एव्हीएममुळे नस तुटली होती तेव्हा माझे वय ३७ होते.

रोहिणीमधील विकृती

मात्र एक गोष्ट नक्की आणि ती म्हणजे रक्तवाहिन्यांमधील गाठींमुळे असो किंवा नस तुटून झालेला रक्तस्राव असो, तांत्रिक कारण कोणतेही असले तरी कोणतेही दोन झटके आणि त्यांची लक्षणे कधीही समान असत नाहीत. याचे कारण कोणतेही दोन मेंदू हे, त्यांची संरचना, त्यातील क्लिष्ट जोडण्या आणि स्वत:ला सावरून त्यातून मार्ग काढून पुन्हा कार्यरत होण्याची क्षमता वगैरे बाबतीत अगदी तंतोतंत एकमेकांसारखे कधीही असत नाहीत. याशिवाय झटक्याचे दृश्य परिणाम, उद्‌भवणारी लक्षणे वगैरेंविषयी कोणतेही विधान किंवा निदान करणे, हे डावा मेंदू आणि उजवा मेंदू यांच्यात सतत होणाऱ्या माहितीच्या देवाणघेवाणविषयींच्या गोष्टी लक्षात घेतल्याशिवाय केवळ अशक्यप्रायच असते. माणसाचा उजवा व डावा हे दोन्ही मेंदू, संरचनेच्या दृष्टीने जरी एकसारखे असले तरी, त्यांच्या मज्जापेशींतून संक्रमित होणाऱ्या माहितीचे संकलन, विश्लेषण प्रक्रिया करण्याच्या बाबतीत ते अगदीच भिन्न असतात

दोन्ही मेंदूंची संरचना आणि कार्यप्रणाली वगैरेंविषयी आपण जितके जास्तीत जास्त समजून घेऊ, तितके मेंदूतील ज्या ज्या भागात झटक्यांमुळे बिघाड निर्माण झाला असेल तेथील त्याच्या कार्यात कोणत्या त्रुटी येतील वगैरेंविषयी निष्कर्ष काढणे सोपे जाईल. त्याहूनही अधिक महत्त्वाचे म्हणजे मेंदूच्या झटक्यामधून वाचलेल्यांना त्यांच्या मेंदूत निर्माण झालेल्या त्रुटीतून मुक्तता कशी मिळवता येईल, यावर उपाययोजना करण्याविषयीचे ज्ञान मिळवण्यात त्याची मदत होईल. ■

झटक्याच्या पूर्वसूचना

- वाचा किंवा बोलताना आवाजात अडथळे येत आहेत अशी भावना होणे.
- अंगाला सर्व भागांत किंवा कुठेही मुंग्या आल्याप्रमाणे किंवा गुदगुल्या होत आहेत असे वाटणे.
- स्मृतिदोष किंवा जुन्या आठवणी आठवताना वारंवार अडथळे येणे किंवा अचानक शून्यत्वात जाणे.
- तोल जाणे किंवा चालताना तसेच उभे राहिल्यावर आपली नेहमीची लय बिघडणे.
- मस्तक फुटून जाईल, असे वाटणारी डोकेदुखी.
- डोळे म्हणजेच आपल्या दृष्टीत दोष किंवा पाहण्यात आणि पाहून ओळखण्यात विसंगती येणे.

उजव्या आणि डाव्या मेंदूतील असमानता

गेली जवळजवळ २०० वर्षे, माणसाच्या उजव्या व डाव्या मेंदूंच्या कार्यक्षमतेतील फरकाचा वैज्ञानिक अभ्यास करीत आहेत. मेंदूच्या प्रत्येक अर्ध गोलाला खरे तर त्याचे स्वत:चे असे वेगळे मन असते, अशी माहिती मैनार्ड सायमन ड्यू पुइ नावाच्या शास्त्रज्ञाने सर्वांत प्रथम नमूद केली. १७८० मध्ये मैनार्ड सायमन ड्यू पुइने असे प्रतिपादन केले की, मनुष्यप्राणी हा जन्मापासूनच होमो ड्यूप्लेक्स असतो. म्हणजेच त्याला दोन मेंदू आणि दोन मने असतात. त्यानंतर जवळजवळ एक शतक उलटल्यावर इ. स. १८००च्या उत्तरार्धात आर्थर लॅडब्रोक विगनला अशा एका व्यक्तीचे शवविच्छेदन (ऑटॉप्सी) करताना पाहायला मिळाले आणि तपासायलाही मिळाले होते की, ज्याच्या कवटीमध्ये मेंदूचा फक्त एकच अर्धगोल होता. पण जिवंतपणी मात्र ती व्यक्ती, इतर सर्वसामान्यांप्रमाणेच बोलत असे, चालत असे, लिहीत असे, वाचत असे आणि इतर सगळे व्यवहार करीत असे. यावरून त्याने असे अनुमान काढले होते की ज्याअर्थी या व्यक्तीला अर्धाच मेंदू असूनसुद्धा त्याच्या हयातीत त्याचे मन पूर्णपणे कार्यक्षम होते आणि तो त्याचे दैनंदिन व्यवहारही इतर सर्वसामान्यांप्रमाणे करीत होता, त्याअर्थी उजवा आणि डावा असे दोन्ही मेंदू असलेल्या आपल्या सर्वांनाच दोन मनेही असली पाहिजेत. विगन स्वत:च्या या दोन मनाच्या सिद्धान्ताचे मोठ्या उत्साहाने समर्थन करीत असे.

नंतरच्या शतकांमध्ये, माणसाचे दोन्ही अर्धगोल त्यांना प्राप्त होणाऱ्या संवेदनांवर प्रक्रिया कशा प्रकारे करतात किंवा नवीन माहिती ते कशी आत्मसात करतात वगैरेंसंबंधी आणि त्यांच्या कार्यपद्धतींतील समानता आणि भिन्नता या दोन्ही गोष्टींबद्दल अनेक निष्कर्ष काढण्यात आले आहेत. डॉ. रॉजर स्पेरीनी अपस्माराचे तीव्र झटके (एपिलेप्टिक सीजर) येणाऱ्या रुग्णांच्या उजव्या आणि डाव्या मेंदूमध्ये

असलेल्या मज्जापेशींच्या सांध्यावर (कॉर्पस कलोजम) शस्त्रक्रिया (कॉमिशुरोटॉमी) करून ते वेगळे केले तेव्हापासून या विषयाला अमेरिकेत अतिशय प्रसिद्धी मिळाली. १९८१ मध्ये नोबेल पुरस्कार स्वीकारताना डॉ. स्पेरी म्हणाले होते –

शस्त्रक्रियेने मज्जापेशीच्या सांध्यातून (कॉर्पस कलोजम) मेंदूचे दोन्ही अर्धगोलाकार भाग (उजवा व डावा मेंदू) एकमेकांपासून विलग करताना (कॉमिशुरोटॉमी) जरी दोन्ही भागांच्या प्रत्येकी त्या सांध्यावर अवलंबून असलेल्या सर्व गोष्टी समान करून घेतल्या असल्या तरीही एखाद्या विषयातील त्याच एका प्रश्नावर डाव्या वा उजव्या भागाची निवड करताना, अलग केलेल्या भागात तरीही शिल्लक राहिलेल्या क्षुल्लक फरकाला खूपच महत्त्व प्राप्त होते. त्यामुळे हा किंवा तो यातला कोणताही एक विवक्षित मानसिक पर्याय किंवा उपाय वापरावयाचा असतो, तेव्हा ती (उजवा आणि डावा मेंदू अलग केलेली) व्यक्ती त्यापैकी सातत्याने एकाच पर्यायाची निवड करताना पाहायला मिळते.

डॉ. स्पेरींनी, अपस्मारग्रस्त रुग्णांचा उजवा आणि डावा मेंदू एकमेकांपासून विलग करण्याच्या आपल्या पहिल्या यशस्वी शस्त्रक्रियेनंतर मज्जापेशी शास्त्रज्ञांच्या (न्यूरोसायंटिस्ट) लक्षात आले की, एकमेकांपासून विलग केलेले असताना मेंदूतील ते अर्धगोल ज्या पद्धतीने कार्य करतात, त्यापेक्षा अगदी भिन्न पद्धतीने ते मज्जापेशीच्या (कॉर्पस कलोजम) सांध्याने एकमेकांशी घट्टपणे जोडलेले असताना करतात. सर्वसाधारण जोडलेल्या स्थितीत असताना ते एकमेकांना पूरक आणि एकमेकांची कार्यशक्ती वाढवण्याचे कार्य करतात; परंतु एकमेकांपासून विलग केल्यावर मात्र स्वत:च्या अशा विशिष्ट व्यक्तिमत्त्वासह भिन्नपणे कार्य करणारे ते मेंदू असतात. म्हणजेच डॉ. जेकिल आणि मिस्टर हाईड यांचे जे वर्णन केले गेले आहे, अगदी त्याप्रमाणे स्वतंत्र कार्य करणारे ते असतात. शरीरात कोणत्याही मार्गाने प्रवेश न करता त्यातील माहिती मिळवू शकणाऱ्या (नॉन इन्व्हेसिव) क्रियान्वित प्रतिकृती निर्माण करून दाखवणाऱ्या, फंक्शनल एमआरआयसारख्या आधुनिक तंत्रांच्या अभ्यासपद्धतींच्या साहाय्याने कोणतेही दिलेले कार्य करत असताना कोणत्या मज्जापेशी प्रत्यक्षात कार्यरत असतात, हे शास्त्रज्ञ आता प्रत्यक्ष पाहू शकतात. आपले दोन्ही अर्धगोल मज्जापेशीच्या सांध्याद्वारे (कॉर्पस कलोजम) एकमेकांशी संलग्न असल्यामुळे आपल्याला होत असलेल्या जवळजवळ प्रत्येक जाणिवेत दोन्ही अर्धगोलांचा सहभाग असतो, फक्त त्यांच्या कार्यपद्धती स्वतंत्र असतात, म्हणूनच स्वत:ची स्वतंत्र ओळख असलेले ते वेगवेगळे दोन अवयव आहेत, असे जे त्या अर्धगोलांचे एकमेकांशी नाते सांगितले जाते त्यापेक्षा, त्यांचे एकमेकांशी असलेले नाते हे एकमेकांना पूरक कार्य करणारे; पण एकाच संपूर्ण मेंदूचे दोन वेगवेगळे अर्धगोल हे त्यांचे वर्णन जास्त यथार्थ आहे. विज्ञानाला मूलत: तेच

अभिप्रेत आहे

दोन्ही अर्धगोलांनी त्यांच्या संवेदनांचे पृथक्करण, विश्लेषणासारख्या प्रक्रिया स्वत:च्या विशिष्ट कार्यपद्धतीने करणे, ही गोष्ट मेंदूची आपल्या अवतीभवतीच्या जगाची अनुभूती घेण्याच्या कार्यक्षमतेत वाढ करणारी आहे; मानवी प्रजातीला (स्पिसीज) जीवनसंघर्षात (सर्व्हायवल) टिकून राहायला मदत करणारी आहे; या संकल्पनांना पुष्टी आणणारी आहे. बाहेरील जगाची एकसंध अशी जाणीव निर्माण करण्यात हे दोन्ही अर्धगोल इतके पक्के आहेत की, कोणत्या अर्धगोलात नेमके काय चालले आहे हे नक्की सांगणे अजिबात शक्य नसते.

अर्थात, आपण ही गोष्ट समजून घेतली पाहिजे की उजव्या किंवा डाव्या मेंदूचा प्रभाव असणे म्हणजे आपल्या हाताचा डावखुरेपणा किंवा उजवेपणा या अर्थाने तो घेऊ नये. असा कोणताही संभ्रम मनातून प्रथम काढून टाकला पाहिजे. मेंदूच्या कार्यातील अर्धगोलाचा प्रभाव हा मेंदूच्या ज्या भागात भाषेची निर्मिती होते ती समजून घेण्याची क्षमता साठवलेली आहे, यावर अवलंबून असतो. अर्थात तुम्ही कोणाला विचारता यावरून आकडेशास्त्राचे निष्कर्षही बदलू शकतात; पण तरीसुद्धा ज्याला उजव्या हाताने लिहिण्यासारखे दैनंदिन व्यवहार करण्याची सवय आहे (अमेरिकेत अशा व्यक्तींचे प्रमाण ८५ टक्के इतके आहे.) असा प्रत्येकजण सर्वसाधारणपणे डाव्या मेंदूच्या जास्त प्रभावाखाली वावरत असतो, असे म्हणता येईल. तरीसुद्धा जगातील जवळजवळ ६० टक्के डावखुरे लोकसुद्धा डाव्या मेंदूच्या प्रभावाखाली वावरत असतात, असे दिसून आले आहे. दोन्ही अर्धगोलांतील असमानतेचा विचार जरा जास्त खोलवर जाऊन करू या.

उजव्या मेंदूत घडणाऱ्या (ज्याच्याकडे शरीराच्या डाव्या भागाचा ताबा असतो.) प्रक्रिया या समांतर पद्धतीने (पॅरलल प्रोसेसिंग) होतात. ज्ञानेंद्रियांकडून येणाऱ्या संवेदनांचे स्वतंत्र प्रवाह अखंडितपणे एकाच वेळी तेथे येऊन थडकतात. क्षणाक्षणाला आपले उजवे मन त्या संवेदनांचा प्रत्येक कण त्या क्षणी आपल्याला दिसतो कसा, त्याची चव काय आहे, तो ऐकायला कसा येतो, त्याचा वास कसा आहे आणि आपल्याला नेमके काय आणि कसे वाटते याची आपल्या प्रमुख दफ्तरात (रजिस्टर) नोंद करते. संवेदनांचे हे कण घाईघाईने येतात आणि जातात असे होत नाही. ते ज्ञानाने (सेन्सेशन) भरलेले असतात, भावनांनी भारलेले असतात आणि कित्येक वेळा शारीरिक प्रतिसादात्मकही ते असतात. अशा प्रकारे संवेदनांवर केलेल्या प्रक्रियांमुळे आपल्या अवतीभवती असलेल्या अवकाशाची (स्पेस) आपल्याला ताबडतोब नोंद घ्यावी लागते. त्याच्याबरोबर असलेल्या आपल्या नात्याचीही नोंद घ्यावी लागते.

उजव्या मेंदूच्या या कौशल्याबद्दल खरे तर आपण त्याचे आभार मानायला

पाहिजेत. कारण त्यामुळेच आपल्या आयुष्यातील अलौकिक क्षण अगदी स्पष्टपणे आणि नेमकेपणाने आपल्या लक्षात राहतात. अमेरिकेचे राष्ट्राध्यक्ष जॉन एफ. केनेडी यांच्यावर गोळ्या झाडल्या गेल्या किंवा वर्ल्ड ट्रेड सेंटर कोसळले ही बातमी कानांवर पडली, त्या क्षणी आपण नेमके कुठे होतो? आपली नेमकी प्रतिक्रिया काय होती? हे आपल्यापैकी अनेकांच्या चांगले लक्षात राहाते. 'आय डू' हे शब्द आपण जेव्हा उच्चारले (युरोप, अमेरिकन देशांत लग्न करावयाचे क्षणी नवरानवरीने उच्चारावयाचे शब्द) किंवा आपल्या नवजात बाळाच्या चेहऱ्यावरील हास्य जेव्हा पाहिले ते क्षण आपल्याला आठवतात का? उजवा मेंदू हा एकमेकांशी झालेल्या संबंधांच्या आपल्या आठवणींची जपणूक करण्यासाठीच निर्माण झालेला आहे. त्यातील विवक्षित स्थितींचे कंगोरे गुळगुळीत होऊन गुंतागुंतीच्या नोंदींतील प्रतिमा, त्यातील आपल्या शरीराचे अवयव त्यांच्या बारीकसारीक तपशिलांसह एक अनुभव म्हणून स्मरणात राहतात.

उजव्या मेंदूच्या मनाला फक्त वर्तमानकाळ असतो आणि त्याचा प्रत्येक क्षण ज्ञानाने भारलेला असतो. उदाहरणार्थ – स्पर्शज्ञान, दृश्य, स्वर, रस, गंध. जीवन आणि मरण दोन्ही वर्तमान क्षणातच घडते. आनंदाची अनुभूतीही वर्तमान क्षणातच होते. आपल्याला होणारे आकलन आणि आपल्यापेक्षाही अधिक अशा गोष्टींशी येणाऱ्या संबंधाची अनुभूतीही वर्तमान क्षणातच असते. आपल्या उजव्या मनासाठी वर्तमान क्षण हाच शाश्वत आणि परिपूर्ण असतो.

कोणतीही गोष्ट योग्य मार्गाने होण्यासाठी नियम, अटी बनवलेल्या असतात; पण एखाद्या प्रसंगी जर त्यांचा अभाव असेल, तर त्या वेळी आपले उजवे मन अंत:प्रेरणेने (इंट्यूशन) साचेबंद विचारांच्या पलीकडे जाऊन विचार करण्यास मोकळे असते. येणाऱ्या प्रत्येक क्षणी ते नवनवीन उन्मेषाने नव्या शक्यतांचा अंदाज घेते. उत्स्फूर्तपणे मुक्त कल्पनांची भरारी घेण्याच्या क्षमता हाच उजव्या मनाच्या जडणघडणीचा गाभा आहे. ते आपल्यातील कलेचे मुक्त आविष्करण करते.

वर्तमान क्षण म्हणजे ज्या क्षणी प्रत्येक गोष्ट आणि प्रत्येकजण एकत्र जोडले जाऊन आपण सर्वजण एकच झालेलो असतो, तो क्षण. त्यामुळे वर्तमानक्षणी आपण आपल्या उजव्या मनाने आपल्यापैकी प्रत्येकजण हा मानवी कुटुंबाचा समान घटक असल्याचे समजतो. तो क्षण आपल्यातील समानता ओळखतो. आपले पालनपोषण करणाऱ्या भूमीशी असलेल्या नात्याचे तो आकलन करून देतो. सर्व गोष्टींचे एकमेकांशी काय संबंध आहेत आणि आपण सर्वजण एकमेकांशी बांधले जाऊन कसे एकच आहोत, या भव्य प्रतिमेचे तो आकलन करून देतो. आपल्याला एकमेकांविषयी जी सहानुभूती अनुभवता येते, त्यांच्या जागी स्वत:ला कल्पून त्यांच्या भावना समजावून घेऊन त्यांना कसे वाटत असेल याची कल्पना करू

शकतो, ती समोरील उजव्या मज्जापेशीय कवचाची (राईट फ्रन्टल कॉर्टेक्स) आपल्याला मिळालेली देणगी आहे.

याउलट संवेदनांवर प्रक्रिया करण्याच्या बाबतीत आपला डावा मेंदू उजव्या मेंदूपेक्षा अगदी भिन्न आहे. उजव्या मेंदूने साठवलेले ज्ञानाने भरलेले, भावनेने भारलेले संवेदनांचे कण तो घेतो आणि कालाच्या संदर्भात त्यांची एक मालिका तयार करतो. नंतर प्रत्येक क्षणातील संवेदनेचा अंश तो मागील क्षणाच्या अंशाशी क्रमश: ताडून बघतो. त्यांची कालाच्या संदर्भात व्यवस्थित एका पंक्तीत संरचना करून, आपला डावा मेंदू कालाची संकल्पना स्पष्ट करतो. यामुळेच आपले संवेदना क्षण भूत, वर्तमान आणि भविष्यात विभागले जातात. या सामायिक संरचनेत आपण अमूक एक गोष्ट दुसऱ्या एखाद्या गोष्टीच्या अगोदर व्हायला हवी, ही संकल्पना समजू शकतो. मी माझ्या बुटांकडे पाहते आणि मोजेही पाहते आणि माझ्या डाव्या मेंदूला समजते की, मी माझ्या पायात बुटांच्या अगोदर मोजे चढवायला हवेत. कोड्यातील सर्व तपशील तो निरखून घेतो आणि रंग, आकार, वजन वगैरेचे दिलेले सर्व संकेत वापरून कोड्याच्या आकृतिबंधाचे (पॅटर्न) आकलन करून घेतो. त्याची प्रत्येक गोष्टीची उमज ही तर्काने उत्पत्तीचा शोध घेण्यावर आधारित असते. उदाहरणार्थ – 'अ' हा 'ब' पेक्षा मोठा आहे आणि 'ब' हा 'क' पेक्षा मोठा आहे, म्हणून 'अ' हा 'क' पेक्षा मोठा असला पाहिजे.

उजवे मन प्रतिमांमध्ये विचार करते आणि वर्तमान क्षणामागील भव्य प्रतिमेचे आकलन करते. मात्र याच्या अगदी उलट आपले डावे मन मात्र अधिकाधिक माहितीने बहरते. डाव्या मेंदूतील भाषेची केंद्रे प्रत्येक गोष्टीचे वर्णन, परिभाषा, वर्गीकरण वगैरे करायला शब्दांचा वापर करतात आणि त्या भव्य प्रतिमेचे सहज नियंत्रित करता येतील असे एकसारखे माहितीचे तुकडे (इन्फर्मेशन बिट्स) करून त्या प्रतिमेचे वर्णन करतात. आपला डावा मेंदू फुलाकडे पाहतो आणि त्याच्या सर्व भागांची नावे घेऊन त्याला दिसत असलेल्या चित्राचे पूर्ण रूप तो बनवतो. उदाहरणार्थ – पाकळ्या, देठ, पुंकेसर आणि परागकण वगैरे. तो इंद्रधनुष्याच्या प्रतिमेचे तांबडा, नारिंगी, हिरवा, पिवळा, निळा, पारवा आणि जांभळ्या रंगाच्या भाषेत विभाजन करतो. आपल्या शरीराचे वर्णन तो हात, पाय, कंबर वगैरे इतर कित्येक अवयव, भाग आणि त्यातील जीवरासायनिक (बायोकेमिकल) पदार्थांसह वर्णन करतो. माहितीच्या आधारावर गोष्ट रचण्यात तो बहरतो. ॲकॅडेमिक क्षेत्रात तो उत्तम कामगिरी करतो आणि कमावलेल्या ज्ञानावरील वर्चस्व तो प्रदर्शित करतो.

डाव्या मेंदूतील भाषाकेंद्रांच्या माध्यमातून आपले मन आपल्याशी सतत बोलत असते. मी त्याला मेंदूतला चिवचिवाट (ब्रेन चॅटर) म्हणते. तो आवाज तुम्हाला बजावत असतो की, घरी जाताना वाटेत केळी घ्यायची आहेत. आपली आकडेमोड करणारी बुद्धी जाणून असते की आपल्याला कपडे धुवायला जायचे आहे. आपले

मन ज्या वेगाने काम करते त्या बाबतीत व्यक्ती-व्यक्तीत अफाट फरक असू शकतो. आपल्यापैकी काहींच्या मेंदूत चिवचिवाट इतक्या वेगाने होतो की, आपण नेमका कसला आणि काय विचार करीत आहोत, हे त्यांना जेमतेमच समजते. कित्येक जण भाषेतून विचार करताना इतक्या संथपणे तो करतात की आपल्याला त्याचे विचार कळायलाही खूप अवधी लागतो. आपल्यापैकी आणखी कित्येक जणांना तर आपल्या विचारांवर लक्ष केंद्रित करून ठेवणे आणि नंतर त्यावर कृती करणे हाच एक मोठा प्रश्न होऊन बसलेला असतो. ही संवेदनांवरील प्रक्रियेतील नैसर्गिक तफावत आपल्या प्रत्येकाच्या मज्जापेशींवर आणि त्यांची अंतर्गत जोडणी कशी बनलेली आहे, यावर अवलंबून असते.

आपल्या डाव्या मेंदूतील भाषेच्या केंद्रांचे आणखी एक काम असते ते म्हणजे स्वत:ची ओळख ठरविणे; जेणेकरून आपण स्वत:ला मी आहे याची खात्री असते. मेंदूतील चिवचिवाटातून तुमच्या आयुष्यातील अगदी बारीकसारीक गोष्टी डाव्या मनात पुन:पुन्हा उच्चारल्या जातात. म्हणून तुम्हाला त्यांचा विसर पडत नाही. तुमच्यातला अहम् डाव्या मनात वसतो; तो तुम्हाला अंतर्गत जागृती प्रदान करतो. तो तुमचे नाव काय आहे, तुम्ही कुठे राहाता, तुमचे अधिकार काय आहेत याची जाणीव करून देत असतो. या मज्जापेशी निकामी होतील तेव्हा तुम्ही कोण आहात हेच विसरून जाल. तुमचे संपूर्ण आयुष्य दिशाहीन होऊन बसेल आणि तुम्ही तुमची ओळखही हरवून बसाल.

भाषेत विचार करण्याबरोबरच आपला डावा मेंदू त्याच्याकडे येणाऱ्या संवेदनांचा आकृतिबंधात्मक प्रतिसादाच्या (पॅटर्न्ड रिस्पॉन्स) रूपात विचार करतो. त्याकरिता तो अशा प्रकारच्या मज्जापेशीय जोडण्या (न्यूरॉलॉजिकल सर्किट) प्रस्थापित करतो की, त्या येणाऱ्या संवेदनांना स्वयंचलितपणे त्यांच्या अनुरूप असा प्रतिसाद त्या देतात. या जोडण्यांमुळे संवेदनेच्या प्रत्येक तुकड्यावर (इन्फर्मेशन बिट्स) जास्त लक्ष केंद्रित न करता, त्यांच्यातील जास्तीतजास्त माहितीवर प्रक्रिया करणे आपल्याला सोपे जाते. मज्जापेशीय दृष्टिकोनातून विचार करता मज्जापेशीची कोणतीही जोडणी (न्यूरॉलॉजिकल सर्किट) प्रत्येक वेळी जेव्हा उद्दीपित होते, तेव्हा त्या विशिष्ट जोडणीचे कार्य सुव्यवस्थितपणे होण्यासाठी बाहेरून कमी प्रेरणा लागते. अशा प्रकारच्या स्वयंउत्तेजक (रिव्हर्ब रेटिंग) जोडण्यांमुळे आपला डावा मेंदू, ज्यांना मी नाव दिले आहे विचारांचे वलयांकित आकृतिबंध (लूप्स ऑफ थॉट पॅटर्न्स) वलयांकित आकृतिबंधांच्या साहाय्याने त्याच्याकडे येणाऱ्या अधिकाधिक संवेदनांचे त्यावर कमीतकमी लक्ष केंद्रित करून आणि कमीतकमी आकडेमोड करून विश्लेषण करीत असतो.

आपल्या डाव्या मेंदूमध्ये हे आकृतिबंध ओळखण्याचे क्रमादेश (प्रोग्रॅम) कोरले

गेलेले असतात. त्यामुळे आपण भविष्यात काय विचार करणार आहोत, कसे वागणार आहोत किंवा आपल्याला काय वाटेल, हे आपल्या पूर्वानुभवातून अगोदरच ठरवण्याचे काम आपला डावा मेंदू उत्कृष्टपणे करतो. व्यक्तिश: मला लाल रंग अतिशय आवडतो. त्यामुळेच माझा सर्वसाधारण कल लाल रंगाच्या अनेक वस्तू जमवून ठेवण्याकडे असतो. मी लाल रंगाची गाडी चालवते. मी कपडेही लाल रंगाचे वापरते. मला लाल रंग आवडतो याचे कारण माझ्या डाव्या मेंदूत तशा प्रकारच्या आकृतिबंधाची जोडणी कोरलेली आहे. ज्या ज्या वेळी लाल रंगाच्या संपर्कात मी येते, तेव्हा तेव्हा माझ्या डाव्या मेंदूतील त्या आकृतिबंधाशी संबंधित असलेली जोडणी विशेष उद्दीपित होते आणि तिची प्रक्रिया जवळजवळ आपोआपच कार्यान्वित होते. केवळ मज्जापेशीय संदर्भात (न्यूरॉलॉजिकल पर्स्पेक्टिव) वर्णन करायचे झाल्यास, मला लाल रंग आवडतो; कारण माझ्या डाव्या मेंदूतील पेशी मला सांगतात की मला लाल रंग आवडतो.

इतर गोष्टींप्रमाणे आपला डावा मेंदू माहितीचे पदानुक्रमाने (हायरार्की) वर्गीकरण करतो. या वर्गीकरणात आपल्याला आवडणाऱ्या गोष्टींचा; तसेच आपल्याला ज्या गोष्टींचा अगदी तिटकारा आहे त्या गोष्टींचाही समावेश असतो. हे वर्गीकरण करताना आपल्याला आवडणाऱ्या गोष्टींचे मूल्य चांगले आणि न आवडणाऱ्या वस्तूंचे मूल्य वाईट हा त्याचा निर्णय असतो. विश्लेषण आणि काटेकोर समीक्षा करीत आपला डावा मेंदू आपली इतरांबरोबर सतत तुलना करीत असतो. आर्थिक, शैक्षणिक, प्रामाणिकपणा, मनाचा उदारपणा वगैरेंसारख्या इतर असंख्य बाबींच्या संदर्भात सर्व संबंधितांच्या तुलनेत आपण नेमके कुठे आहोत, याचे भान आपल्याकरता तो सतत ठेवत असतो. आपला 'अहम्', आपले व्यक्तिमत्त्व तो व्यक्त करतो; आपले वैशिष्ट्य जपतो आणि आपले स्वातंत्र्य अबाधित राहावे म्हणून धडपडतो.

जरी आपल्या मेंदूचे दोन्ही अर्धगोल त्यांच्याकडे येणाऱ्या संवेदनांवर आपापल्या विशिष्ट पद्धतीने प्रक्रिया करीत असले तरी आपल्याकडून होणाऱ्या कोणत्याही कृतीवर कार्य करताना ते एकोप्याने कार्य करतात. उदाहरणार्थ, भाषेच्या संदर्भात सांगायचे झाल्यास, आपल्या डाव्या मेंदूला शब्दांचे अर्थ कळतात. अर्थपूर्ण वाक्यरचना त्यातील सर्व बारकाव्यांसह त्याला समजते. शब्द म्हणजे काय हे आपले डावे मन जाणते. त्या शब्दांना एकमेकांशी चपखलपणे बसवून त्यांचे अर्थपूर्ण उच्चार त्याला करता येतात. नंतर ते शब्दांना ओळीत गुंफवून त्यातून गुंतागुंतीची माहिती सांगणारी वाक्ये आणि परिच्छेदांची निर्मिती करते.

उच्चारांशिवाय व्यक्त होणाऱ्या माहितीचे विश्लेषण करून आपला उजवा मेंदू डाव्या मेंदूतील भाषेच्या केंद्रांना पूरक कार्य करतो. आपले उजवे मन उच्चारलेल्या

शब्दांची फेक, त्यांतील जोर, जोश, चेहेऱ्यावरील हावभाव आणि देहबोलीबरोबरच उच्चारलेल्या भाषेतील इतर सूक्ष्म इशाऱ्यांचे मूल्यमापन करते. ते प्रदर्शित माहितीमागील मोठे चित्र पाहते आणि त्यातील संपूर्ण माहितीची संगती लावते. माहितीचे प्रकटीकरण करीत असताना एखादी व्यक्ती त्याच्या देहाची ठेवण आणि त्याच्या चेहेऱ्यावरील हावभाव, त्याच्या आवाजाची फेक आणि ती व्यक्ती जी माहिती सांगत आहे ती माहिती अशा प्रकारच्या गोष्टींमध्ये थोडासा जरी विरोधाभास जाणवला तर अशी गोष्ट हे सूचित करते की एकतर ती व्यक्ती खरीखुरी माहिती देतच नाही किंवा तिच्यात काहीतरी मज्जापेशीय दोष असावा.

ज्या लोकांच्या डाव्या मेंदूला इजा झालेली असते, असे कित्येक लोक धड बोलूही शकत नाहीत किंवा त्यांना बोललेली भाषाही समजत नाही. याचे कारण, त्यांच्या डाव्या मेंदूतील भाषेच्या केंद्रांतील मज्जापेशींनाच दुखापत झालेली असते. मात्र कित्येकदा असे लोक एखादा मनुष्य बोलताना तो खरे बोलतो आहे की नाही हे सांगण्यात विशेष प्रावीण्य दाखवतात. यामध्ये त्यांच्या उजव्या मेंदूतील मज्जापेशी विशेष कार्य करतात. याउलट, जर एखाद्या व्यक्तीच्या उजव्या मेंदूला इजा झालेली असेल तर ते एखाद्या माहितीतील भावनेचा लवलेशही कदाचित ओळखू शकणार नाहीत. उदाहरणार्थ, मी एखाद्या समारंभात ब्लॅक जॅक खेळत असताना मी म्हटले, मार मला! आणि पत्ते वाटणाऱ्याच्या उजव्या मेंदूला जर अगोदर इजा पोहोचलेली असेल, तर माझ्याकडे आणखी एक पत्ता भिरकाव. असा नेहमीचा अर्थ न घेता कदाचित तो माझ्या बोलण्याचा सरळ सरळ असा अर्थ लावील की मला त्याने शारीरिक इजा करावी, अशी माझी त्याला आज्ञा आहे. माहितीच्या मागे दडलेले मोठे चित्र समजावून घेण्याच्या उजव्या मेंदूच्या क्षमतेशिवाय डावा मेंदू माहितीचा शब्दश: अर्थ घेण्याचाच अधिक संभव असतो.

आपल्या मेंदूचे दोन्ही अर्धगोल एकमेकांना पूरक कार्य करतात याचे आणखी एक चांगले उदाहरण म्हणजे संगीत! ज्या वेळी आपण एखाद्या रागातील आरोह, अवरोह आणि पलटे वगैरे जाणीवपूर्वक शास्त्रशुद्ध पद्धतीने गिरवीत असतो, नोटेशन आत्मसात करीत असतो आणि वाद्याच्या कोणत्या ठिकाणी बोटाने कोणता स्वर निघेल हे जाणीवपूर्वक लक्षात ठेवण्याच्या प्रयत्नात असतो, तेव्हा आपण प्रामुख्याने डाव्या मेंदूच्या कौशल्याचा वापर करीत असतो. मात्र ज्या वेळी आपण संगीताचे सादरीकरण करीत असतो, काहीतरी नवीन देण्याचा प्रयत्न करीत असतो किंवा केवळ ऐकूनच त्याचे सादरीकरण करतो त्या वर्तमानक्षणी आपला उजवा मेंदूच विशेष भूमिका बजावीत असतो.

आपण नेहमीप्रमाणे वावरत असताना आपल्या शरीराची उंची, जाडी म्हणजेच आपल्या शरीराच्या एकंदरीत आकारमानाचे भान आपला मेंदू कसे ठेवत असेल

याचा कधी तुम्ही विचार केलाय का? गमतीची गोष्ट अशी की आपल्या डाव्या मेंदूतील 'ओरिएन्टेशन असोशिएशन एरिया'नामक भागातील मज्जापेशी आपल्या शरीराचे कंगोरे (बाऊंड्री) ठरवितात. तसेच आपल्या उजव्या मेंदूतही आहे. तिथल्या 'ओरिएन्टेशन असोशिएशन एरिया'तील मज्जापेशी आपण जेव्हा पुढे-मागे वाकतो, उजवीकडे किंवा डावीकडे वळतो तेव्हा आपल्या शरीराचा तोल सांभाळतात. परिणामी, आपला डावा मेंदू आपल्याला त्रिमितीमध्ये आपले शरीर नेमके कोठे आहे ते शिकवितो. ते कोठे सुरू होते आणि कोठे संपते हे तो सांगतो आणि उजवा मेंदू आपल्याला आपले शरीर कुठे न्यायचे आहे आणि त्याकरिता त्याने किती वळायचे आहे वगैरे गोष्टी करण्यात मदत करतो.

शिकणे, शिकवणे, आपला मेंदू आणि त्याच्या दोन्ही अर्धगोलातील असमानता यावरील नवनवीन संशोधनांसंबंधी लिखाण आपण जरूर वाचावे, अशी आग्रहाची विनंती मी तुम्हाला करेन. माझा नक्की विश्वास आहे की आपले दोन्ही अर्धगोल मिळून आपल्याला आपल्या भोवतालच्या वास्तवाची एकात्मिक जाणीव कशी निर्माण करून देतात हे जितके जास्त समजेल तितके आपण आपल्याला मिळालेल्या या दोन्ही मेंदूंच्या अमूल्य नैसर्गिक भेटीचे महत्त्व समजून घेण्यात यशस्वी होऊ.

मी मेंदूचा झटका अनुभवला त्याचे पूर्वी कधीच निदान झाले नव्हते. माझ्या डाव्या मेंदूतील नील-रोहिण्यांच्या अनैसर्गिक जोडणीच्या दोषातून तो उत्पन्न झालेला होता. झटका आला त्या दिवशी सकाळी झालेल्या प्रचंड रक्तस्त्रावाने मी इतकी गलितगात्र झाले की जणू एखाद्या नवजात अर्भकाने स्त्रीच्या शरीरात असावे, असेच मला त्याचे वर्णन करावे लागेल. अडीच आठवड्यांनंतर माझ्यावर एक मोठी शस्त्रक्रिया केली गेली. त्यातून गोल्फच्या चेंडूएवढी रक्तगांठ बाहेर काढण्यात आली. ती गाठ मला कोणतीही माहिती सांगण्यापासून वंचित करायला कारणीभूत होती. शस्त्रक्रियेनंतर माझी मानसिक आणि शारीरिक झीज भरून यायला तब्बल आठ वर्षे लागली. मी पूर्ण निरोगी होऊ शकले याचे कारण माझ्याकडे एक गोष्ट चांगली होती. ती म्हणजे मी मज्जापेशी संरचना शास्त्रातील मेंदूविच्छेदनात तरबेज होते. माझ्या मेंदूच्या लवचिकपणावर म्हणजेच त्याची दुरुस्त होण्याची अंगभूत क्षमता आणि मज्जापेशीय बदल आणि जोडण्यांना कार्यक्षम बनविण्याची क्षमता यावर माझा दृढ विश्वास होता. याशिवाय मी एक प्रशिक्षित वैज्ञानिक होते. त्यामुळे यातून बरे होण्याकरिता माझ्या मज्जापेशींना कशा तऱ्हेने वागवणे आवश्यक आहे, याचा निश्चित मार्ग मला ठाऊक होता.

मानवी मेंदूचे सौंदर्य आणि त्याचे पुनरुत्थान यांची अंतर्दृष्टी मला ज्यातून लाभली त्या झटक्याची पुढे येणारी ही गोष्ट आहे. झटक्यानंतर मज्जापेशी संरचना वैज्ञानिक (न्यूरो ॲनॉटॉमिस्ट) म्हणून स्वत: अनुभवलेले डाव्या मेंदूतील सर्व

संवेदनांचे कोलमडून पडणे आणि त्यानंतर त्यातून त्याचे बरे होणे याचा घेतलेला हा व्यक्तिगत ताळेबंद आहे. मला आशा आहे की हे पुस्तक वाचल्यावर मानवी मेंदू, त्याचे स्वास्थ्य चांगले असते तेव्हा आणि ते बिघडल्यावरसुद्धा तो कसे कार्य करतो याची एक दृष्टी तुम्हाला मिळेल. सर्वांकरिता हे पुस्तक लिहिले असले तरी झटक्यातून सहीसलमत बरे होण्यासाठी मदतीची अपेक्षा करीत आहेत अशा आपल्या परिचयाच्या रुग्णांना आणि त्यांच्या आप्तजनांच्या नजरेला हे पुस्तक तुम्ही आणून द्याल, अशी मी आशा करते.

■

झटका आलेली सकाळ

१० डिसेंबर १९९६ या दिवशी सकाळचे सात वाजले होते. माझा दररोजचा कॉम्पॅक्ट डिस्क प्लेअर सुरू होण्याअगोदरच्या तयारीत असताना त्याच्या टकटकीनेच मला जाग आली. अर्धवट झोपेतच – साखरझोपेतच मी त्याचे बटण दाबले आणि पुन्हा स्वप्नांच्या दुनियेत जाण्याकरता बिछान्यात शिरले. या जादूई अवस्थेत, ज्याला मी 'थेटाव्हिल' असे म्हणते, ती अवस्था म्हणजे स्वप्नावस्था आणि जाग यांच्यामधली एक धुंद अवस्था – त्यात मी खरोखर बेहोश आणि जागेपणीच्या आठवणींपासून अगदी मुक्त होते.

सहा मिनिटांनंतर कॉम्पॅक्ट डिस्क प्लेअरची टकटक पुन्हा कानांवर आदळली. त्याने मला चांगलीच जाग आणली. आळसावलेल्या अवस्थेत मी उठून बसते ना बसते तोच माझ्या डाव्या डोळ्याच्या बरोबर मागे, सुईने टोचल्यासारख्या तीव्र वेदना होत असल्याची मला जाणीव झाली. मोठ्या कष्टाने डोळे किलकिले करून उजव्या हाताने कॉम्पॅक्ट डिस्क प्लेअरचा तो कर्कश्श गजर मी थांबवला आणि त्याच वेळी डावा डोळा अलगद त्याच्याकडे आलेल्या डाव्या हाताच्या पंजावर आदळला. पंजाने घट्टपणे त्याला दाबून धरले. 'कुठून आले हे जीवघेणे दुखणे?' पूर्वी क्वचितच आजारी पडलेली मी त्राग्याने स्वत:शीच पुटपुटले. माझा डावा डोळा फडफडू लागला. त्याचे फडफडणे तसे संथ; पण नियमित होते. या नव्या दुखण्याने थोड्याच वेळात मी अगदी हैराण झाले. मला अतिशय संतापही आला होता. माझ्या डोळ्यामागचं दुखणं अजूनही तसंच तीक्ष्ण होतं; पण मध्येच घट्ट आईस्क्रीमचा एकदम चावा घेतल्यावर दाढेतून आलेली कळ जशी अगदी मस्तकात जाऊन भिडते तशीच माझी ती कळ मस्तकात भिनत होती.

पलंगावरून जमिनीवर पाय ठेवल्यावर एखाद्या जखमी सैनिकासारखी मी

अडखळले. बेडरूमची खिडकी बंद करून टाकली. कारण त्यातून येणारा झगझगीत प्रकाश माझ्या डोळ्यांना भिडत होता. व्यायाम केल्यावर माझा रक्तप्रवाह सुरळीत होऊन कदाचित या वेदना कमी होतील म्हणून नेहमीच्या कार्डिओ ग्लायडरच्या (बसून शरीराची हालचाल करण्यासाठी तशी कृती होण्याकरता ते पुढे-मागे ढकलून त्याकडून व्यायाम करून घेणारे आधुनिक व्यायामयंत्र. यामध्ये हृदय आणि फुफ्फुसांबरोबरच शरीरातील सर्व स्नायूंनाही व्यायाम होतो.) मशीनवर बसून शानिया ट्वेनच्या 'हूज बेड हॅव युअर बूट्स बीन अंडर?' या गाण्याच्या धुंदीत व्यायाम करायला सुरुवात केली; पण त्याच वेळी प्रथम मला एक अत्यंत शक्तिशाली, पण विचित्र अशी भावना जाणवली. अचानक असे वाटू लागले मी माझ्या शरीरापासून आणि आजूबाजूच्या जगापासून दूर होते आहे. मला वेगळेच काहीतरी जाणवत होते. मी आजारी वगैरे पडले नव्हते ना? अशी शंकाही माझ्या मनाला चाटून गेली. मला वाटले की माझी वैचारिक शक्ती जागच्या जागी होती. पण माझे शरीरच विस्कळीत झाले होते. त्याच्यावरचा माझा ताबा निसटत होता. यंत्रावर माझे हात पुढे-मागे झोके घेत असतानाच त्यांच्यातली आणि माझे ओटीपोट आणि कमरेखालील भागातली (टोर्सो) लयच नाहीशी झाली होती. कुठेतरी मी माझ्या नेहमीच्या जाणिवांपासूनच दूर गेले होते आणि माझे शरीर आणि माझे मन यांच्यातला संबंध दुरावला होता.

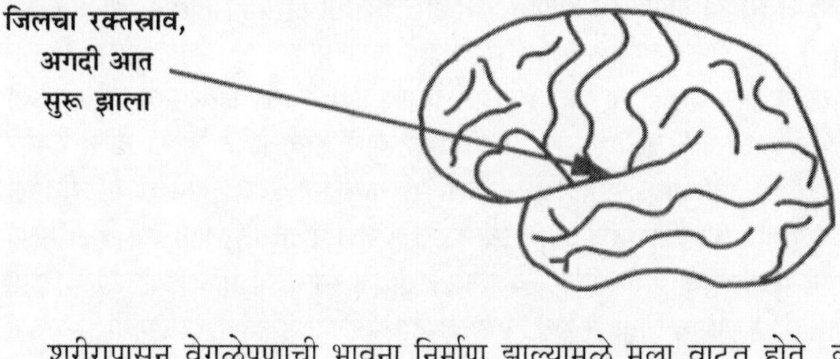

शरीरापासून वेगळेपणाची भावना निर्माण झाल्यामुळे मला वाटत होते, की व्यायाम करणारी ती मी नव्हते; तर मी तिला दुरून पाहात होते. मला वाटले की आपण स्वत:ला आठवत पाहातो त्याप्रमाणे मी तशी स्वत:लाच मागे-पुढे खेचताना पाहत होते. यंत्राला धरलेल्या माझ्या मुठी जंगली श्वापदाच्या पंज्यासारख्या दिसत होत्या. थोड्याच वेळात मला वाटू लागले की माझे शरीर गाण्याच्या लयीत आहे; पण ते आपोआपच मागे-पुढे होते आहे आणि माझे हात मात्र दुखत होते.

माझे मन नेहमीच्या ओळखीच्या वातावरणाऐवजी दूर कुठेतरी मध्येच अधांतरी लटकवून ठेवल्याची भावना मनात निर्माण झाली. याचे मला अतिशय आश्चर्यही

वाटले. कारण हा अनुभव जरी माझ्या सकाळच्या 'थेटाव्हिल'सारखाच असला तरी या वेळी मी पूर्ण जागी होते; पण तरीसुद्धा मला वाटले की मी ध्यानातल्या अनुभवासारख्या अनुभवात कुठेतरी अडकले होते. मला तेथे थांबताही येत नव्हते आणि त्यातून बाहेर पडण्याचा मार्गही सापडत नव्हता. ही गोष्ट मला फारच धक्कादायक वाटली होती. शिवाय आता मला जाणवले की, माझ्या डाव्या डोळ्यामागची वेदना उलट अधिकच तीव्र झाली होती. व्यायामाचा काहीच उपयोग होत नसल्याचे मला जाणवत होते.

माझ्या प्रकृतीबाबत मी आता घाबरले होते. यंत्रावरून मोठ्या कष्टाने उतरून मी माझ्या राहायच्या मधल्या जागेतून अडखळत सरळ बाथरूमकडे चालू लागले. चालताना शरीराच्या हालचाली नेहमीप्रमाणे लवचिक होत नव्हत्या. वाटले शरीर मला ओढून न्यावे लागत होते, ढकलल्यासारखेही होत होते. स्नायूंच्या हालचालींत ताळमेळ नव्हता, चालण्यात लय नव्हती. चालताना माझा इतका तोल जात होता की शरीराला उभे राहायलाच कष्ट पडत होते.

पाय उचलून तो टबात ठेवताना मी भिंतीचा आधार घेतला. त्याच वेळी मला एक गोष्ट खटकली. माझ्या मेंदूच्या अगदी आतल्या भागात, शरीर खाली कोसळण्यापासून वाचवण्यासाठी हातापायांच्या सर्व स्नायूंच्या ज्या मागे-पुढे हालचाली होत होत्या, त्या होण्याकरता मेंदूत होणाऱ्या प्रवाहांचीही जाणीव मला होत होती. माझ्या शरीराच्या आपणहून होणाऱ्या या हालचालींची माझी ही भावना, बुद्धिपुरस्सर केलेली केवळ संकल्पना नव्हती तर, काही क्षण माझा मेंदू आणि शरीर मिळून असलेल्या पन्नास महापद्म (ट्रिलियन) पेशी माझ्या शरीराची कार्यक्षमता, लवचिकता आणि एकात्मता टिकविण्यासाठी कशा एकोप्याने कार्य करीत होत्या याचा नेमका अनुभव मी घेत होते. मानवी शरीराच्या संरचनेबद्दल, या महान कारागिरीबद्दल माझ्या मनात उदंड कुतूहल आहे. त्यामुळेच असेल कदाचित, पण त्या वेळी माझी स्वायत्त मज्जासंस्था शरीरातील प्रत्येक बारीकसारीक स्नायूच्या सांध्याच्या कोनाचासुद्धा हिशेब कसा लावत होती ते सर्व, एखादी गोष्ट अगदी उत्साही डोळ्यांनी भरभरून पाहवी तशी, मी प्रत्यक्ष अनुभवली.

माझ्या शरीराला असलेल्या प्रचंड धोक्याची कल्पना त्या वेळी मला नव्हती. तोल संभाळण्यासाठी मी कसाबसा भिंतीचा आधार घेतला आणि शॉवरजवळ ओणवी होऊन तो सुरू केला. त्याच वेळी टबात जोरात पडणाऱ्या पाण्याचा आवाज एखाद्या अजस्त्र धबधब्यासारखा, कानठळ्या बसवणारा धो-धो आवाज व्हावा इतका मोठा झाल्यासारखा वाटला, त्यामुळे मी दचकलेच. आश्चर्य म्हणजे, जरी तो आवाज त्रासदायक होता तरी तो त्याच वेळी सुखदायकही वाटला. तेव्हा एक गोष्ट माझ्या लक्षात आली की, माझ्या शारीरिक हालचालींतील समतोल गेला

होता. माझी लय बिघडत होती. त्यातच भर म्हणून आता माझ्या ऐकण्यातही अस्थिरपणा आलेला होता. मज्जापेशी संरचनाशास्त्राच्या आधारे मी हे जाणत होते की, शारीरिक हालचालींतील समतोल, लय, श्रवण आणि लयबद्ध श्वासोच्छ्वास यांच्या संवेदना लहान मेंदूमधल्या 'पॉन्स' नावाने ओळखल्या जाणाऱ्या भागातून होतात. त्या क्षणी प्रथम माझ्या लक्षात आले की मज्जासंस्थेमध्ये बिघाड झालेला होता आणि त्यामुळे माझ्या जीवाला धोका होता.

मेंदूला मज्जारज्जूशी जोडणाऱ्या टोकाशी (ब्रेन स्टेम) असलेल्या पॉन्समधून जाणारा मज्जासमूह (फायबर)

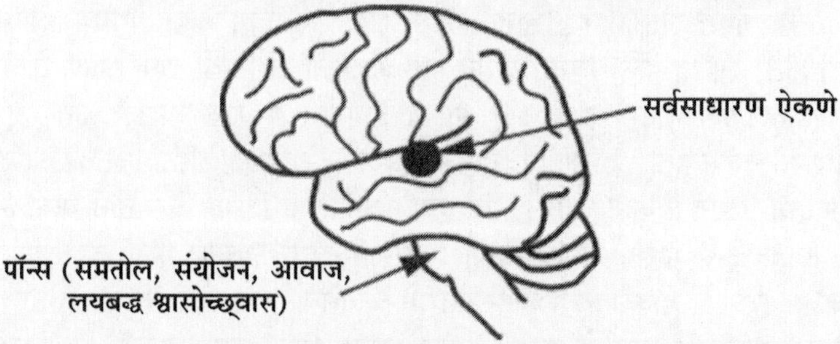

माझे विचारी मन मज्जापेशी संरचनेच्या (न्यूरोॲनाटॉमी) दृष्टिकोनातून नेमके काय चालू असेल या विचारांत गढलेले असताना शॉवरचा धो-धो आवाज अचानकपणे माझ्या मेंदूला इतका जबरदस्त झोंबला की त्या झटक्याने मी एकदम मागे झाले. त्याच क्षणी मला जाणवले की माझी स्थिती असुरक्षित झाली आहे. त्याच वेळी माझ्या हेही लक्षात आले की आजूबाजूच्या वातावरणाचे माझे भान सतत जागृत ठेवणारा माझ्या डोक्यातला तो ओळखीचा चिवचिवाट ते स्वत:शीच असलेले बोलणे आता तुटक आणि अनपेक्षित झालेले होते. माझे बोलणेसुद्धा असंबद्ध, तुटक आणि मध्येमध्ये बंदच होऊ लागले होते.

भाषेची ज्ञानकेंद्रें (सेन्सरी सिस्टिम)

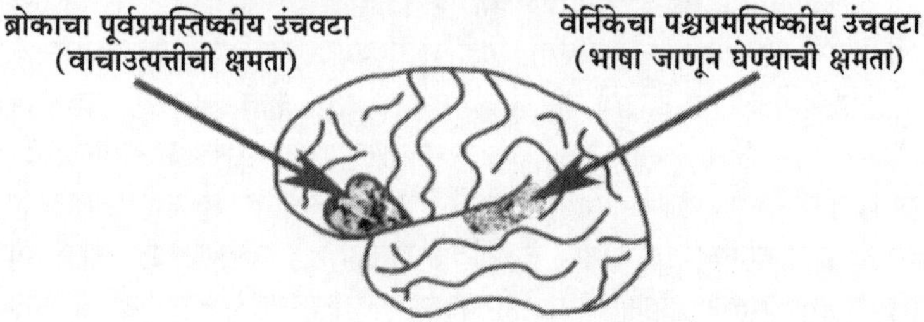

माझ्या ज्या वेळी हे लक्षात आले की, घराबाहेरच्या वर्दळीचे आवाजही आता क्षीण होत आहेत, त्या वेळी मी समजून चुकले की एकंदरीत माझे लक्षही आता संकुचित झालेले होते. माझ्या डोक्यातला चिवचिवाट जसजसा अधिकच ढासळू लागला, तसतसे मला जास्तच एकाकी वाटू लागले. डाव्या मेंदूतील रक्तस्रावामुळे माझा रक्तदाब आतापर्यंत नक्कीच कमी झालेला होता. कारण माझ्या हालचालींची गती संथ झाल्याचे मला जाणवले. त्याकरिता लागणारी माझ्या मनाची निकडही थोडी कमी झाली आहे, हेही माझ्या लक्षात आले होते. पण जरी माझ्या डोक्यातला चिवचिवाट अनपेक्षितपणे कमी झाला असला तरीसुद्धा अजून मी जागृत होते आणि माझी जागृती नेहमीसारखी सावध होती.

त्या गोंधळलेल्या मन:स्थितीतही मी डोके खाजवून आठवण्याचा प्रयत्न करीत होते, शोधत होते, विचार करीत होते की मला असे पूर्वी कधी आणि केव्हा झाले होते किंवा वाटले होते का? माझ्या डोक्यात हे काय चालले होते? ही अर्धशिशी तर नव्हती? असाही विचार चाटून गेला; पण त्याकरिता जितकी जास्त मी मनाची एकाग्रता करू लागले, तितक्याच वेळात ते विचार विस्मृतीत मावळून जात आहेत असे भासले. माहिती आणि उत्तरे मिळायच्याऐवजी मला जास्त शांत शांत वाटू लागले. डोक्यातल्या त्या सततच्या चिवचिवाटाच्या जागी नीरव शांततेच्या अत्यंत आनंदमयी भावनेने मला लपेटून घेतले आहे, असे वाटले. मी किती भाग्यवान होते की, मेंदूतील भीती किंवा प्रतिक्रियावादी प्रवृत्ती उद्दीपित होण्याच्या भागात (अमिग्डालामध्ये) त्या वेळी कोणतीही सावधान करणारी प्रतिक्रिया उमटून मी भीतीच्या गर्तेत लोटली गेले नव्हते. डाव्या मेंदूतील भाषेची ज्ञानकेंद्रे आता मुकी होऊ लागल्यामुळे त्यांच्या मागील स्मृतीही नाहीशा झाल्या होत्या; पण माझ्याभोवताली अलौकिक अशा सौंदर्याचा (ग्रेस) भास वाढतो आहे, या कल्पनेने मी सुखावले. जिल बोल्त या व्यक्तीचे नेहमीचे आयुष्य आणि ही अलौकिक सौंदर्याची उच्चस्तरीय स्थिती यांच्यामधल्या पोकळीत माझी जाणीव सर्वज्ञाच्या उच्चावस्थेत पोहोचली होती. दुसऱ्या शब्दात सांगायचे झाल्यास, मी असे म्हणेन की त्या स्थितीत मला भासले की सर्व विश्व आणि मी पूर्णपणे एकरूप होऊन गेलो आहोत.

या क्षणापर्यंत माझ्या भोवतालच्या त्रिमितीतल्या घनरूप विश्वाशी असलेला माझा संपर्क पूर्णपणे तुटलेला होता. माझे शरीर शॉवरच्या भिंतीच्या आधाराने उभे होते. या गोष्टीचे मला आश्चर्य वाटले की मी तर जागृत होते; पण तरीसुद्धा माझ्या शरीराच्या वास्तविक कक्षाच मला कळत नव्हत्या. माझे शरीरच मला कुठे दिसत नव्हते. ते कुठे सुरू होते आणि कुठे संपते हेच मला सांगता येत नव्हते. मला असे भासले की मी घनरूप नसून माझे वास्तविक स्वरूप हे द्रवरूप असावे. माझे संपूर्ण शरीर हे इतर सर्व गोष्टींपेक्षा वेगळे होते असे वाटतच नव्हते. याउलट, मी माझ्या

आसमंतातील अवकाशाशी आणि त्यातील सर्व प्रवाहांशी एकरूप झाले होते. माझे जाणिवेचे मन आणि माझी बोटांना मोकळेपणाने फिरविण्याची क्षमता यांच्यातला तुटकपणा वाढल्यामुळे माझ्या शरीराचे वस्तुमान जड झाले होते. माझ्यातल्या शक्तीचा क्षय होत होता.

मांडणी आणि हालचालींचा प्रमस्तिष्कीय कवचातील ज्ञानकेंद्रांच्या उंचवट्याचा भाग

(ओरिएन्टेशन असोशिएशन एरिया)

(देहाच्या सीमारेषा, भोवतालचा अवकाश आणि काळ)

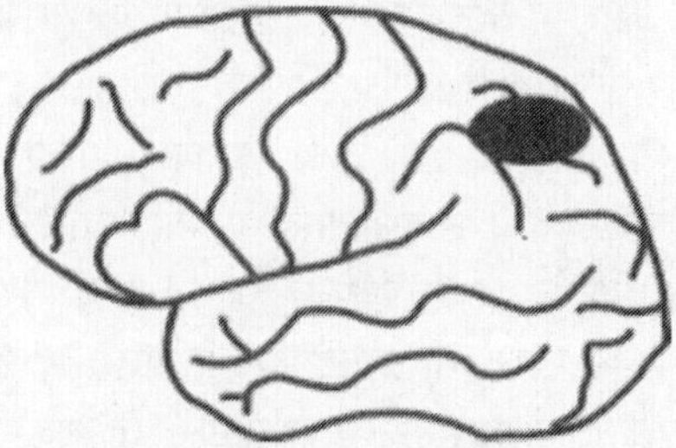

शॉवरचे मोठे मोठे थेंब, पिस्तुलातल्या गोळीप्रमाणे छातीवर आपटत आहेत असे भासले. त्याबरोबर घाईघाईने मी वास्तविक जगात परतले. माझे दोन्ही हात वर करून डोळ्यांसमोर धरले आणि बोटे हलवली. मी एकाच वेळी घाबरलेही होते आणि मला आश्चर्यही वाटले की बापरे! मी म्हणजे किती विचित्र आणि आश्चर्यकारक होते. कोणता विक्षिप्त प्राणी होते मी? जीवन! मी स्वतःच संपूर्ण जीवन होते! मी म्हणजे माझ्या त्वचेच्या फुग्याच्या आत भरून ठेवलेले समुद्राचे पाणी होते. आता या क्षणी आणि या रूपात मी एक जाणीव असलेले मन होते आणि हा देह म्हणजे वाहन होते. यामध्ये राहून मी जिवंत म्हणून वावरते. मी म्हणजे एकच मन असलेल्या महापद्म पेशींचा एक गठ्ठा होते. मी आता या ठिकाणी जगणारे जीवन होते. बापरे! किती अनाकलनीय संकल्पना! मी पेशीमय जीवन होते! नव्हे, नव्हे, मी तर संयुगांच्या पातळीवरील हालचालींचे कौशल्य आणि जाणीव असलेले मन होते!

माझ्या नेहमीच्या व्यस्त दैनंदिन जीवनातल्या असंख्य बारीक-सारीक गोष्टींवर लक्ष ठेवून माझे मन ज्या प्रकारे कार्यरत असते, तसे या भंगलेल्या मनःस्थितीत ते अजिबात व्यग्र नव्हते. माझ्या डोक्यातला चिवचिवाट पूर्णपणे तुटलेला होता आणि त्याचबरोबर माझ्या सर्व जुन्या आठवणी माझी भावी आयुष्यातली स्वप्नेही लुप्त झाली होती. मी एकटी होते. त्या क्षणी मला जाणवत होते ते एका लयीत

चाललेले माझ्या हृदयाचे ठोके.

मी हे जरूर मान्य करते की आघाताने भंगलेल्या माझ्या मेंदूत वाढणाऱ्या त्या पोकळीने माझ्यावर मोहिनी टाकली होती. व्यावहारिक जीवनातल्या मला नकोशा वाटणाऱ्या क्षुल्लक गोष्टींच्या भुणभुणीने सुद्धा माझे मन नेहमी अगदी भरून टाकलेले असायचे आणि आजही माझे तेच मत आहे. त्या क्षणी मात्र थोडा वेळ तरी का होईना, पण त्या चिवचिवाटातून जी उसंत मला मिळाली होती, तिने मला संपूर्ण गुंगवून टाकले आणि त्या गुंगीचे मी स्वागत केले. माझ्या शरीरातल्या सहस्र अब्जावधी पेशी एकाच वेळी आनंदात आणि एकोप्याने, माझे शरीर नीट चालत राहावे म्हणून कार्यरत होत्या. त्यांच्यावर तत्परतेने मी माझे लक्ष केंद्रित केले. डोक्यातला रक्तस्राव जसजसा वाढू लागला, तसतशा माझ्या जाणिवाही मंद होऊ लागल्या. त्यामुळे, मला एक प्रकारे बरे आणि समाधानी वाटू लागले. आणि माझ्या मनाने माझ्या अंतरीच्या भव्य आणि दिव्य जगाकडे मोर्चा वळविला. माझ्या शरीरातल्या छोट्या छोट्या पेशी क्षणाक्षणाला माझ्या शरीराचे एकसंध अस्तित्व टिकवून धरण्याकरिता जातीने कशा खपत होत्या, हे बघून मला खूप अचंबा वाटला आणि त्याने मी – खरंच मी अगदी नम्रही झाले.

त्या वेळी पहिल्यांदाच मी असंख्य गुंतागुंतींनी भरलेल्या माझ्या शरीराबरोबर खरोखर एकरूप झाले होते. एका पेशीच्या प्रतिभेतून निर्माण झालेल्या, इतक्या सातत्याने घोंघावणाऱ्या कार्यमग्न असलेल्या महापद्म पेशींना प्रत्यक्ष पाहायला मला मिळाले होते, याचा मला अभिमान वाटला. जरी माझ्या डाव्या डोळ्याच्या मागे तीक्ष्ण वेदना निर्दयपणाने चालूच होत्या, तरीही त्यांच्याकडे दुर्लक्ष करून अनुभवास येणाऱ्या या संपूर्णपणे नव्या जाणिवांना सामोरे जाण्याची संधी मी आनंदाने घेतली. जशी माझी जाणीव अलौकिक अशा शांततेत विलीन झाली तसे मला खूप हलके हलके वाटले. जरी डोळ्यामागच्या वेदना चुकवता येत नव्हत्या, तरी त्यांनी मी दुर्बल झाले नव्हते.

शॉवरखाली उभी राहून माझ्या वक्षस्थळावर धो धो पाणी पडत असतानाच माझ्या छातीत चमक आली आणि जोराने वर चढत ती माझ्या घशाशी आलेली मला जाणवली. मी दचकलेच आणि माझ्या लगेच लक्षात आले की माझ्या जीवाला धोका होता. मला धक्काच बसला आणि झटकन मी बाहेरच्या जगात फेकले गेले. मानवी शरीराच्या माझ्या ज्ञानाचा माझ्या स्वत:च्याच प्रकृतीकरता मी उपयोग केला. माझ्या शरीरात नेमका कोणता दोष निर्माण झालेला होता? माझ्या मेंदूत काय दोष होता? मधेमधेच जरी माझ्या जाणिवांचा प्रवाह खंडित होऊन मला काहीच समजेनासे होत होते; तरीही माझ्या शरीराचे व्यवहार चालू आहेत हे मला जाणवत होते. शॉवरच्या बाहेर पाऊल टाकताच माझे डोके सुन्न झाले. मला स्थिर

राहता येत नव्हते. अंग खूप जड जड वाटत होते आणि चालही संथ झाली होती. काय करत होते मी? मी मलाच विचारले. 'कपडे घाल. तुला कामावर जायचंय.' 'हो, मी आता कपडे घालते आहे.' यंत्रवत अवस्थेतच मी कपडे निवडले. ८ वाजून १५ मिनिटांनी मी कामावर जायला तयार झाले. घरात इकडे-तिकडे करीत मी विचार करत होते. 'ठीक आहे, मी कामावर जाते. मी कामावर जाते.' कामावर कसे जायचे ठाऊक होते मला? गाडी चालवेन का मी? मॅक्लिन रुग्णालयाकडे जाणाऱ्या मार्गाचे चित्र मी डोळ्यांसमोर उभे करत होते; तोच माझा तोल गेला आणि माझा उजवा हातच अर्धांगवायूच्या झटक्याने लुळा पडून जणू खांद्यावरून लोंबकळू लागला. अरे देवा! मला झटका आलेला होता. मला झटका आलेला होता आणि पुढच्याच क्षणी माझ्या डोक्यात कल्पना आली. अरे वा! किती मस्त!

मला वाटले की, कुठल्याशा विक्षिप्त पण मन उल्हसित करणाऱ्या मूर्च्छेत मी अर्धवट लटकत होते. मला हेही जाणवले की माझ्या स्वत:च्याच मेंदूतील अशा गूढ आणि गुंतागुंतीचा प्रदेश धुंडाळण्याकरिता मला ही अनपेक्षितपणे स्वत:हून चालून आलेली संधी होती. तिला शारीरिक (फिजिऑलॉजिकल) आधार होता आणि तसे स्पष्टीकरणही होते. आश्चर्य म्हणजे या कल्पनेने मला एक प्रकारे हायसे वाटले. मी विचार करू लागले की, 'अरे वा, जगातल्या अशा किती मेंदूशास्त्रज्ञांना, आपला स्वत:चाच मेंदू कार्यक्षम स्थितीत आणि झटक्याने कोलमडून पडताना अगदी आतून-बाहेर असा अभ्यासण्याची संधी मिळाली असेल? मानवी मेंदूत वास्तवाची जाणीव कशी निर्माण होते हे स्वत:हून समजून घेण्याकरताच माझे आजपर्यंतचे सर्व आयुष्य मी खर्च केलेले होते आणि आता अलौकिक असा हा अंतर्ज्ञानाचा झटका मी अनुभवत होते.

जेव्हा माझा उजवा हात अर्धांगवायूने लुळा पडला, तेव्हा मला वाटले की त्यातला जीवनरस असा उफाळून बाहेर येईल, पण तो मृतवत होऊन माझ्या अंगालाच लगटून लोंबत राहिला. मला त्या वेळी फारच विचित्र वाटले. त्या क्षणी मला वाटले की जणू काही माझा हात मुळापासूनच कापून टाकला गेला होता.

हालचाल आणि संवेदनांची जाणीव

मज्जापेशी संरचनाशास्त्राच्या आधारे एक गोष्ट माझ्या लक्षात आली की माझ्या मेंदूतील संचालन कवचात (मोटर कॉर्टेक्स) बिघाड झालेला होता; पण माझे नशीब चांगले होते म्हणून थोड्याच वेळात माझ्या उजव्या हातात जिवंतपणाची क्षीण का होईना; पण थोडी थोडी धुगधुगी जाणवू लागली. हळूहळू तो जसजसा सजीव होऊ लागला, तसतशी उजव्या हातात सगळीकडे असंख्य सुया अगदी असह्य होईल इतक्या जोरात टोचल्या जात होत्या असे वाटले. मला फारच अशक्त आणि जखमी झाल्यासारखे वाटले. त्याचबरोबर माझ्या उजव्या हातातलीही शक्ती नाहीशी झाली असे वाटले. तरीसुद्धा अगदी हळूहळू मी तो हलवू शकत होते. भविष्यात पुन्हा तो नेहमीसारखा होईल, याची मला खात्री नव्हती. माझे लक्ष माझ्या पलंगाकडे गेले. थबकलेला तो झोपाळा अजून कोमटसर होता. न्यू इंग्लंडच्या त्या हिवाळ्यात आपल्याकडे यायला तो मला खुणावतो आहे, असा भास झाला. ओहो, मी खूपच थकले होते. मला थकल्यासारखे वाटत होते. मला विश्रांती हवी होती. मी थोडा वेळ पडते आणि विश्रांती घेते. पण त्याच वेळी आतूनच गर्जना केल्यासारखा आवाज आला 'आत्ता जर तू झोपलीस, तर पुन्हा केव्हाच उठणार नाहीस!'

आतून मिळालेल्या या निर्वाणीच्या जरबेच्या इशाऱ्याने मला तात्काळ जागृती आली. आणि परिस्थितीचे गांभीर्य माझ्या लक्षात आले. यातून माझी सुटका करून घेण्याची निकड जरी मला काहीतरी कृती करायला भाग पाडीत होती, तरीसुद्धा माझ्या तर्कबुद्धीत न बसणारी ती अलौकिक सौंदर्याचा आनंद देणारी माझी दुसरी अवस्था मला हवीहवीशी वाटत होती. मी झोपण्याच्या खोलीतील आरशासमोर उभी राह्यले आणि माझ्या प्रतिबिंबातले माझे डोळे न्याहाळले. मला माझ्याकडून काही मार्गदर्शन, काही अंतर्दृष्टी मिळते का हे पाहण्याकरता तिथेच थबकले. भंगलेल्या माझ्या मनाच्या शहाणपणात मला हे जाणवले की माझे शरीर म्हणजे जैव संरचनेच्या (बायॉलॉजिकल डिझाईन) अलौकिक वैभवाचा एक उत्कृष्ट नमुना होती. ती जगाला दिलेली एक अमूल्य पण नाजूक अशी देणगी होती. त्या वेळी मी अगदी नि:शंक बनले होते. माझे हे शरीर म्हणजे एक असा दरवाजा होता की त्याच्या माध्यमातून माझी म्हणून जी ऊर्जा होती ती बाहेरील त्रिमितीय जगात फेकली जात होती.

माझे शरीर म्हणजे त्यातल्या पेशींच्या वस्तुमानाने मला थोडा वेळ राहाण्यासाठी दिलेले उत्कृष्ट असे घर होते. माझा हा अद्‌भुत मेंदू प्रत्येक क्षणाला अक्षरश: अब्जअब्ज अशा महापद्मावधी माहितीच्या कणांचे एकत्रीकरण करून भोवतालच्या त्रिमितीय जगाची कंगोरेविरहित, सुरक्षित आणि खरीखुरी जाणीव माझ्या मनात निर्माण करतो. या भंगलेल्या अवस्थेत असूनसुद्धा माझ्या शरीरातल्या जैव (बायॉलॉजिकल) ढाच्याचे मला सतत घडवत ठेवण्याचे कौशल्य पाहून मी तर

अतिशय मोहित झाले होते. त्याच्या अगदी साध्या स्वरूपाचा मला खरंच अचंबा वाटला. मी स्वत:ला माझ्या प्रतिबिंबात पाहिले ते केवळ एकमेकांशी कायम संपर्कात असलेल्या संमिश्र गतिमान पेशींचे संग्रह (कॉम्पोझिट डायनॅमिक सिस्टिम) म्हणून. त्यांचे एकामेकांतील असलेले संबंध अत्यंत गुंतागुंतीचे होते; पण ते अनेकविध संवेदनांना यशस्वीपणे एकत्र जोडीत होते. ते संमिश्र गतिमान पेशींचे संग्रह सर्वसाधारण परिस्थितीत कार्य करतात, तेव्हा ते आंतरिक आणि भोवतालच्या वास्तवाच्या जाणिवा आपल्या मनात निर्माण करतात. त्याच क्षणी मला याचेही राहून राहून आश्चर्य वाटले, की 'अरे, इतकी वर्षे या शरीरात मी जीवन जगले तरीही आजपर्यंत माझ्या कधीच कसे लक्षात आले नाही की, येथे मी फक्त भेट देण्यापुरतीच आलेले होते म्हणून.'

या परिस्थितीतही माझ्या डाव्या मेंदूतला माझा स्वाभिमानी 'अहम्' कुठेतरी मला खुणवत होता की जरी आकस्मिकपणे मला हे मानसिक दौर्बल्य आले असले तरीही माझ्या जीवननिष्ठा अगदी दुर्दम्य आहेत. त्यामुळेच मला ही आशा वाटली की सकाळपासूनच्या या घटनांमधून मी पूर्णपणे बरी होणार होते. अनाहूतपणे आलेल्या या दुर्दैवी घटनेने माझा दिनक्रम पार बिघडून गेला होता. त्यावरून आलेल्या संतापाच्या भरात मी स्वत:शीच पुटपुटले, 'मला झटका आला आहे. होय, मला स्ट्रोक आला आहे. पण मला तर खूप कामे करायची आहेत! ठीक आहे, मी काही त्याला येण्यापासून थांबवू शकत नाही. तेव्हा होऊ दे तसे. माझा मेंदू माझ्या मनात वास्तवाची जाणीव कशी निर्माण करतो ते मी शिकेन. या आठवड्यात शिकेन! आणि पुढच्या आठवड्यात नेहमीच्या कामाला लागेन. पण आता मी काय करते आहे? मदत! मला बाहेरून प्रथम वैद्यकीय मदत मिळविली पाहिजे आाणि या कामावर माझे सर्व लक्ष केंद्रित करायला हवे.'

आरशातल्या माझ्या प्रतिबिंबाला मी विनवले, 'लक्षात ठेव, कृपया जे जे काही तू अनुभवत आहेस ते नीट लक्षात ठेव. अंतर्दृष्टी प्रदान करणारा हा झटका जाणिवेच्या माझ्या मनाला, माझ्यातल्या 'अहम्'ला नेस्तनाबूत करणारा ठरो!'

जिलच्या मेंदूतील रक्तस्त्रावाने व्यापलेले भाग

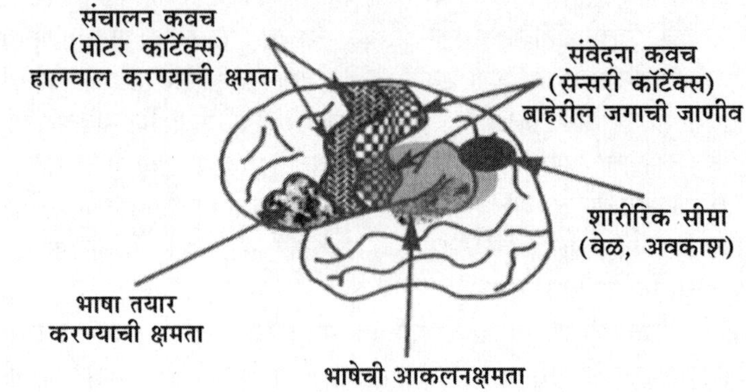

■

सुटकेचे प्रयत्न

नक्की कोणत्या प्रकारचा हा झटका होता हे माझ्या अजून लक्षात आलेले नव्हते; पण माझ्या डोक्यातील नीला-रोहिणीतील अनैसर्गिक जोडणीतली एक नस तुटून बराच रक्तस्राव माझ्या डाव्या मेंदूभर झाला असावा. रक्त जेव्हा माझ्या डाव्या मज्जापेशीय कवचातील (सेरेब्रल कॉर्टेक्स) उच्चस्तरीय विचारकेंद्रांपर्यंत पसरले, तेव्हा माझ्या उच्चस्तरीय कौशल्य जाणिवा (हायर कॉगनिशन स्किल्स) एकेक करून नाहीशा झाल्या. माझे भाग्य असे की मला त्या वेळी नेमके हे आठवले की झटका आलेल्या व्यक्तीला लवकरात लवकर वैद्यकीय रुग्णालयात दाखल करणे महत्त्वाचे असते; पण अशी मदत लवकरात लवकर मिळवणे हेच कठीण होते; कारण कोणत्याही गोष्टीवर लक्ष केंद्रित करणे किंवा एखादी गोष्ट धडपणे करणे या गोष्टीच मला अशक्य होऊन बसल्या होत्या. डोक्यात येऊन तिथे थैमान घालणाऱ्या विचारांच्या मागे मी अक्षरश: धावत होते आणि दुर्दैवाची गोष्ट अशी मी हेही समजून चुकले होते की कोणत्याही कृतीचा विचार मी फार काळ लक्षात ठेवू शकत नव्हते. त्यामुळे त्याची कार्यवाही करणेही मला अशक्य होऊन बसले होते.

माझ्या दोन्ही मेंदूंनी आतापर्यंतच्या माझ्या आयुष्यात नीटनेटकेपणे अगदी कमालीच्या एकोप्याने काम केले होते. त्यामुळेच तर मी बाहेरच्या जगात आतापर्यंत चांगली प्रगती केली. पण आता, या दोघांच्या कार्यपद्धतीतील नैसर्गिक फरक आणि असमतोलामुळे माझी भाषेच्या आणि गणिती कौशल्यापासून फारकत झाली होती. माझे आकडे कुठे नाहीसे झाले? कोठे गेली माझी भाषा? काय झालं माझ्या डोक्यातील विचारांच्या चिवचिवाटाला? का त्याची जागा घेतली होती सगळीकडे भरून राहिलेल्या, मला मोहिनी घातलेल्या त्या निरामय शांत अवस्थेने?

झटक्याच्या दिवशी सकाळी जिलच्या मेंदूची केलेली सीटी स्कॅन परीक्षा

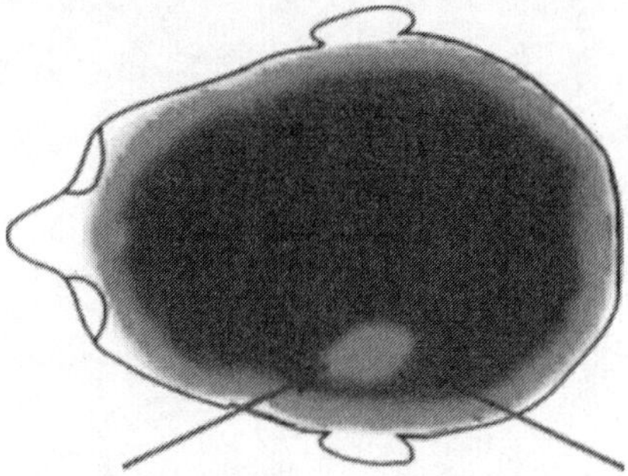

जिलच्या डाव्या मेंदूतील रक्तस्राव

माझ्या डाव्या मेंदूकडून सातत्याने येणाऱ्या आज्ञांमध्ये सुसंगती नसल्यामुळे बाहेरच्या जगाची सुसंगत जाणीव ठेवताना मला अतिशय कठीण जात होते. ज्याची वर्तमान, भूत आणि भविष्यकाळातील अनुभव अशी विभागणी सुसंगतपणे करता येईल, अशा अनुभवांचा एकसंध प्रवाह म्हणता येईल असा अनुभव येतच नव्हता. त्याच्या बदल्यात येणारा अनुभव खंडित अनुभव होता. त्यात प्रत्येक क्षण हा पूर्णपणे एकटा एकटा जगावा लागत होता. अशा शाब्दिक संकेतांचेच अस्तित्व नाहीसे झाले असताना माझ्या जवळच्या जगाविषयीच्या आजवर कमावलेल्या शहाणपणाला मी मुकले होते. प्रत्येक क्षणाच्या जाणिवांत संगती ठेवण्याकरता मी झगडत होते. माझ्या मेंदूने सहन केलेली एकच अनुभूती पुन:पुन्हा मला सतावत होती. ती काय साध्य करण्याचा प्रयत्न करत होती? मदत मिळव. मी मदत मिळवण्याची तजवीज करतेय. मी हे काय करत्येय? मला मदत मिळवायची तजवीज करायला हवी. ठीक आहे. मला मदत घेतली पाहिजे.

त्या दिवशी सकाळी मला झटका येण्यापूर्वी मेंदूतील माहिती जाणून घेण्याची माझी नेहमीची पद्धत अशी होती. मेंदूच्या अगदी बरोबर मध्यभागी एक बिंदू कल्पून तेथे मी स्वत:च बसले आहे आणि आपल्यालाच न्याहाळते आहे, अशी कल्पना मी करत होते. माझ्या दोन्ही बाजूंना फायली ठेवायची कपाटे सरळ रेषेत लावलेली आहेत अशीही कल्पना त्या चित्रात होती. जेव्हा मी एखादी कल्पना किंवा विचार किंवा जुनी घटना आठवण्याचा प्रयत्न करते, त्या वेळी कपाटांतील ड्रॉवरमध्ये शोध घेऊन योग्य ड्रॉवर निवडते. एकदा मला योग्य ती फाईल मिळाली की त्या फायलीतली सर्व माहिती मला मिळते. जर जे शोधायचेय आहे ते लगेचच मला मिळाले नाही तर मी पुन्हा माझ्या मेंदूत शोधते. शेवटी मला योग्य ती फाईल मिळतेच.

पण आज सकाळी माझे माहिती मिळविण्याचे तंत्र पूर्णपणे भरकटले होते. जरी फायलींची कपाटे सरळ रेषेत लावलेली आहेत अशी जाणीव होती, तरी त्यातील सर्व ड्रॉवर घट्ट होते आणि कपाटापर्यंत तर मी पोचूच शकत नव्हते. मात्र माझ्यात एक प्रकारची जागृती आहे, अशी भावना होती. म्हणजे मी ज्या गोष्टींचा शोध घेत होते, त्या सर्व गोष्टींची माहिती माझ्याजवळ होती. माझ्या मेंदूत तशी खूपच माहिती साठवलेली आहे, ही ती भावना होती; पण आता नेमकी ती माहिती कुठे होती? म्हणजे माहिती तिथे होती; पण मला ती अवगत होत नव्हती. माझ्या आयुष्यातल्या प्रतिमा किंवा माझ्या भाषाकेंद्रांशी पुन्हा संपर्क स्थापन करण्यात मला यश मिळेल की नाही याबद्दल मी साशंक होते. मला याचे फार दुःख झाले की, मला त्या गोष्टींना भविष्यात कदाचित कायमचेच मुकावे लागणार होते.

भाषा आणि एकसंध विचार यांचा पूर्ण अभाव निर्माण झाल्यामुळे पूर्वायुष्याशी माझा संपर्कच तुटला होता. वास्तवाचे भान आणि कल्पनाशक्तीच लयाला गेल्यामुळे माझा काळ, वेळ यांच्याशीही संपर्क निसटला होता. जुन्या आठवणी नाहीशा झाल्यामुळे मी कोण आहे? आणि जिवंतपणी मी येथे काय करते आहे? या गोष्टी माझ्याकरता कपाटात बंद करून ठेवलेल्या वस्तूंसारख्या झाल्या होत्या. वर्तमान क्षणावर केंद्रित झाल्यामुळे माझा नेहमीचा स्पंदनशील मेंदू एखाद्याने पूर्ण व्यसनाधीन व्हावे तसा झाला होता. इथे काळ-वेळेचे भान नव्हते, माझ्या पार्थिव शरीराचा आगापीछा सांगता येत नव्हता. अशा स्थितीत मी भोवतालच्या विश्वात पूर्णपणे विरघळून गेले होते.

जेव्हा डाव्या मेंदूतल्या रक्तस्रावाने माझ्या नेहमीच्या डाव्या मनाला पूर्ण प्रतिबंध केला, तेव्हा संगतवार वर्गीकरण करण्याची आणि बारकावे शोधण्याची वगैरे प्रक्रियांत आतापर्यंत अडकलेली माझी जाणीव मोकळी झाली. याशिवाय, रक्तस्रावाने डाव्या मेंदूतील वर्चस्व गाजवणारे तंतू (डॉमिनेटिंग फायबर्स) जेव्हा बंद झाले, तरी त्यामुळे माझ्या उजव्या मेंदूचे कार्य बंद पडले नव्हते. त्यामुळे माझ्या जाणिवांत असा काही बदल झाला की, त्यामुळे माझ्या उजव्या मेंदूतील निरामय शांततेचा अनुभव मी घेत होते. मुलायम अवगुंठनात मिटलेला आणि त्याच वेळी मुक्तपणाची आणि कायापालट झाल्याची भावना निर्माण व्हावी अशी अनुभूती देणाऱ्या माझ्या जाणिवा अशा एका अवस्थेत पोहोचल्या की, ज्या माझ्या थेटाव्हिल्च्या संकल्पनेशी कमालीच्या मिळत्या-जुळत्या होत्या. मी काही अधिकारवाणीने बोलू शकणार नाही; पण मला वाटतं बुद्धाचे अनुयायी ज्याला 'निर्वाण' म्हणतात, त्या अवस्थेत मी प्रवेश केला असावा. अर्थात असे माझे म्हणणे आहे; ते सत्य आहे का, याची मला खात्री नाही.

डाव्या मेंदूच्या विश्लेषणात्मक निर्णयांचा संपूर्ण अभाव अशी अवस्था निर्माण

झाल्यावर निरामय शांतता, सुरक्षितता, धन्यता, परमानंद आणि सर्वज्ञानी असे ज्यांचे वर्णन करतात त्या भावनांनी मी अगदी पूर्णपणे भारावले होते. माझ्यात अशीही ऊर्मी त्या वेळी आली की, मी या वेदनांनी रणरणलेल्या देहाच्या बंधनातूनसुद्धा मुक्त व्हावे. पण सुदैवाने, त्या सत्चिदानंद अवस्थेतच राहवे याचा कितीही मोह झाला असला तरी माझ्यातली कोणती तरी गोष्ट माझी यातून सुटका करण्याची तजवीज करायला पाहिजे, या भावनेशी एकनिष्ठपणे शेवटपर्यंत चिकटून राहिली. त्या भावनेमुळेच सरतेशेवटी माझे आयुष्य वाचले.

धडपडत कशीबशी मी माझी ऑफिसची खोली गाठली. दिवे अंधूक केले कारण त्यांचा लखख प्रकाश वडवानळासारखा माझ्या मेंदूला जाळत होता. हाती घ्यायच्या कोणत्याही गोष्टी ध्यानात घेऊन त्यावर लक्ष केंद्रित ठेवण्याचा जितका जास्त प्रयत्न मी करीत होते, त्याच्या ताणाने मेंदूतल्या वेदना अधिकच तीव्र होत होत्या. त्यामुळे सावध राहण्याकरिता फारच कष्ट पडत होते आणि माझे मन, 'मदत मिळव', असा आक्रोश करत होते. मी मदत मिळवण्याची तजवीज करत होते. मी हे काय करत होते? काय करत्येय मी? मदत मागव, मी मदत मिळवण्यासाठीच धडपड करत होते. यासारख्या विचारांना आठवण्यासाठी आणि आठवल्यावर पुन्हा लक्षात ठेवण्यासाठी धडपडत होते. काही क्षण विचार स्पष्ट होणे तसे ते राहाणे आणि लगेचच माझ्या मनाची विचार करण्याची क्षमताच नाहीशी होऊन पोकळी निर्माण होणे, अशा दोलायमान स्थितीत मी सापडले होते.

माझे नेहमीचे आयुष्य जसे चालू होते त्यातून मी अशी अचानक बाहेर फेकली गेली आहे, या कल्पनेने मी अतिशय हादरून तर गेले होतेच; शिवाय माझ्या सर्व जाणिवाही अगदी पद्धतशीरपणे भंगलेल्या अनुभवत असताना मला त्याबद्दल वाटलेला अचंबाही मी त्याचबरोबर अनुभवत होते. काळ-वेळ हा माझ्या संदर्भात पूर्णपणे स्तब्ध झालेला होता. कारण डोक्यातील विचारांना सरळ स्पष्ट करणारे माझ्या डाव्या मेंदूच्या मागील बाजूला असलेले माझे घड्याळ आता मुके झाले होते. मला सरळपणे इकडे-तिकडे जाण्यायेण्यात मदत करणाऱ्या सापेक्षतेच्या आंतरिक संकल्पनेच्या प्रक्रियेचे किंवा मेंदूतील तत्सम पूरक प्रक्रियेचे अस्तित्वही संपले होते. त्यामुळे वेगवेगळ्या क्षणांतून मी केवळ तरंगत होते असे मला भासले. त्यामुळे माझ्या संदर्भात 'अ'चा 'ब'शी संबंध नव्हता किंवा एक आणि दोन यांचाही एकमेकांशी काही संबंध नव्हता. अशा तऱ्हेचे अनुक्रमात्मक संबंध स्पष्ट होण्याकरता बुद्धीचा संबंध असतो; पण मी तशा प्रकारचे संबंध प्रस्थापित करायला असमर्थ होते. अगदी सोप्यात सोपी गणिते करायलासुद्धा वेगवेगळ्या गोष्टींमधील संबंधांची जाण असावी लागते; पण माझे मन अशा प्रकारची कोणतीही जाण अस्तित्वात आणण्याची क्षमताच गमावून बसले होते. म्हणून पुन्हा अशा गोंधळलेल्या क्षणी

मी पुढल्या स्पष्ट लहरीची वाट पाहात बसले. माझे मन सतत, मी करतेय ते काय करते आहे? हे आठवण्याकरिता धडपडत होते. आणि कसा तरी असा एखाद-दुसरा विचार येईल तो वस्तुनिष्ठपणे बाहेरच्या वास्तवाशी मला संपर्क करायला मदतीचा ठरेल, अशी माझी अपेक्षा होती.

मी सरळ सरळ ९११ ला फोन का केला नव्हता? कारण माझ्या मस्तकात जिथे रक्तस्राव वाढत होता, तो माझ्या डाव्या मेंदूच्या ज्या भागात आकडे समजण्याची क्षमता वसलेली आहे, त्या भागाच्या बरोबर वरच्या अंगाला होता. शिवाय तिथल्या ९११ या आकड्यांचे संकेत निश्चित करणाऱ्या मज्जापेशीच वाहत्या रक्ताने धुवून निघत होत्या. त्यामुळे ही संकल्पना खरे म्हणजे माझ्याकरता अस्तित्वातच नव्हती. मी घराबाहेर पडून जिन्याने सरळ उतरून खालीच राहणाऱ्या मालकिणीकडे जाऊन तिची मदत का नाही घेतली? ती बाळंतपणाकरिता सध्या घरीच होती. तिने आवडीने मला गाडीने रुग्णालयात पोचवले असते. पण हे सर्व बारकावे माझ्याकरता अस्तित्वातच नव्हते. मी रस्त्यावर जाऊन एखाद्या अनोळखी व्यक्तीला थांबवून मदत का नाही मागितली? माझ्या डोक्यातच ही गोष्ट आली नाही. त्या अत्यंत असाहाय्य स्थितीत मला एकच पर्याय होता. हे आठवण्यासाठी धडपडत होते, की मी मदत कशी मागू!

मी फक्त बसून वाट पाहणे एवढेच करू शकत होते, फोनजवळ बसून राहणे आणि शांततेत बसून राहाणे, म्हणून मी बसून राहिले, घरात एकटी. मध्येच केव्हातरी हे विचार मला डावलत होते. नव्हे केव्हा तरी मनात डोकावत, तर केव्हा नाहीसे होत.या लपंडावाने मला जणू ते चिडवत होते. मी स्पष्ट लहरीकरता थांबले होते; जेणेकरून मी दोन विचारांची सांगड घालून काही कृती करण्याची योजना तयार करू शकेन. मी पुन्हा पुन्हा घोकत होते, मी हे काय करतेय? मदत मिळव. मदत मिळव. मी मदत मिळवण्याची तजवीज करतेय.

एखादी तरी स्पष्ट लहर जाणीवपूर्वक आणता येईल का, या एका आशेने मी टेलिफोन माझ्यासमोर टेबलावर ठेवला आणि त्याच्या कीपॅडला न्याहाळीत बसले. त्यावरील आकडे दाबून करायचा टेलिफोन नंबर आठवू लागले, पण माझा अस्वस्थ मेंदू रिकामा होता. त्याकरता मी लक्षपूर्वक प्रयत्न करायला लागले तेव्हा डोक्यातल्या वेदना अधिकच असह्य होऊ लागल्या. टोचणी... टोचणी... टोचणी सारख्या टोचणीने मी हैराण झाले. अशाच एका क्षणी एक नंबर माझ्या मनातल्या मनश्चक्षूसमोर चमकला. तो माझ्या आईचा नंबर होता. मला अतिशय आनंद झाला की मी आठवू शकले. काय आश्चर्य मला तो नंबर समजला; पण तो कोणाचा नंबर आहे हे लक्षात आले! आणि लक्षात ठेवण्यासारखी पण दुर्दैवाची गोष्ट म्हणजे या दुर्धर प्रसंगात त्या वेळी मला हेही आठवले की माझी आई माझ्यापासून हजारो मैल

दूर राहाते आणि तिला बोलावून काहीच उपयोग नव्हता. मी माझ्याशीच पुटपुटले, "नाही, मी आईला सांगू शकत नाही की मला झटका आला आहे, ते फारच भयानक होईल. ती धैर्य गाळून बसेल. मला काहीतरी तजवीज केलीच पाहिजे.'

एका स्पष्ट लहरीच्या क्षणी माझ्या लक्षात आले की, 'हार्वर्ड मज्जापेशीद्रव्य संसाधन केंद्रातील (हार्वर्ड ब्रेन टिश्यू रिसोर्स सेंटर)' माझ्या सहकाऱ्यांना टेलिफोन करून बोलावले तर ते लगेच मला मदत करतील. फक्त तो नंबर मला आठवला तर ना! आणि दुर्दैवाने त्यातला क्रूर विनोद हा की गेली सतत दोन वर्षे मी त्यांच्या सहवासात लोकांपुढे गाऊन 'मेंदूदाना'ची भीक मागत फिरत होते आणि लोकांना सांगत होते की मदतीकरता फक्त १-८०० – ब्रेन-बँक हा नंबर फिरवा, पण आज सकाळी त्या सगळ्या आठवणी माझ्यापासून दूर कुठेतरी गेल्या होत्या. मला फक्त अंधूकसे जाणवत होते की मी जिवंत आहे आणि काहीतरी करायला धडपडतेय. टेबलाशी टेलिफोन समोर बसून मानसिक धुक्यात मी चाचपडत होते आणि मनाशी अजिजी करीत लक्षात ठेवण्याचा प्रयत्न करीत होते, मी कुठे काम करते? मी काम करते तिथला टेलिफोन नंबर काय? ब्रेन बँक? मी काय करतेय? मी मदतीसाठी टेलिफोन करतेय. मी काम करते तिथे फोन करते आहे. ठीक आहे, कामाच्या इथला नंबर काय आहे?

बाहेरील जगाची माझी जाणीव ही माझ्या डाव्या आणि उजव्या मेंदूंच्या माहितीच्या आदान-प्रदानाने माझ्या आतापर्यंतच्या आयुष्यात व्यवस्थितपणे सिद्ध झालेली होती. उजव्या आणि डाव्या मेंदूतील असमानतेमुळे त्यांच्या कार्यपद्धतीत थोडा फरक असतो; पण एकोप्याने एकमेकांना पूरक कार्य करून माझे दोन्ही मेंदू आतापर्यंत माझ्याकरिता बाहेरील वास्तवाची तंतोतंत जाणीव माझ्या मनात निर्माण करीत होते. लहानपणी मी अतिशय बुद्धिमान मुलगी होते. विद्यार्थिदशेत असताना आयुष्यात खूप काही शिकण्याची योग्यता माझ्यात आहे, ही गोष्ट वर्तवली गेली होती. मात्र माझे दोन्ही मेंदू हे त्यांच्यातल्या नैसर्गिक क्षमतांच्या संदर्भात एकसारखे नव्हते. माझा उजवा मेंदू संवेदना, संकल्पना किंवा विचार वगैरेंच्या मागील भव्य प्रतिमा समजून घेण्याच्या कामात उत्कृष्ट कामगिरी करीत होता; पण माझ्या डाव्या मेंदूला मात्र त्यांच्यातील विशेष बारकावे आणि अक्रमिक तथ्य (रॅन्डम फॅक्ट) लक्षात ठेवायला खूप कष्ट पडत असत. त्यामुळे मी अशा व्यक्तींसारखी होते जे टेलिफोनचे अक्रमिक नंबर लक्षात ठेवायला नाखूश असतात. पण माझे मन एखाद्या संकल्पनेचे स्वरूप, प्रतिमा किंवा डोळ्यासमोर साक्षात चित्र उभे करून त्यांची एकमेकांशी जुळवाजुळव आपसूकपणेच करीत असे. टेलिफोन नंबरांना लक्षात ठेवताना, मी त्या आकड्यांतील जुळणी ते नंबर कीपॅडवर दाबताना निर्माण होणाऱ्या प्रतिमांवरून लक्षात ठेवत असे. खाजगी आयुष्यात मात्र एका गोष्टीचे

मला राहून राहून नेहमी आश्चर्य वाटायचे की गोल फिरवून नंबर डायल करायच्या जगात, जिथे निर्माण होणारी प्रतिमा लक्षात ठेवायला आणखीनच कष्ट पडले असते, तिथे माझा कसा निभाव लागला असता!

लहानपणापासून मला अनेक गोष्टींविषयी कुतूहल वाटायचे. त्यातही कोणत्या गोष्टी एकामेकांशी तुलना करता त्या किती वा कशा वेगळ्या आहेत वगैरे, यापेक्षासुद्धा त्या किती व कशा अगदी सहजपणे एकमेकांशी जुळणाऱ्या (उजवा मेंदू) आहेत, याविषयी मी जास्त उत्सुक असायची. मला भाषेत विचार करण्याऐवजी (डावा मेंदू) चित्रे पाहून किंवा ती डोळ्यांसमोर उभी करून विचार करायला जास्त आवडत असे. विश्वविद्यालयीन शिक्षणाच्या कालखंडात जेव्हा मला शरीररचना शास्त्र (ह्युमन अॅनॉटॉमी) विषयात विशेष गोडी निर्माण झाली, त्यानंतर माझ्या मनात सर्व बारकाव्यांसह गोष्टी लक्षात ठेवणे आणि त्या आठवणे वगैरे गोष्टींच्या बाबतीत विशेष प्रावीण्य मी जाणीवपूर्वक संपादन केले. लहानपणी ज्ञानेंद्रिये, निरीक्षण, चित्रे किंवा प्रतिमा यांच्या साहाय्याने मनात चित्र उभे करणे या मार्गांनी आत्मसात केलेल्या ज्ञानाची एकमेकांत बेमालूमपणे गुंतलेली एकसंध अशी संरचना माझ्या मेंदूत तयार झाली.

अशा तऱ्हेने निर्माण झालेल्या संरचनेत अर्थात एक दोष असतो, तो हा की या संरचनेतील सर्व भाग कुशलतेने आणि एकमेकांबरोबर एकोप्याने कार्य करतात तेव्हाच ती संपूर्ण संरचना योग्य कार्य करते. आज सकाळी, मी जेव्हा माझ्या कार्यालयाचा टेलिफोन नंबर आठवण्याचा प्रयत्न करीत होते, तेव्हा मला आठवले की त्या टेलिफोनच्या अंकांचा एक विशिष्ट असा साचा तयार होता. माझा नंबर संपतो १०; तर याच्याबरोबर विरुद्ध माझ्या मार्गदर्शकांचा नंबर ज्याचे शेवटचे दोन आकडे आहेत ०१ असे; तर माझ्या सहकाऱ्याचा नंबर बरोबर यांच्यामध्ये आहे; पण माझा डावा मेंदू रक्ताच्या प्रवाहात बुडून गेल्यामुळे यातले बारकावे मला अवगत होऊ शकले नव्हते आणि माझ्यातल्या सरळ गणितज्ज्ञाने मला चक्रावले होते. मी आठवतच राहिले की ०१ आणि १० यांच्यामध्ये आहे ते काय? शेवटी कीपॅडचे निरीक्षण करून त्याची काही मदत होते का पाहवे असे मी ठरवले.

टेबलाशी बसून टेलिफोन बरोबर माझ्यासमोर ठेवला आणि शांतपणे नवीन एखादी स्पष्ट लहर येईल याची वाट पाहत बसले. पुन्हा मी स्वत:शीच घोकत होते, कार्यालयाचा टेलिफोन नंबर काय? कार्यालयाचा टेलिफोन नंबर काय? कित्येक मिनिटे टेलिफोन हातात धरून ठेवल्यानंतर चार आकड्यांची एक मालिकाच माझ्या मनात चमकली २४०५! २४०५! मी पुन:पुन्हा ते आकडे घोकत राहिले. माझ्या मनातून ते निसटू नयेत म्हणून मी पेन उचलले आणि माझ्या वर्चस्व न गाजवणाऱ्या डाव्या हाताने लगेचच माझ्या मनात आलेली प्रतिमा मी येईल तशी कागदावर

उमटवली. २ हा अंक '२' नव्हता तर २ शी थोडा फार मिळता-जुळता असा फराटा होता तो. सुदैवाने कीपॅडवरील २ सुद्धा माझ्या मनातल्या डोळ्यात दिसत होता तसाच दिसला. म्हणून माझ्या मनश्चक्षूंसमोर आलेल्या प्रतिमा दिसत आहेत तशा कागदावर उमटवल्या. कसे तरी माझ्या लक्षात आले की, हा संपूर्ण टेलिफोन नंबर नाहीये. मग उरलेले अंक कोणते? याच्या अगोदर काही अंक होते. मी पुन्हा घोकू लागले, अगोदरचे अंक कोणते? कार्यालयात कोणता अंक अगोदर येतो.

या नव्या आपत्तीनंतर मला वाटले की कामावर असताना विस्तारित टेलिफोन नंबरच फक्त दाबायची सवय लागलेली. त्यामुळे अगोदरचे आकडे लक्षात ठेवणे फायद्याचे नव्हते. म्हणून ती सवय मोडली होती. त्या अगोदरच्या अंकांचा साचा मेंदूत जिथे बाकीचे नंबर कोरलेले होते तिथे कोरला गेलाच नव्हता. म्हणून पुनश्च 'हरि ओम' म्हणून परत मी घोकू लागले, अगोदरचे अंक कोणते? कार्यालयात कोणते अंक अगोदर येतात?

माझ्या आतापर्यंतच्या आयुष्यात माझा जास्त करून टेलिफोनमधील ज्या पहिल्या आकड्याचा जास्तीतजास्त संबंध आला, ते सर्व पहिल्या पाच अंकांचे बनलेले होते. २३२,२३४,३२२,३३५, वगैरे. पण माझ्या मनातून झरझर सरकणाऱ्या त्या प्रतिमांत चमकलेली एक प्रतिमा ८५५ असा साचा असलेली होती. पहिल्यांदा मला वाटले की ही त्या पहिल्या अंकांची निरर्थक अशी प्रतिमा असावी. ती माझ्या कधी ऐकीवातही नव्हती. फारच वरचे अंक वाटत होते ते; पण तो क्षण असा होता की काहीही करणे महत्त्वाचे होते. पुढची स्पष्ट लहर यायची वाट पाहत बसलेली असताना मी माझे टेबल मोकळे केले. कारण त्या वेळी सकाळचे ९:१५ वाजले होते आणि कामावर जायला मला फक्त १५ मिनिटे उशीर झाला होता. मी कामावर आलेली नसले तरी कोणाच्याच ते लक्षात आलेले नसणार. माझ्या मनातली योजना मी तशीच घोकत बसले.

मी फारच थकले होते आणि मला आता असुरक्षित वाटू लागले होते. म्हणून मी अगदी ढेपाळले होते. जरी सारखे माझे लक्ष सर्व विश्वाशी आपण कसे एकरूप झालो आहोत, या अनुभूतीकडे खेचले जात होते तरी मला कोणती तरी मदत मिळवायची तजवीज करायला हवी, याची निकडही जिवंत होती. मी करायला हवं आहे आणि टेलिफोनवर मी काय सांगायचे हे माझ्या मनाला अनेक वेळा बजावले; पण माझ्या हातांनी मी जे काही करत होते त्यावर लक्ष केंद्रित करून ठेवणे म्हणजे हातात फडफडणाऱ्या गिळगिळीत माशाला घट्ट पकडून ठेवण्याकरता धडपडण्यासारखे होते. पहिले काम म्हणजे विचाराला मनात धरून ठेवणे. दुसरे काम, बाहेरील जगात, माझ्या आतल्या जगात झालेल्या जाणिवांची कार्यवाही करणे. लक्ष दे. माशाला धरून ठेव. हा टेलिफोन आहे ही समज मनात पक्की रुजवून ठेव. वाट

बघ. पुढच्या स्पष्ट लहरीची वाट पाहा! मी मनातल्या मनात घोकत होते, मी जिल आहे, मला मदत हवी आहे. मी जिल आहे. मला मदत हवी आहे.

कोणाकडून आणि कशी मदत मिळवायला हवी वगैरे या सर्व प्रकाराला जवळजवळ ४५ मिनिटे लागली होती. पुढल्या स्पष्ट लहरीत मी जे कागदावर फराटे ओढले होते तसे कीपॅडवर दिसणारे फराटे मी दाबले. माझे भाग्य थोर म्हणूनच की काय माझे सहकारी आणि जवळचे स्नेही डॉ. स्टिफेन व्हिन्सेन्ट हे त्यांच्या ऑफिसमध्येच बसलेले होते. त्यांनी फोन उचलल्यावर माझ्या कानांवर त्यांचा आवाज आला; पण मला त्यांच्या शब्दांचा अर्थ समजला नाही. मला वाटले, 'अरे देवा, हे तर माझ्या मदतीला पाठवलेले सोनेरी दूतच आहेत!'

मला जाणवले की माझा डावा मेंदू काहीतरी बरळतो आहे; पण ते बोलणे समजत नव्हते. तरीसुद्धा, कोणाला तरी मी मदतीकरता गाठू शकले या गोष्टीनेच मला इतके हायसे वाटले की मी तशीच टेलिफोनमध्ये किंचाळलेच मी जिल आहे. मला मदत हवी आहे! म्हणजे कमीतकमी असंच काहीतरी मी किंचाळले असावे. माझ्या तोंडून जे काही बाहेर पडले ते गुरगुरण्यासारखे किंवा आक्रोशाने प्राण्यांच्या डुरकण्यासारखे काहीतरी असावे; पण सुदैवाने स्टीव्हने माझा आवाज ओळखला होता. त्याच्या हे लक्षात आले की मी कशाने तरी घाबरलेली होते. (नाही तरी इतकी वर्षं प्रयोगशाळेच्या हॉलमध्ये वर-खाली करत असताना अगदी वरच्या पट्टीत ओरडण्याच्या माझ्या सवयीमुळे किंचाळणारी अशी माझी ओळख झालेली होतीच.)

परंतु ज्या वेळी मला हे जाणवले की मी दुसऱ्याला समजेल असे बोलू शकत नव्हते, त्या वेळी मला धक्काच बसला. जरी मनात मी जिल आहे, मला मदत हवी आहे! हे माझे बोलणे मला स्पष्टपणे ऐकू येत होते, तरी माझ्या तोंडातून बाहेर पडलेले आवाज माझ्या मेंदूतील शब्दांशी अजिबात जुळणारे नव्हते. मी या कल्पनेने जास्तच व्यथित झाले होते की, माझा डावा मेंदू माझ्या कल्पनेपेक्षा जास्तच खराब झाला होता. जरी स्टीव्ह काय बोलला याचा अर्थ माझा डाव्या मेंदू लावू शकला नाही, तरी माझ्या उजव्या मेंदूने त्याच्या आवाजातल्या सौम्य उच्चारांचा अर्थ मला मदत मिळणार आहे असा लावला.

शेवटी त्या क्षणी मला जरा विश्रांती घ्यावी असे वाटले. तो आता नेमके काय करणार आहे हे समजून घ्यायची मला गरज वाटली नव्हती. मला ठाऊक होते की, जितके मी करू शकत होते तितके मी केलेले होते किंवा स्वत:ला वाचवण्याकरता जे जे सर्व मी करू शकावे अशी कोणाची अपेक्षा होती ते ते सर्व मी केले होते.

जिलच्या मेंदूचा रक्तस्त्रावाने व्यापलेला भाग

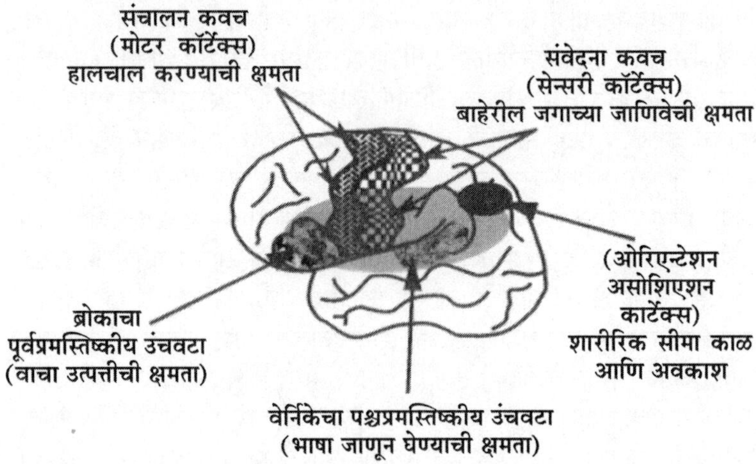

■

माझे स्थिर आयुष्यात परत येणे

आता स्टिव्ह मला मदत करेल या विचाराने समाधानी होऊन मला हायसे वाटले होते आणि मी शांत बसून होते. माझा अर्धांगवायूने लुळा पडलेला हात आता थोडा बरा झाल्यासारखा जाणवला. अजूनही जरी तिथे ठणकत होते तरी त्यातून तो पूर्ण बरा होईल अशी आशा मला वाटली; पण तरीसुद्धा अशा या भंगलेल्या अवस्थेत, मला माझ्या डॉक्टरांना कळवणे आवश्यक आहे असे राहून राहून वाटत होते. मला तात्काळ वैद्यकीय सेवा घ्यावी लागणार हे निश्चित होते. ती कदाचित, अतिशय महागडी असण्याची शक्यता होती. कारण या विकलांग अवस्थेत असूनसुद्धा मी काळजी करायला हवी, अशी दुर्दैवाची गोष्ट म्हणजे मला हे नक्की माहिती होते की चुकून जरी मला भलत्याच वैद्यकीय सेवा पुरविणाऱ्या केंद्रात नेले गेले तर माझी आरोग्यसेवा पुरवणारी संस्था मला तेथे पडलेल्या वैद्यकीय सेवेची किंमत भरून देणार नाही.

तशीच टेबलाजवळ बसलेली असताना माझ्या अजून काम करणाऱ्या डाव्या हाताने टेबलावर मी गेली कित्येक वर्षे जमवून ठेवलेली व्हिजिटिंग कार्डांची थप्पी जवळ ओढली. माझ्या नेहमीच्या डॉक्टरीणबाईंना गेल्या सहा महिन्यांत फक्त एकदाच भेटले होते; पण मला आठवले की तिच्या नावात सेंट... अमुक-अमुक, असे काही तरी होते की जेणेकरून ते आयरिश असावेत असे ध्वनीत होत होते. मी प्रतिमांची जुळवाजुळव चालू केली माझ्या मनश्चक्षूंना तिच्या व्हिजिटिंग कार्डाच्या वरच्या अंगाला बरोबर मधोमध असलेले हार्वर्डचे विश्वविद्यालयाचे बोधचिन्ह स्पष्ट दिसत होते. तिचे कार्ड कसे दिसत होते हे आठवल्याबरोबर मला बरे वाटले. मी माझ्या मनाशीच म्हणाले, 'छान, हे खरंच छान झालं. मला आता फक्त ते कार्ड शोधायचे आहे आणि तिला टेलिफोन करायचा आहे.'

मला आश्चर्याचा धक्काच बसला. कारण माझ्या मनाच्या डोळ्यांत जरी त्या बोधवाक्याची छबी स्पष्ट होती तरी माझ्यासमोर असलेल्या कार्डावर जे काही मी पाहात होते त्यातल्या कोणत्याही माहितीत मला कोणताही फरक दिसत नव्हता. माझा मेंदू कोणतेही लिहिलेले शब्द, चिन्ह किंवा त्यांच्यामागची पार्श्वभूमी वगैरे यांच्यात 'हे लिहिलेले शब्द' आणि 'हे चिन्ह' आणि 'ही त्यांच्यामागची पार्श्वभूमी' असे वेगवेगळे म्हणून त्यांना ओळखूच शकत नव्हते. याउलट, ते कार्ड म्हणजे कमी-अधिक घनता असलेल्या असंख्य चित्रकणांच्या (पिक्सेल) रांगोळीने (टॅपेस्ट्री) भरलेला पृष्ठभाग दिसला. ते चित्र म्हणजे त्यावरचे लिखाण, चिन्हे, त्यांच्या मागच्या पार्श्वभागाचे असे सर्व मिळून चित्रकणांची एकत्रित प्रतिमा होती. शब्दांचे चित्रकण चिन्हांच्या चित्रकणांत अगदी बेमालूमपणे मिसळले गेले होते. कार्डावरील रंग आणि त्याची टोके माझ्या डोक्यातच शिरली नाहीत.

मला आता भीती वाटू लागली. कारण माझी बाहेरच्या जगाबरोबर व्यवहार करण्याची क्षमता माझ्या अपेक्षेपेक्षाही कितीतरी पटीने वाईट होऊन पूर्णपणे कोसळली होती. नेहमीच्या वास्तवावरची माझी पकड केव्हाच हवेत उडून गेली होती. मानसिक संकेतांच्या (मेंटल् क्ल्यू) जाणिवा मी डोळ्यांनी वस्तू पाहून त्यांतून आतापर्यंत घेत होते; पण आता तीही माझी क्षमता पूर्णपणे लयाला गेली होती. माझ्या देहालासुद्धा न ओळखणे, याबरोबरच माझ्या आतले घड्याळ बंद पडल्यामुळे मी स्वत:ला द्रवरूप समजत होते. माझ्या जुन्या आणि अगदी अलीकडील दोन्हीही स्मृतींचा भ्रंश झाल्यामुळे मला आपण या भूमीवरच आहोत की नाही आणि असलेच तर या बाहेरच्या जगात कितपत सुरक्षित आहोत, याची दाट शंका येत होती.

हातात ती व्हिजिटिंग कार्डे घेऊन नुसते बसून राहायचे आणि स्वत:शीच घोकत बसायचे, मी कोण आहे? मी काय करतेय? हे फारच धोकादायक वाटायला लागले होते. बाहेरच्या जगाशी असलेले माझे संबंध तपासून बघताना मला जाणवले की मला आता कुठलीच घाई म्हणून नव्हती; पण आश्चर्य हे की एवढे होऊनसुद्धा कपाळ आणि भ्रूमध्याच्या मागील उंचवटा (फ्रॉन्टल लोब) हाती घेतलेल्या कामात मी व्यग्र राहावे म्हणून जबरदस्त झगडत होता. मला अजूनही मध्येच एखादी स्पष्ट लहर येत होती. मी बाहेरच्या विश्वात माझ्या दुखण्या-खुपण्यातून परत येत होते. या स्पष्ट लहरीच्या क्षणात मला दिसत होते. मला वस्तू ओळखता येत होत्या. मी काय करतेय तेही मला आठवत होते. एवढेच नव्हे; तर बाहेरून आलेल्या संवेदनांचे विश्लेषणही मी करू शकत होते. म्हणूनच मोठ्या विश्वासाने मी माझे ओझे वाहत होते. हे ते कार्ड नव्हे, हेही ते नव्हे... हेही ते नव्हे. मला त्या इंचभर कार्डांच्या थप्पीतून हार्वर्ड विश्वविद्यालयाच्या बोधचिन्हाची छबी

असलेले कार्ड ओळखायला जवळजवळ ३५ मिनिटांचा अवधी लागला.

या वेळेपर्यंत मात्र माझ्याकरता, समोरील टेलिफोन हीच एक आश्चर्यकारक आणि काहीशी गुंतागुंतीची संकल्पना होऊन बसली होती. त्यात विशेष गूढ म्हणजे टेलिफोन ही वस्तू म्हणजे नेमके काय आहे, हे समजण्याची माझी अंतरिक क्षमताच माझ्यातून नाहीशी झाली होती असे मला भासले. कसेतरी माझ्या लक्षात आले की माझ्या समोर असलेली ही गोष्ट मला वायरच्या साहाय्याने सर्वस्वी वेगळ्याच अवकाशाशी जोडणार आहे. वायरच्या दुसऱ्या टोकाला दुसरी एक व्यक्ती असेल आणि मी तिच्याशी बोलणार आहे. वाहवा, काय कल्पना आहे की ती व्यक्ती मला समजून घेईल!

मला ही भीती होती की, माझे लक्ष डळमळेल आणि माझ्या हातातले डॉक्टरणीचे कार्ड इतर कार्डांबरोबर कुठेतरी परत हरवेल. त्यामुळे माझ्या समोरील टेबलावरच्या गोष्टी हटवून ते साफ केले आणि माझ्या हातातले कार्ड मला दिसेल असे समोर ठेवले. टेलिफोन उचलला आणि त्याचे कीपॅड टेबलावर डॉक्टरणीच्या कार्डाच्या बाजूलाच ठेवले. माझा मेंदू अधिकच खंगत चालला होता. त्यामुळे मला कीपॅडवरील आकडे भुरकट, विचित्र आणि अनोळखी दिसत होते. मी मनातल्या मनात घुटमळत होते; पण शांत होते. मध्येच केव्हातरी कार्डावरील ठिपक्यांचे फराटे जसे दिसत होते त्याच्याशी मिळत्याजुळत्या कीपॅडवरील फराटे, अर्धांगवायूने लटलटणाऱ्या माझ्या उजव्या हाताच्या करंगळीने दाबत होते. दाबलेले आकडे पुन्हा दाबले जाऊ नयेत, म्हणून कीपॅडवरील आकडा दाबल्यावर लगेचच माझ्या डाव्या हाताच्या अंगठ्याने कार्डावरील तो आकडा मी लगेच झाकून ठेवत होते. मला हे करावेच लागले कारण मी कुठला फराटा दाबला आहे, हे लक्षात ठेवू शकत नव्हते. या पद्धतीचा पुनःपुन्हा वापर करून टेलिफोन नंबर फिरवला आणि ऐकू लागले.

प्रचंड थकवा आणि भीतीने अधिकच गोंधळलेली अवस्था यामुळे मी जे काही करत होते ते सर्वच हरवून बसेन की काय, ही भीती होतीच. म्हणून मी माझ्याशी सतत घोकत होते. 'मी जिल आहे. मला झटका आलेला आहे.' 'मी जिल आहे. मला झटका आलेला आहे.' पण जेव्हा टेलिफोन वाजला तेव्हा सर्वच मुसळ केरात गेले होते. मी जेव्हा बोलायला लागले तेव्हा मी काय बोलते आहे ते मला स्पष्ट कळत होते; पण माझ्या घशातून आवाजच निघत नव्हता. म्हणजे अगोदर जो गुरगुरण्यासारखा माझा आवाज होता, तोसुद्धा माझ्या घशातून आता निघत नव्हता. अरे देवा, आता काय होणार! मी अगदी चक्रावूनच गेले. मी बोलूही शकत नव्हते! मी बोलूही शकत नव्हते! आणि आता या क्षणी जेव्हा मी फार मोठ्याने बोलण्याचा प्रयत्न केला तेव्हा मला कळले की मी बोलूच शकत नव्हते. माझा घसा बसला

होता. माझे स्वरयंत्रच बंद पडले होते. त्यामुळे कुठलाही आवाज बाहेर पडत नव्हता.

एखाद्या जुनाट पंपावर जोर काढून त्याला काम करायला लावण्याचा प्रयत्न करावा, तसे जोराने श्वास छातीत भरून घेऊन तो घशातून जोराने बाहेर फेकून कुठला तरी आवाज बाहेर येईल या आशेने सारखे प्रयत्न केले. मी काय करत होते याची मला जाणीव होती. कारण मला वाटले, ते समजतील मी घरी नाही! टेलिफोन खाली ठेवू नको! टेलिफोन खाली ठेवू नको! पण खोकून खोकून शेवटी आवाज आला. डॉक्टरच्या टेलिफोन परिचारिकेने तो लगेच डॉक्टरीणबाईकडे लावला. सुदैवाने ती त्या वेळी दवाखान्यातच बसलेली होती. मुलायम हृदयाच्या व्यक्तीच्या निर्विकार शांतपणाने तिने माझे हुंकारांचे, गुरगुरण्याचे, खेकसण्याचे, खोकण्याचे वगैरे जे काही निघाले असतील ते कष्टाने काढलेले आवाज ऐकले. पण मी मात्र तिला सांगितले, 'मी जिल टेलर. मला झटका आलाय.'

पण सरतेशेवटी माझ्या डॉक्टरीणबाईंना समजले असावे की मी कोण आहे आणि मला काय हवंय ते. तिने सांगितले, ''माउंट ऑव्बर्न रुग्णालयात जा.'' अर्थात मला जरी ती काहीतरी बोलली एवढे समजले, पण ती काय म्हणाली त्याचा अर्थ मी समजू शकले नव्हते. मी निराश झाले होते. मी स्वत:शीच पुटपुटले, 'मी जरा हळू आवाजात बोलायला हवे होते, तर कदाचित समजले असते.' मोठी आशा मनात धरून मी स्वत:लाच विचारले, 'पुन्हा एकदा?' काळजीच्या स्वरात ती पुन्हा म्हणाली, ''माउंट ऑव्बर्न रुग्णालयात जा.'' पुन्हा तोच प्रकार. ती काय म्हणाली यातले एक अक्षरही मला उमगले नाही. शांतपणाने आणि माझ्या मज्जापेशीय दोषाबाबत तिला सहानुभूती असल्याचे दर्शवीत तिचे म्हणणे तिने पुन्हा एकदा मला ऐकवले. पुन्हा तिचे आवाज मला अर्थहीन वाटत होते. मला काहीच कसे समजत नव्हते? या गोष्टीवर चिडून जाऊन मी छातीतून दमछाक होईपर्यंत जितके जमेल तितक्या जोरात ओरडले. तिला समजावले की मला मदत हवी आहे. ...नंतर बोलेन.

या क्षणी माझ्या मेंदूत काय झाले होते हे समजायला माझ्यातल्या मज्जापेशी संरचना शास्त्रज्ञाची गरज नव्हती. रक्तस्राव वाढत जाऊन तो मेंदूच्या कवचातल्या सांदिकोपऱ्यातून सगळीकडे जसजसा झिरपू लागला, तसतसा अधिकाधिक मज्जापेशींची तो हानी करीत चालला होता. त्यामुळे माझ्या जाणिवांपासून मी अधिकाधिक वंचित होत चालले होते. मुळात जरी माझ्या डाव्या मेंदूच्या पश्चप्रमस्तिष्कीय कवचातील नीला-रोहिण्यांतील अनैसर्गिक जोडणी तुटली असली, तरी या क्षणी माझ्या भ्रूमध्याच्या मागील मस्तकाच्या डाव्या मेंदूच्या भागात (लेफ्ट फ्रॉन्टल लोब) जिथे माझी भाषानिर्मितीची केंद्रे वसलेली होती, तीच रक्तात बुडून गेली आहेत. म्हणून मला भाषा अवगतच होत नव्हती. अर्थात हे अपेक्षितच होते. रक्ताने माझी विशेषत:

दोन भाषा केंद्रे, एक म्हणजे ब्रोकाचा पूर्वप्रमस्तिष्कीय उंचवटा (ब्रोकाचा एरिया) आणि दुसरा वेर्निकेचा पश्चप्रमस्तिष्कीय उंचवटा (वेर्निकेचा एरिया) यांच्यातील माहितीचे आदानप्रदान हे त्यांच्यावरून झिरपणाऱ्या रक्तात बुडून गेले होते. त्यामुळे मला शब्दच मुळी बनवता येत नव्हते आणि प्रगटही करता येत नव्हते. शिवाय मला बोललेली भाषाही समजत नव्हती. माझे स्वरयंत्र हे माझ्या मनातील संकेतांना अजिबात प्रतिसाद देत नव्हते, याची मला त्या क्षणी सर्वांत जास्त काळजी वाटत होती. आणखी एक भीती वाटत होती की, माझ्या लहान मेंदूतील पॉन्स केंद्रे आणि विशेषत: त्यातील लयबद्ध श्वासोच्छ्वासाच्या संवेदना देणारे केंद्रही लवकरच बंद पडणार होते की काय?

आता माझा खरा पराभव झालेला आहे अशीच भावना निर्माण झाली. मला प्रचंड थकवा आला आहे, असे जाणवले आणि मी टेलिफोन जागी ठेवला. खुर्चीवरून उठून माझ्या डोळ्यांना उजेडापासून त्रास होऊ नये म्हणून डोक्यावरून मफलर गुंडाळून त्याने डोळे झाकून घेतले. माझ्या जागेच्या मुख्य दरवाजावर कुलपाचे चित्र कल्पून एक-एक पाऊल जपून टाकत मी माझे शरीर हळूहळू बाहेर नेले. दारातल्या जिन्यात खाली बसून एक एक पायरीवर बसून दोन्ही हातांनी कठडा धरून खाली उतरले. आता कोणाबरोबरही जाण्याची माझी तयारी होती. मला आणखीन काय काय करणे आवश्यक आहे याबद्दल काहीही ठरवण्याची घाई मला आता नव्हती. सरकत सरकत पुन्हा मी घरात आले आणि कोचावर शांत पडून राहायचे ठरवले.

मी अगदी निराश झाले होते. त्यातच मला आता एकाकी वाटायला लागले होते. माझ्या डोक्यातल्या त्रासदायक भिरभिरीने आता जास्तच शीण आणला होता; पण आता मी त्या जखमेला माझ्या शरीराचा अविभाज्य भाग समजायला लागले होते. माझ्या आयुष्याची दोरी तुटायला आली आहे, हे मी कबूल केले. पुढे जाणाऱ्या प्रत्येक क्षणाबरोबर तो दोर अधिकच बारीक-बारीक होतो आहे, असे मला भासायला लागले. माझी शक्ती हळूहळू क्षीण होतेय ही भावनाही बळावत चालली होती. माझ्या हाताच्या आणि पायांच्या बोटांची टोके मरत आहेत असे भासले. माझ्या शरीरातील पेशींत जैवरासायनिक प्रक्रियांमधून (बायोकेमिकल रिॲक्शन) माझे जिवंत शरीर काम करीत होते; पण तरीसुद्धा शरीरातील हालचाली चाकावर चाके घासून माझ्या शरीराचे मशीन चालू आहे असे काहीसे वाटले. मला त्यामुळे आता आणखीनच भीती वाटू लागली की माझ्या मनातल्या जाणिवा जास्तच खंगत चालल्या होत्या. त्याची नेहमीची कार्यक्षमता अधिकच खिळखिळी होत होती. त्यामुळे शेवटी मी कायमची पांगळी होऊन जाणार होते. आयुष्यात या क्षणी प्रथमच मी अजिंक्य नाही; मी पराभूत होऊ शकते, याचा मला प्रत्यय आला होता.

एखाद्या संगणकाला आपण बंद करून पुन्हा कार्यान्वित करू शकतो; पण माझ्या शरीराचे संपूर्ण स्वास्थ्य हे माझ्या शरीराला बनवणाऱ्या पेशीपेशीतील संरचना आणि कार्य सुव्यवस्थित चालण्यावर अवलंबून होतेच; पण त्याशिवाय माझ्या मेंदूतील विद्युत सूचनांच्या संक्रमणांतून त्यांना माहितीचे आदान-प्रदान एकत्रित पण सुव्यवस्थित होणे यावरही ते अवलंबून होते.

या भयानक अवस्थेने मी अगदी हादरून गेले. शरीरातील पेशी नष्ट होऊन आता त्यातच शेवटी माझा अंत होणार याचे अतोनात दु:ख मला होत होते. माझ्यावर उजव्या मेंदूतील निरामय शांततेचा जबरदस्त पगडा असूनसुद्धा, माझ्यातली जी काही तुटपुंजी जाणीव मला लाभली तिच्या मदतीने, माझ्या शरीराने अजून थोडासा तरी टिकाव धरावा म्हणून मी जीव तोडून झगडले. मला आता कळून चुकले होते की मी एक सर्वसामान्य मानवी स्त्री नव्हते. माझ्यातल्या चेतनेचा माझ्या प्रभावी डाव्या मेंदूच्या चिकित्सक आणि हिशेबीपणाच्या कार्याशी असलेला संपर्क तुटला होता. त्या मागे खेचणाऱ्या विचारांच्या अभावामुळे व्यक्ती म्हणून माझी मला जी जाणीव होती त्याच्या पलीकडच्या जाणिवेच्या स्तरावर मी गेले होते. डाव्या मेंदूच्या मदतीने मी, म्हणजे माझ्यातल्या असंख्य पेशींतून सातत्याने होणाऱ्या अत्यंत गुंतागुंतीच्या जैव रासायनिक प्रक्रियांतून एकमेकांशी अत्यंत क्लिष्ट प्रकारे जोडलेल्या असंख्य अवयवांनी बनलेला असा हा एक जीव होता किंवा वेगवेगळी कार्ये वेगवेगळ्या प्रकारे करणाऱ्या अवयवांनी बनलेला हा एक देह होता अशी माझी स्वत:ची, सातत्याने ओळख ठेवणाऱ्या त्या माझ्या डाव्या मेंदूच्या अभावामुळे माझ्या चेतनेने माझ्या उजव्या मेंदूच्या दैवी अलौकिक अशा निरामय शांततेच्या प्रांतात झेपावण्याचे साहस केले.

मी शांतपणे कोचावर बसले होते. त्या वेळी माझ्या मनात येणाऱ्या नव्या जाणिवा तपासत होते. पूर्णतया विकलांग होण्याअगोदर मी तशी कशी कशी होत जाईन किंवा उच्चस्तरावरील जाणिवांपासून कशी वंचित होईन! मी विचार करीत होते की मेंदूतल्या आणखी कोणत्या जोडण्यांपासून हा देह वंचित होईल? त्यामुळे त्याच्या कोणत्या उच्चस्तरीय जाणिवा तुटतील? त्या वेळी त्याचे चलनवलन कसे असेल? आणि हे सर्व होत असतानासुद्धा यातून माझी सुटका होऊन परत सर्वसामान्यांसारखे आयुष्य जगण्याची आशा करायला काही जागा आहे का, वगैरे गोष्टींबद्दल मी आश्चर्य करीत होते. येथपर्यंत जी मी जगले ती सहजपणे मरायला किंवा लोळागोळा होऊन पडायला नक्कीच नव्हे! म्हणून माझे डोके माझ्या दोन्ही हातांच्या ओंजळीत घेतले आणि मी ओक्साबोक्शी रडले. डोळ्यातल्या अश्रूंनी ओले झालेले हात मी सोडवले आणि मुठी आवळून छातीशी धरल्या आणि प्रार्थना केली – 'माझ्या हृदयात शांतता वसू दे.' माझ्या मनात सदा शांतता वसावी म्हणून

मी प्रार्थना केली. मी म्हटले, 'हे कृपाळू परमात्मन्, माझे आयुष्य मिटू देऊ नको' आणि मनाच्या शांततेत मी अंतर्मुख होऊन माझे मलाच म्हणाले, 'धीर धर. शांत राहा. स्तब्ध राहा. धीर धर.'

माझ्या घरात मी किती वेळ होते मला माहिती नाही; पण मला तो काळ न संपणारा भासला. स्टीव्ह घरी आला तेव्हा एका शब्दाचीसुद्धा देवाणघेवाण झाली नव्हती. माझ्या डॉक्टरणीचे कार्ड त्याला दिले आणि लगेचच त्याने सर्व परिस्थितीचा ताबा घेतला. हात धरून त्याने मला घराबाहेर काढले आणि मला खाली घेऊन गेला. अलगदपणे मला त्याने आपल्या गाडीत बसवले. मला व्यवस्थित सुरक्षापट्टे चढवले. गाडीची सीट आडवी केली. डोक्याला मफलर गुंडाळून माझे डोळे झाकले. मधुर भाषेत मला उत्साहित करून माझ्या ढोपरांवर हलक्या हातांनी थोपटले आणि गाडी घेऊन माऊंट ऑव्बर्न रुग्णालयाकडे निघाला.

रुग्णालयात पोहचेपर्यंत मी जागृत होते; पण माझी अवस्था मात्र झिंगल्यागत झाली होती. मला चाकांच्या खुर्चीत बसवून बाह्यरुग्ण विभागात घेऊन गेले. स्टीव्हला माझी अतिशय नाजूक अवस्था सरळ सरळ दिसत असूनसुद्धा रुग्णालयाच्या परिचारक वर्गाच्या त्याबद्दलच्या अनास्थेची तीव्र चीड आली होती; पण त्याने मनापासून सर्व कागद तयार केले आणि माझे मनगट धरून त्याने माझ्याकडून माझी सहीसुद्धा करून घेतली. आता आपला नंबर येईपर्यंत थांबणे आले. मला वाटले माझ्यातली सर्व शक्ती संपत आली आहे. फुग्यातली हवा संपून त्याचा चोळामोळा व्हावा तशी मी गुंगीत गेले आणि खुर्चीत माझी मान पुढे लोंबकळायला लागली. स्टीव्हने माझ्याकडे लगेच लक्ष द्यावे याकरता पुढे होऊन, निषेध नोंदवून तशी तजवीज केली.

माझ्या मेंदूचा सी. टी. स्कॅन केला गेला. त्याकरता मला उचलून त्या स्ट्रेचरवर झोपवले. डोक्यातल्या तीव्र वेदना अजूनही तशाच होत्या. शिवाय यंत्राच्या मोटारींचे आवाज कानांना झोंबत होते; पण असे असूनही माझ्या थोड्याफार टिकून राहिलेल्या संवेदनशील चेतनेला हा एक दिलासा वाटला की, माझे निदान त्याही अवस्थेत बरोबर होते. मला आलेला झटका हा एक अतिशय दुर्मिळ प्रकारात मोडणारा होता. यामुळे माझ्या डाव्या मेंदूत रक्तस्रावाचा मोठा पूर येऊन त्यात तो अगदी आकंठ बुडाला होता. अर्थात मला स्वत:ला ते कळले नव्हते; पण माझ्या वैद्यकीय कागदपत्रात त्याची जळजळ कमी व्हावी म्हणून स्टेरॉईडचे डोस दिले होते.

असे ठरले की लगेचच मला मॅसॅच्युसेट्स सर्वसाधारण रुग्णालयात हलवायचे. माझे स्ट्रेचर तसेच रुग्णवाहिकेत घालून मला बॉस्टनला रवाना केले गेले. मला आठवतंय की माझ्या त्या प्रवासात माझ्याबरोबर आलेला शुश्रूषा रक्षक (पॅरामेडिक) सहृदय माणूस होता. माझ्या अंगावरचे पांघरूण नीटनेटके करून माझ्या डोळ्यांवर

माझे जॅकेट त्याने ओढून ठेवलेले मला आठवले. माझ्या पाठीला त्याचा स्पर्श सुखावह वाटला होता.

मला आता काळजी नव्हती. स्वत:ला सैल सोडून मी पडून राहिले. मला हे समजले होते की, आज सकाळपासून माझ्या मज्जापेशीय जोडण्यांचा पायरी पायरीने ऱ्हास झालेला मी अनुभवला आहे. आतापर्यंतचे माझे आयुष्य मी माझ्या जनुकीय संरचनेचे (डीएनए स्ट्रक्चर) अलौकिक शारीरिक स्वरूप म्हणून उत्साहात त्याची प्रसिद्धी करीत जगले होते! आणि हो, किती रंगीबेरंगी आणि रसरसून आयुष्य जगणाऱ्या त्या जनुकीय समूहातल्या बीजातून मी जन्म घेतला होता! गेले ३७ वर्षे मी किती भाग्यवान म्हणून माझ्या शरीरात विद्युल्लतेप्रमाणे सळसळत कार्य करणाऱ्या जैव रासायनिक प्रक्रियांच्या (बायोकेमिकल रिॲक्शन्स) रासक्रीडेचा लाभ मला मिळाला होता. असंख्य जीवांच्या इच्छेप्रमाणेच माझेही एक स्वप्न होते की, मरताना आपण पूर्णपणे जागृत असताना मरावे. कारण मला तो अद्वितीय – अद्‌भुत – अंतिम क्षण अनुभवायचा होता.

१० डिसेंबर १९९६ या दिवशी दुपारी अंदाजे १२ च्या आसपास माझ्या शारीरिक वस्तुमानातली विद्युल्लतेसारखी असलेली सळसळ मंद झाल्याचे मला भासले. माझ्यातला उत्साह कमी झाला आणि माझ्या मानसिक जाणिवेने माझ्या शारीरिक यंत्रणेवरील ताबा सोडून दिला. अशा रीतीने माझ्यातली बरीच मोठी शक्ती नाहीशी होण्याला, माझ्या अंतर्मनाच्या सूचनांचा तो एक परिणाम असावा. माझ्या चेतनेची स्पंदने मंद झाली. मला स्पष्ट कळून चुकले की यापुढे मी माझे आयुष्य माझ्या इच्छेप्रमाणे जगण्यास असमर्थ आहे. दृष्टी, आवाज, स्पर्श, गंध, रस आणि भीती यांच्या संपूर्ण अभावात मला वाटले माझ्यातल्या चेतनेने तिच्यात अंगभूत असलेली पार्थिव देहाबद्दलची ओढ पूर्णपणे संपवली आणि मला माझ्या वेदनांपासून सुटका लाभली.

■

खोल, अगदी हाडापर्यंत

मॅसॅच्युसेट्स सर्वसाधारण रुग्णालयाच्या आपत्कालीन रुग्ण विभागात (इमर्जन्सी वॉर्ड) मला प्रथम आणण्यात आले. ही जागा म्हणजे नावाप्रमाणेच घाईगर्दीची होती. मधाच्या पोळ्याच्या आजूबाजूला जशा एकसारख्या माशा घोंघावत असतात, त्याप्रमाणे इथे माणसांची वर्दळ होती. माझा देह आधीच पंगू झालेला होता. तो आता मला जड-जड आणि फारच अशक्त वाटायला लागला. त्याच्यातली शक्तीच निघून गेलेली होती. फुग्यातली संपूर्ण हवा हळूहळू नाहीशी झाल्यावर त्याची जी अवस्था होते तशीच माझ्या देहाचीही अवस्था झाली होती. वैद्यकीय उपचारांकरता परिचारक माझ्या अवतीभवती घुटमळत असल्याचे भासले. दिव्यांचा प्रखर उजेडात होणारे त्यांचे आवाज अंगावर मारेकरी धावून आल्यासारखे माझ्या मेंदूवर तुटून पडत होते. माझे अधिकाधिक लक्ष ते आपल्याकडे वेधून घेत होते; पण मला त्यांचे समाधान करणे शक्य नव्हते.

अर्धवट मूर्च्छेत असताना माझ्याकडून 'याचे उत्तर द्या, इथे सही करा,' अशा त्यांच्या मागण्या होत्या. मी म्हटले, 'हा काय मूर्खपणा! तुम्हाला कळत कसं नाही की हीच नेमकी माझी व्यथा आहे ते? तुम्हाला झालंय तरी काय? तुम्ही काय म्हणताय त्यातलं एक अक्षरही मला समजत नाहीये! धीर धर! स्तब्ध राहा! स्ज्ऽ... तिथं दुखतंय! हा काय गोंधळ आहे!' जितका जास्त जोर लावून त्यांना हव्या असलेल्या गोष्टी माझ्याकडून ते करून घेत होते तेवढ्याच, त्यांना ते देताना होणाऱ्या वेदना मला अधिकच असह्य होत होत्या. त्यांचे माझ्या अंगाला स्पर्श करणे, दाबून पाहणे, सुई टोचणे म्हणजे मला जखमेवर मीठ चोळल्यासारखे होते. त्यांच्या प्रत्येक प्रयत्नात मी कळवळत असे. मला ओरडावेसे वाटे, मला एकटीलाच राहू दे! पण माझा आवाजच बंद झालेला होता. ते माझे बोलणे ऐकू शकत नव्हते;

कारण ते माझे मन वाचू शकत नव्हते. मी एखाद्या जखमी श्वापदासारखी निपचित पडून होते. यातून केव्हा एकदा सुटका होईल याची वाट बघत होते.

त्या दिवशी दुपारी जेव्हा मी जागी झाले तेव्हा मी अजूनही जिवंत होते; याचाच मला धक्का बसला. (मी कशी आणि किती बरी होईन किंवा वाचेन की नाही याची कोणालाही कोणतीच शाश्वती नसतानासुद्धा ज्या ज्या वैद्यकीय परिचारकांनी आणि कुशल डॉक्टरांनी माझे शरीर स्थिर केले आणि मला जणू नवे आयुष्यच दिले, त्यांचे अगदी मनापासून आभार!) माझा देह रुग्णालयाच्या पारंपरिक वेषात गुंडाळलेला होता. मला एका स्वतंत्र वॉर्डात हलवले होते. माझा पलंग माझ्या डोक्याच्या भागात जरा उचललेला होता आणि माझे डोके एका उंच उशीवर ठेवले होते. माझ्यातली शक्ती नाहीशी झाल्यामुळे माझा देह गादीतल्या खड्ड्यात एखाद्या जड धातूच्या तुकड्याने मऊ गादीत रुतावे तसा खोल रुतला होता. मी कशी झोपले होते माझे मलाच काहीही समजत नव्हते. मला माझ्या देहाचे अस्तित्वच जाणवत नव्हते. मी सर्व विश्वाशी एकरूप झाले होते.

माझे डोके घणाघाती ठणकत होते. माझ्या डोळ्यांच्या पापण्यांच्या आत पांढऱ्याशुभ्र विजांचा लखलखाट होत होता. अगदी थोडीशी हालचालही कष्टदायक होती. नुसता श्वासोच्छ्वास चालू होता तरी त्यांनी माझ्या फासळ्या दुखत होत्या. तिथले दिवेसुद्धा माझे डोळे दिपवून टाकून माझ्या मेंदूला जाळीत होते. मला बोलता येत नव्हते. डोळ्यांवर पांघरूण घेऊन मी दिवे मंद करण्याचा इशारा केला.

माझ्या हृदयाच्या ठोक्यांशिवाय मला दुसरे काहीच ऐकायला येत नव्हते. ते इतक्या जोरात धडधडत होते की, माझी हाडे त्यामुळे थरथरत होती. माझ्या अंगातल्या सर्व स्नायूत जागोजागी तीक्ष्ण कळा मारत होत्या. माझे शास्त्रज्ञाचे मन माझ्यासह भोवतालच्या इतर जगातल्या घटनांची नोंद घेऊन त्यातल्या सर्व बारकाव्यांतील अन्योन्यसंबंधांचा शोध घ्यायला उपलब्ध नव्हते. नवजात अर्भकाला बाहेर जगात आल्याबरोबर भयानक परिस्थितीला तोंड द्यायला लागल्यामुळे जसे रडायला येते, तसे मला ओक्साबोक्शी रडायला येत होते. माझ्या पूर्वायुष्यातल्या सर्व आठवणी, प्रसंग सर्वच्या सर्व गोष्टींना मी मुकले होते. त्यामुळे माझी अवस्था तरुण स्त्रीच्या शरीरात वसत असलेल्या अर्भकासारखीच झाली होती आणि माझा मेंदू असूनसुद्धा निकामीच झालेला होता, ते वेगळेच!

या आपत्कालीन खोलीत माझे दोन सहकारी माझ्या डाव्या बाजूच्या भिंतीवर टांगलेल्या दिव्याच्या डब्यात माझा सिटी स्कॅन न्याहाळत होते, असे मला भासले. त्या चित्रात माझ्या संपूर्ण मेंदूचे एकापाठोपाठ एक अशा सर्व तुकड्यांचे फोटो दाखवले होते. ते बघताना माझे सहकारी काय बोलताहेत ते मला समजत नव्हते; पण त्यांच्या देहबोलीवरून परिस्थिती बरीच गंभीर असावी असे दिसत होते. त्या

चित्रात बरोबर मधोमध जो एक भलामोठा पांढरा ठिपका दिसत होता, तो मुळात तिथे नसला पाहिजे हे सांगायला कोणा डॉक्टरेट झालेल्या शास्त्रज्ञाची गरज नव्हती. माझा डावा मेंदू रक्तात पूर्णपणे डुंबत होता आणि सर्व मेंदू त्या आघाताने सुजला होता.

मनोमन मी प्रार्थना केली. म्हटले, 'मी इथे कधीच यायला नको होते! माझ्यातल्या सर्व ऊर्जेचा क्षय झाला आणि माझे अस्तित्वच संपुष्टात आले होते! हे बरोबर नाही. मी इथली असूच शकत नाही!' 'जबरदस्त चेतना', मी स्वत:शी हसून म्हटले, "मी आता विश्वाशी एकरूप झाले आहे. मी त्या अनंत प्रवाहाचाच एक अविभाज्य भाग झाले आहे. पुन्हा या शरीरामध्ये प्रवेशून जिवंत होण्याच्या पलीकडे मी केव्हाच गेले आहे. तरी येथे मी थोडी अडखळले. या पार्थिवातले क्षणभंगूर मन आता लोपले आहे आणि बुद्धीकरता तर ते अजिबात सक्षम नाही. मी आता इथली नाही! माझ्या स्वत:शिवाय इतर कोणाच्याही संदर्भात भावनेचे ओझे नसल्यामुळे मी त्या परमानंदाच्या नदीतील कोणत्याही लाटेवर स्वार व्हायला मोकळी होते. जाऊ दे मला!" मी मनातल्या मनात स्वत:ला ओरडून म्हणाले, "मी निघाले! मी निघाले!" मला या देहापासून सुटका हवी होती. गर्तेत गेलेला हा देह म्हणजे निव्वळ वेदनाच प्रसारित करतो आहे. त्या काही क्षणांत मी अजूनही जिवंत आहे, याची मला अतोनात खंत वाटली.

माझे शरीर थंड आणि जड झाल्यासारखे वाटले. वेदनाही होत होत्या. माझा मेंदू आणि बाकीचा देह यांच्यात आदान-प्रदान होत असलेल्या सूचना इतक्या सदोष होत्या की, मला माझा देह ओळखूच येत नव्हता. मला भासत होते की मी एक विजेची बनलेली गोष्ट आहे; मला भासले की मी एखाद्या जिवंत गोळ्याभोवती जमलेले ऊर्जेचे मोहोळ होते. मी एक कोपऱ्यात फेकून दिलेल्या कचऱ्याच्या वस्तूंचा ढीग झाले होते; पण तरीसुद्धा माझ्यातली चेतना जिवंत होती. अशी चेतना की जी आजपर्यंत मला माहीत असलेल्या जाणिवेपेक्षा अगदीच वेगळी होती. कारण माझ्या डाव्या अर्धगोलात बाहेरच्या जगातल्या सर्व गोष्टींची माहिती भरलेली होती. ही माहिती व्यवस्थितपणे मेंदूतील मज्जापेशीय जोडण्यात कोरलेली होती. आता, नेमक्या याच जोडण्यांच्या अभावामुळे, मी एक विचित्र, अदृश्य व्यक्ती आहे, असे मला भासत होते. माझ्या चेतनेत बराच बदल झाला होता. मी अजूनही इथलीच होते. मी मीच होते; पण भावनिक आणि जाणिवांच्या स्तरावर माझ्या पूर्वायुष्याशी कोणताही संबंध नसलेली अशी मी झाले होते. म्हणजे खरोखर माझी मीच होते का? माझे पूर्वायुष्यातील अनुभव, विचार आणि भावनिक ओढ हे संबंधच जर नसतील, तर मी डॉ. जिल बोल्त टेलर कशी असेन?

मला आठवतंय की माझ्या झटक्याचा पहिला दिवस गोड पण तितकाच अतिशय

कटूही होता. माझा नेहमीचा कार्यक्षम डावा मेंदू मला उपलब्ध नसल्यामुळे माझे पार्थिव शरीर कुठे सुरू होत आहे आणि कुठे संपते याचा मला काहीच पत्ता लागत नव्हता. बाटलीतून मुक्त झालेले एखादे पिशाश्च तर मी नव्हते ना? अशीही एक शंका माझ्या मनाला चाटून गेली. मात्र त्या क्षणी खोल सागराच्या तळाशी निर्भयपणे आणि मुक्तपणे संचार करत असताना व्हेल माशाच्या अंगातून चेतनेचा प्रवाह वाहात असतो, तशी माझ्या उल्हसित मनोवृत्तीच्या चेतनेची ऊर्जा अगदी ओसंडून वाहात होती. देहधारी मनुष्याने परमोच्च उत्कटतेने अनुभवावे असे जे सुख आपण अनुभवतो, त्यात माझे पार्थिव शरीर अदृश्यच झाले आहे असे अनुभवण्याचे माझे ते क्षण, हे माझ्या आयुष्यातील अलौकिक अशा परमोच्च उत्कट सुखाच्या क्षणांसारखेच होते. त्यामुळे अर्थात हे साहजिकच होते की माझी जाणीव सुखद निरामय शांततेच्या प्रवाहात मनसोक्त डुंबत असताना तिची जी अतिविशालता माझ्या अनुभवास आली होती; त्यामुळे पुन्हा एकदा तिला माझ्या शरीरातल्या छोट्या पेशींमध्ये कोंबून ठेवायला मी अजिबात उत्सुक नव्हते.

परंतु मध्येच आलेल्या स्पष्ट लहरीमुळे भोवतालच्या जगाशी संबंध आल्यावर झटक्याने निर्माण केलेल्या भयावह जीवघेण्या परिस्थितीतून सुटका कशी करून घेता येईल, याचा घोर लागत होता; तर मध्येच परत निसटून शांततेच्या मुक्त जगात वावरणे हा त्याला मिळालेला पर्याय म्हणजे एक अघटित पर्यायच होता असे मी म्हणेन. माझ्या डाव्या मेंदूच्या सतत माहिती विश्लेषण करण्याच्या मानसिक परिस्थितीपेक्षा अगदी वेगळ्या आणि अगदी विचित्र अवस्थेत मी सापडले होते. त्या परिस्थितीत मी जी मी म्हणून आजपर्यंत वाढले होते, ती या मज्जापेशीय आपत्तीत कुठेच हरवले होते. मी समजले ते हे की मी, डॉ. जिल बोल्त टेलर म्हणून त्या दिवशी सकाळीच मरण पावले होते, पण असे म्हणत असतानाच डाव्या मेंदूत कोण वावरत होती? किंवा माझा डावा मेंदू मला पूर्णपणे बंद झाल्यावर आता खरं म्हणजे म्हटले पाहिजे की उजव्या मेंदूत वावरणारी मी, म्हणजे नेमकी कोण होती?

माझ्या डाव्या मेंदूच्या गैरहजेरीत भाषेच्या ज्ञानकेंद्राने मला मी डॉ. जिल बोल्त टेलर आहे. मी मेंदू संरचना शास्त्रज्ञ आहे. मी अमुक-अमुक पत्त्यावर राहाते आणि मला अमुक-अमुक नंबरवर आपण संपर्क करू शकता, वगैरे सांगण्याकरिता मला मी ती व्हावे अशी गरज मुळीच भासली नव्हती आणि हा माझ्या जाणिवेत झालेला भन्नाट आणि अगदीच अनपेक्षित असा बदल होता; पण तिच्या आवडीनिवडी यांची आठवण ठेवणाऱ्या तिच्या मेंदूतील भावनिक जोडण्या किंवा तिच्या स्वत:च्या अशा विशिष्ट निर्णयांची तिला सतत आठवण करून देणारा तिचा 'अहम्' यांच्या गैरहजेरीत डॉ. जिल बोल्त टेलर म्हणून मी आता विचारसुद्धा करीत नव्हते.

व्यवहार्य विचार करण्याच्या संदर्भात असे म्हणता येईल की त्या वेळी इतकी मज्जापेशींची नासाडी झाली होती की डॉ. जिल बोल्त टेलर परत होणे हे अशक्यही होते. नव्या जाणिवांच्या संदर्भात मी मनाने घेतले की त्या दिवशी सकाळी डॉ. जिल बोल्त टेलर मरण पावली. मला आता तिच्या आयुष्याविषयी काहीच माहिती नव्हती; म्हणजे, संबंधित नातेवाईक कोण? तिने संपादन केलेल्या यशाच्या गोष्टी कोणत्या? आणि तिने आतापर्यंत कोणकोणत्या चुका केल्या आहेत? वगैरे. तिचे कोणतेही निर्णय आणि तिने स्वत:वर घालून घेतलेली बंधने मला लागू होत नव्हती.

माझ्या डाव्या मेंदूला संवेदनाच होत नव्हत्या. त्यामुळे तिथल्या जाणिवांच्या मृत्यूने मी अतिशय दु:खी झाले. मी स्वत: एक कार्यक्षम स्त्री म्हणून जी काही आजपर्यंत होते, त्या जिलच्या अशा मृत्यूने तर मी खूप दु:खी झाले होते. मात्र त्याचबरोबर एक प्रकारे हायसे वाटले. डॉ. जिल बोल्त टेलर ही मुलगी खूप रागीटपणा घेऊन वाढलेली असल्याने फारच शीघ्रकोपी होती. अर्थातच त्यामुळे तिच्या मनावर भावनांचे खूप मोठे दडपण होते. ते घेऊन जगात वावरताना तर शक्तीचा खूपच अपव्यय होतो. तिने हाती घेतलेले संशोधन, समुपदेशन आणि प्रबोधनाचे काम ती जीव ओतून करीत होती. प्रचंड ध्येयवादीपणाने ती अत्यंत गतिमान आयुष्य जगत होती; परंतु तिच्या व्यक्तिमत्त्वाचे कित्येकांना हवेहवेसे वाटणारे असे अनेक कौतुकास्पद पैलू होते. तरीही माझ्या आत्ताच्या स्वरूपात मी तिच्यातला अंगभूत भांडकुदळपणा मात्र घेतलेला नव्हता. मी माझ्या भावाबद्दल आणि त्याच्या मानसिक आजाराबद्दलही विसरले होते. मी माझ्या आईवडिलांना आणि त्यांनी घेतलेला घटस्फोटही विसरले होते. मी माझी नोकरी आणि माझ्या आयुष्यातील मनस्ताप झालेल्या गोष्टी विसरले होते. या सर्वच गोष्टी पुसून टाकाव्यात अशा नाहीशा झाल्यामुळे मला या सर्वांतून सुटका झाल्याचा आनंद आणि स्वस्थपणा मिळाला असे वाटले. माझे आत्तापर्यंतचे ३७ वर्षांचे आयुष्य, उत्साही राहून काम कर...कर...करीत राहा आणि तेसुद्धा अतिशय जलद गतीने करीत राहा, असे गेले होते. त्या दिवशी प्रथमच मी केवळ आपण स्वत: असणे म्हणजे काय ते शिकले होते.

ज्या वेळी मी माझा डावा मेंदू आणि त्यातील भाषेची ज्ञानकेंद्रे गमावली, त्याच वेळी एकामागोमाग एक असे भूतकाळात सरकणाऱ्या क्षणांची मोजदाद ठेवणारे माझे घड्याळही बंद पडले. माझे क्षण अकाली तोकडे होण्याऐवजी ते भविष्यच नसलेले झाले. त्यामुळे कोणतीही गोष्ट करण्यासाठी मला घाईच नव्हती. ज्याप्रमाणे समुद्राकाठच्या वाळूत मनसोक्त फिरताना किंवा निसर्गसौंदर्याचा आस्वाद घेताना वेळेचे बंधनच नाहीसे झाल्यासारखे होते, तसा माझ्या जाणिवांतच फरक झाला होता. माझ्या डाव्या मेंदूतील जाणिवांची संपूर्ण जागा तेव्हा उजव्या मेंदूच्या

जाणिवांनी घेतली होती. माझ्या आकाराच्या कल्पनाच बदलून गेल्या. मी स्वत:ला लहान आणि भोवतालच्या इतर गोष्टी भिन्न आहे, असे न समजता मी विश्वरूप झाले होते आणि आणखी वाढतच आहे, अशी माझी भावना झाली होती. माझ्या भाषेत विचार करण्याच्या प्रक्रिया बंद पडल्या होत्या आणि माझ्या जाणिवा त्या क्षणी दिसणाऱ्या प्रतिमांच्या स्वरूपात होत्या. मी भूतकाळ आणि पुढे काय होईल; असा विचारच करू शकत नव्हते, कारण माझ्या मज्जापेशी कामच करत नव्हत्या. मी जे होते ते होते, आता इथे, या क्षणी होणारे तेच फक्त आणि ते तर फारच सुंदर होते.

मला जेव्हा माझ्या स्वत:च्या देहाचा, सभोवतालच्या गोष्टींपासून त्याचा वेगळा एकसंध असा आकारच दिसेनासा झाला, तेव्हा माझ्या जाणिवांत आमूलाग्र बदल झाला होता. मला वाटले की, मी कमीतकमी पाण्यासारखी पातळ, प्रवाही वस्तू तर नव्हे? तर हो मी प्रवाही वस्तूच होते! मी प्रवाही पदार्थच असले पाहिजे, अशीच भावना माझ्या मनात घर करून राहिली होती. आपल्या आजूबाजूला असलेली प्रत्येक गोष्ट, त्याचबरोबर अंतर्बाह्य आपण स्वत:सुद्धा आणि आपल्यामध्ये असलेल्या सर्व गोष्टी या अणू आणि त्यांच्यापासून बनलेल्या संयुगांनी बनलेल्या असतात. शिवाय त्या सदासर्वकाळ कंपनात असतात आणि अवकाशात सर्वत्र फिरत असतात. आपल्या मेंदूतल्या भाषेच्या ज्ञानकेंद्रातील 'अहम्'चे केंद्र जरी आपल्याला, आपण एक एकसंध देहधारी व्यक्ती आहोत म्हणून सतत प्रस्थापित करीत असले तरीही आपण हे जाणतो की आपला हा देह जवळजवळ पन्नास महापद्म म्हणजेच एक सहस्त्र अब्ज पेशींनी बनलेला आहे. त्यात ७० टक्के पाणीच भरलेले आहे आणि शेवटी आपल्या जिवंत देहातील प्रत्येक प्रक्रिया ही सातत्याने होणारी गतिशील प्रक्रिया असते. माझ्या डाव्या मेंदूत माझा देह घन स्वरूपात असून तो इतरांपेक्षा वेगळा आहे हीच शिकवण घट्टपणे घर करून होती; पण आता या शिकवणीची माझ्या मेंदूतील जोडणीच तुटल्यामुळे माझा उजवा मेंदू आता त्याच्या आवडीच्या अनंत प्रवाहात आनंदाने विलीन झाला. मी आता एकटी नव्हते किंवा वेगळीही नव्हते. माझा जीवात्मा विश्वात्म्याएवढा झाला होता आणि आनंदाने अगदी उचंबळून येऊन त्या अथांग अनंत सागरात मनसोक्त डुंबत होता.

आपल्यापैकी कित्येकांना, आपण स्वत: पाण्यासारखे पातळ आणि प्रवाही आहोत किंवा आपला जीवात्मा विश्वात्म्याएवढा असून तो त्या अनंत ऊर्जेच्या प्रवाहात मिसळून गेला आहे वगैरे संकल्पना या आपल्या ऐषाराम आणि सुखविलासाच्या संकल्पनांच्या बऱ्याच पलीकडे असलेल्या आणि म्हणून बेचैन करणाऱ्या वाटतील; पण हे निर्णय करणाऱ्या आणि मी एक घन वस्तू आहे, हे मला सातत्याने बजावणाऱ्या माझ्या डाव्या मेंदूशिवाय माझ्या जाणिवा मी पाण्यासारखी प्रवाही

आहे, या नैसर्गिक जाणिवेत परत आल्या होत्या. खरं म्हणजे आपण प्रत्येकजण महापद्मचे महापद्म असे सतत संथ, स्पंदनमग्न कण आहोत. आपण थैलीत भरून ठेवलेल्या द्रव आणि वायुरूप पदार्थांच्या माध्यमात द्रव आणि वायुरूपातील गतिशील जगात वावरत असतो. वेगवेगळ्या गोष्टी वेगवेगळ्या घनतेच्या संयुगांनी बनलेल्या असतात; पण शेवटी वस्तुमानाचा प्रत्येक कण हा कुशलतेने विहार करणाऱ्या इलेक्ट्रॉन, प्रोटॉन आणि न्यूट्रॉन यांचाच बनलेला असतो. मी आणि तुम्हा सर्वांच्या शरीरातील, अवकाशातील आणि पृथ्वीवरील प्रत्येक कण हे सर्व मूलभूत कण (एलिमेंटरी पार्टिकल्स) आणि ऊर्जा यांचीच विविध रूपे आहेत. माझ्या डोळ्यांना वस्तू या वेगवेगळ्या वस्तू अशा स्वरूपात दिसत नव्हत्या, तर जिकडे पाहवे तिकडे प्रत्येक वस्तूतील ऊर्जा एकमेकांत मिसळलेली आहे, अशी प्रतिमा उमटली होती. माझी दृष्टी नेहमीची स्वाभाविक दृष्टी राहिलेली नव्हती (सर्व वस्तू या कणाकणांनी बनलेल्या आहेत, अशी माझ्या दृष्टीला जाणवणारी वास्तविकतेची तुलना मी मनात उमटलेल्या प्रतिमा चित्रकणांनी व्यक्त करण्याच्या चित्रकला पद्धतीतल्या इंप्रेशनिस्ट पॉइंन्टिलिझम चित्रांशी करते.)

मी जाणीवपूर्वक सावध होते. माझी जाणीव मी प्रवाहीत आहे अशी होती. माझ्या दृष्टीला पडणाऱ्या सर्व गोष्टी या एकमेकांत मिसळून गेलेल्या होत्या. त्यातला प्रत्येक चित्रकण (पिक्सेल) हा लखलखत होता; ऊर्जा प्रक्षेपित करीत होता. आणि आम्ही सर्व वस्तूंसह एक होऊन प्रवाही झालेलो होतो असे दृश्य सर्वत्र दिसत होते. मला वस्तूंचे वेगळेपण ओळखता येत नव्हते; कारण सर्व वस्तूंच्या चित्रकणांतून (पिक्सेल) प्रक्षेपित होणारी ऊर्जा एकसारखीच होती. चष्मा काढल्यावर लगेचच किंवा डोळ्यांत औषधाचे थेंब पडल्यावर क्षणभर जसे दिसते आहे अशी लोकांची भावना होते, तसे काहीसे सतत मला दिसायला लागले होते असे म्हणता येईल.

या मानसिक अवस्थेत मला त्रिमितीची अजिबात जाणीव नव्हती. कोणतीही गोष्ट जवळ किंवा लांब अशी नव्हती. दारात जर एखादी व्यक्ती उभी असेल, तर मला त्या व्यक्तीने हालचाल केल्याशिवाय समजूही शकत नव्हते. आसमंतात कोणती तरी हालचालीची कृती झाली, तरच माझे लक्ष तिकडे वेधले जाणे शक्य होते. माझे लक्ष वेधण्याकरिता माझ्यावर कोणती तरी प्रक्रिया होणेही आवश्यक बनले होते. शिवाय कोणतेही रंग मला ओळखता येत नव्हते. मला रंगांत कोणता फरकच जाणवत नव्हता.

त्या दिवशी सकाळी झटका येण्याअगोदर, मी जेव्हा स्वत:ला इतरांपासून वेगळी अशी घनवस्तू म्हणून ओळखत होते, तेव्हा त्याची हानी होणे किंवा नुकसान होणे म्हणजे काय, हे मला कळत होते. उदाहरणार्थ, मनुष्यप्राण्याचा मृत्यू

होण्यामुळे होणारी हानी किंवा त्याने जखमी होण्याने त्याची होणारी हानी किंवा डोके दुखण्यामुळे होणारा मनस्ताप आणि त्या अनुषंगिक त्याची स्वास्थ्याची होणारी हानी हे सर्व मला माहिती होते; पण आता माझ्या जाणिवांत झालेल्या आमूलाग्र बदलाच्या अवस्थेत मी शारीरिक किंवा मानसिक हानीची कल्पनाच करू शकत नव्हते. कारण मी स्वत:चे वेगळे असे अस्तित्व किंवा स्वत:ला एक व्यक्ती म्हणून ओळखण्याची माझी अनुभूतीच हरवून बसले होते. माझ्या मज्जासंस्थेवर जरी आघात (न्यूरॉलॉजिकल ट्रॉमा) झालेला होता, तरी कधीही विसरता येणार नाही अशी निरामय शांतता माझ्या सर्व शरीरभर भरून राहिलेली होती. मी शांत होते.

या सर्व जाणिवा होत असताना मी आनंदात होते, तरीही मी नेहमीची सर्वसामान्य व्यक्ती राहिलेली नव्हते. मात्र या कल्पनेने सावध असूनसुद्धा मनातून मी हादरले होते. आपण सर्वजण त्या एकाच अंतिम तत्त्वाचे केवळ वेगवेगळे भाग आहोत आणि आपल्यापैकी प्रत्येकात सर्वत्र वैश्विक ऊर्जाच जीवनशक्ती म्हणून भरून राहिलेली आहे; अशी जी जाणीव प्रकर्षाने माझ्यात उतरली होती, ती घेऊन माझ्या पुढील आयुष्यात, या समाजात माझा कसा काय निभाव लागेल? कोणतीच भीती न बाळगता मी जेव्हा वावरायला लागेन तेव्हा या समाजात माझा जम कसा बसेल? कोणाच्याही मोजपट्टीने मोजले तरी मी इतरांसारखी आता राहिलेली नव्हते. माझ्या स्वत:च्या अशा वेगळ्या पद्धतीने असेल; पण आता मी तीव्र मानसिक व्याधीने ग्रस्त झाले होते हे नक्की. मात्र हे मी खात्रीपूर्वक सांगते की जगातल्या वास्तवाची आपली जाणीव आणि त्याच्याशी येणारे आपले संबंध हे केवळ आपल्या मज्जापेशीय जोडण्यांचे फलित असते, हे सत्य आत्मसात करून घेण्यासाठी माझी मी जितकी स्वतंत्र होते, तितकेच मला ते आव्हानही होते. आजवरच्या माझ्या आयुष्यात मात्र हे सत्य म्हणजे केवळ एक कपोलकल्पित गोष्ट होती!

माझ्या डाव्या मेंदूतली कालमापक यंत्रणा बंद पडली होती, तेव्हा माझ्या अस्तित्वाची लयच बिघडली होती. हालचाली कमालीच्या संथ गतीने होऊ लागल्या. काळवेळेच्या माझ्या जाणिवांत इतका आमूलाग्र बदल झाला होता की, तोंडावर आलेले केस मागे वळवताना समाधान होईल इतके मागे सरकवतानासुद्धा बराच वेळ लागत होता. कालाच्या संदर्भातल्या माझ्या जाणिवा अशा काही गुंडाळल्या गेल्या होत्या की त्याने मी अगदी जखडून गेले होते आणि आतून इच्छा असूनसुद्धा नेहमीच्या गतीने मी कोणतीही गोष्ट करूच शकत नव्हते. मी आता माझ्या स्वत:च्याच विश्वात वावरत होते. मी माझ्या बाहेरच्या जगातील कोणत्याही व्यक्तीबरोबर जुळवून घेऊ शकत नव्हते; पण तरीही माझे आयुष्य मात्र अजून संपले नव्हते. मी केवळ इतरेजनांच्या संदर्भातच नव्हे तर माझ्या अंतरंगाच्या संदर्भात, माझी मलासुद्धा आता मी अगदीच अनोळखी झाले होते.

मला आता इतके तुटक-तुटक वाटत होते की, आता माझी खात्री पटली होती की माझ्या शरीराच्या या महापद्मावधी पेशी एकत्रितपणे यापुढे हा रथ पुढे नेऊ शकणार नव्हत्या. ही खरोखर गंमतच नव्हे काय की जरी मी धड चालू किंवा बोलू शकत नव्हते, इकडे-तिकडे माझे शरीर धड वळवूही शकत नव्हते, मला भाषा समजत नव्हती, लिहायला किंवा वाचायलाही येत नव्हते, तरीही आतून कुठेतरी अजून मी ठीक होते असेही मला भासत होते? माझ्या चिकित्सक, हिशेबी, विचारवंत अशा डाव्या मनावरचा माझा ताबा उडालेला होता; पण तरीही माझ्यातली अंगभूत जागृती मुळीच नाहीशी झालेली नव्हती आणि हीच जीवनाच्या शक्तीतली खरी जादू होती. मला ठाऊक होते की मी इतरांपेक्षा वेगळी होते; पण माझ्या उजव्या मनाने एकदाही कधी मला खुणावलेदेखील नव्हते की मी पूर्वीच्या माझ्यापेक्षा कुठेही कमी झाले होते. मीसुद्धा जगाकडे ऊर्जा प्रक्षेपित करणारा जीव होते. माझे शरीर किंवा मेंदू इतरांच्या जगाशी जुळवून घेण्यासाठी सक्षम आहेत किंवा नाहीत यापेक्षाही मी स्वत: महापद्मावधी पेशींनी बनलेली एक सर्वोत्कृष्ट कृती होते, ही गोष्ट माझ्या दृष्टीने जास्त महत्त्वाची होती. डाव्या मेंदूच्या नकारात्मक निर्णयांच्या अभावात मी मला स्वत:ला अगदी जशी होते तशीच योग्य, परिपूर्ण आणि नितांत सुंदर मानत होते.

तुम्हाला आश्चर्य वाटत असेल की जे काही घडले ते एवढे खडान्‌खडा सगळे मी अजून कशी आठवू शकत होते? मी तुम्हाला सांगते की मी मानसिकदृष्ट्या जरी दुर्बल झाले होते तरीही माझी चेतना पूर्णपणे कार्यक्षम होती. मी चांगलीच जागृत होते. आपली चेतना एकाच वेळी कार्यरत असलेल्या अनंत क्रमादेशांनी निर्माण होते. प्रत्येक क्रमादेश बाहेरची प्रत्येक गोष्ट त्रिमितीत जाणून घेण्याच्या आपल्या क्षमतेत सतत नवी कडी जोडीत असतो. मी माझ्या डाव्या मेंदूची अहम्‌च्या मज्जापेशी असलेली, मी स्वत:ला इतरांहून वेगळी अशी एकसंध घनवस्तू म्हणून ओळखणारी, चिकित्सक, हिशेबी, विचारवंत, विवंचना करणारी अशी माझी चेतना घालवून बसले होते, तरीही माझ्या उजव्या मनाची चेतना (कॉन्शसनेस) आणि माझ्या शरीराची जडणघडण ज्या महापद्मावधी पेशींनी बनलेली होती, या दोन्हीही चेतना पूर्णपणे सक्रिय होत्या. जरी क्रमादेशाचा एक संच, विशेषत: ज्यामुळे प्रत्येक क्षणाला मी कोण होते आणि माझा पत्ता काय वगैरेचे संकेत देणारा संच निकामी झाला होता, तरीही माझ्या चेतनेतील इतर क्रमादेश कार्यरत होते आणि प्रत्येक क्षणी ते संवेदनांतील माहितीचे तत्परतेने विश्लेषण करीतच होते. डाव्या मनाचे माझ्या उजव्या मनावरील दडपण नाहीसे झाल्यावर, भूकंप झाल्यावर जमिनीखालील पाण्याचे प्रवाह ज्याप्रमाणे आपले जुने मार्ग बदलतात; काही नवे मार्गही बनतात; त्याप्रमाणे माझ्या मेंदूत इतर क्रमादेश उभारून वर आले होते. ज्या क्रमादेशांचा

डाव्या मेंदूतील क्रमादेशांच्या प्रभावामुळे संकोच झालेला होता; ते क्रमादेश आता सक्षम होऊन मुक्तपणे कार्यरत झाले होते. त्यामुळे माझ्या पूर्वीच्या जाणिवांवर आधारित समजांना धरून ठेवणे मला शक्यच नव्हते. माझ्या मेंदूत नव्याने निर्माण झालेल्या जाणिवांत डाव्या मनातील जाणिवांपासून अगदी दूर नेणारा असा हा मूलभूत बदल झाला होता. माझा जो नैसर्गिक स्वभाव होता त्याला अनुसरून नवीन अंतर्ज्ञानाचा मला लाभ झाला होता.

लोकांना सांगायची गोष्ट म्हणजे माझ्या आयुष्यातील तो संपूर्ण दिवस पूर्णपणे विस्कटलेला दिवस होता. मी म्हणजे नवजात अर्भकाप्रमाणे भोवतालच्या अवकाशातील कोणत्याच गोष्टीच्या संवेदनांचा अर्थ लावण्यास असमर्थ होते. हे खरं होतं की माझ्यापर्यंत पोहोचणाऱ्या संवेदना या तीव्र वेदनांच्या संवेदना होत्या. कानात शिरणारा आवाज माझ्या मेंदूत विस्फोट घडवून आणत होता. त्यामुळे माझ्या आजूबाजूला जे लोक बोलत होते त्यांचे आवाज हा मला गोंगाट वाटत होता. त्यामुळे ते काय बोलत होते हे मी ओळखूच शकत नव्हते. माझ्यादृष्टीने सर्वजण एकदम ओरडत होते. जंगली प्राण्यांचे एकमेकांवर एकाच वेळी उच्च रवात भेसूर ओरडणे असते ना तसे ते मला भासत होते. मला वाटत होते की माझे दोन्ही कान माझ्या मेंदूला घट्ट चिकटवले गेलेलेच नसावेत. महत्त्वाची माहिती कुठेतरी या मधल्या ओरडण्यातच निसटून जात होती.

मला त्यांना ओरडून सांगावेसे वाटत होते की,' कानठळ्या बसतील एवढ्या मोठ्याने ओरडण्याने मला समजायला काहीच मदत होत नाही! माझी भीती बाळगू नका. माझ्याजवळ या. शांतपणाने वागा आणि हळू आवाजात बोला. संथपणे उच्चार करा. पुन्हा! कृपया, पुन्हा प्रयत्न करा. हळूहळू संथ व्हा. माझ्यावर कृपा करा. माझ्याकरिता सुरक्षेची जागा बना. पाहा, मी एक जखमी प्राणी आहे, मूर्ख नाही. मी असुरक्षित आणि गोंधळलेली आहे. माझे वय काही असले किंवा माझी ओळख नसेल तरीही माझ्याकडे लक्ष द्या. माझा आदर ठेवा. मी येथे आहे. या आणि माझा शोध घ्या.'

त्या दिवशी सकाळी झटक्याच्या आघातातून माझी सुटका व्हावी म्हणून जे उपाय मी केले ते काही माझे सर्व उर्वरित आयुष्य अपंग म्हणून मला घालवण्याकरिता मुळीच नव्हते; पण तरीही अगदी खोलवर कुठेतरी माझे स्वत्व आणि माझ्या जाणिवा मला सांगत होत्या की, मी माझ्या शरीरापासून तुटलेली होते. मला खरोखर असे वाटू लागले होते की भविष्यात पुढे केव्हाही मी माझी सर्व ऊर्जा पूर्वीसारखी पुन्हा कधीही अनुभवू शकणार नव्हते आणि शरीरात सर्वत्र विणली गेलेली पेशींची आणि संयुगांची असंख्य गुंतागुंतींनी भरलेली अतिशय नाजूक जाळी मी भविष्यात पुन्हा कधीही सक्षमपणे कार्यान्वित करू शकणार नव्हते. मी वेगवेगळ्या

दोन जगात मध्येच त्रिशंकूसारखी लटकत होते. दोन एकमेकांच्या अगदी विरुद्ध अशा वास्तवात मी अडकले होते. डोक्यातल्या आणि शरीरातल्या तीव्र वेदना म्हणजे माझ्या नरकयातना होत्या, तर माझ्या जाणिवांत माझा स्वर्ग होता. कारण तेथे निरामय शांतता होती. एवढे असूनसुद्धा मी अजूनही जिवंत आहे या कल्पनेने मन कुठेतरी प्रफुल्लितही झाले होते.

■

मज्जापेशीय अतिदक्षता विभागात

माझ्या वैद्यकीय तज्ज्ञांनी मला अतिदक्षता विभागात हलवण्याची जरुरी नव्हती, अशी खात्री दिल्यावर त्यांनी लगेचच मला मज्जासंस्था अतिदक्षता विभागात (न्यूरॉलॉजिकल इन्टेन्सिव्ह केअर) हलवले. मला एवढेच समजले की तिथे माझ्या शेजारी उजव्या बाजूला दुसऱ्या एका रुग्णाची खाट होती. माझे पाय दरवाजाकडे होते. माझ्या डाव्या अंगाला भिंत होती. यापलीकडे मला माझे दुखणारे डोके आणि दुखरा उजवा हात या गोष्टी सोडल्यास दुसरे काहीच समजत नव्हते.

मला इतर सर्व लोक एकगठ्ठा ऊर्जा दिसावी तसे दिसत होते. डॉक्टर आणि परिचारिका माझ्या फार जवळ येत, उभ्या राहत किंवा मला तपासत असताना तर अधिक ऊर्जेने तळपणारे लोळ दिसावेत तसे वाटत होते. माझ्याशी संपर्क कसा साधावा हे न समजल्यामुळे त्यांची चुळबूळ होत असावी असे त्यांच्या हालचालींवरून मला वाटले. मी बोलू शकत नव्हते आणि मला भाषाही समजत नव्हती. मी जीवनापासून दूर कुठेतरी वळचणीत गेले होते. पहिल्या अठ्ठेचाळीस तासांत जेव्हा जेव्हा माझ्या मज्जापेशीय तपासण्या झाल्या होत्या, त्या त्या वेळी त्यांना द्यायला माझ्याजवळ एकेक डॉलर असायला हवा होता. ते माझ्या कानात गुणगुणले, त्यांनी मला टोचले, दाबून तपासले आणि पुन:पुन्हा माझ्या मज्जापेशीय चाचण्याही केल्या. या एकसारख्या झालेल्या त्रासाने मी अगदी थकून गेले होते. त्यांनी सर्वांनी संघटितपणे जर या चाचण्या करून एकमेकांना ती माहिती पुरवली असती तर मला फार बरे वाटले असते.

माझ्या उजव्या मनाच्या जाणिवांत झालेल्या बदलांमुळे इतरांना त्याचे काय वाटेल या बाबतीत मी फार आग्रही झाले होते. ते काय बोलत होते त्यातला एक शब्दही मला समजत नव्हता, तरी पण त्यांच्या चेहऱ्यावरील हावभाव आणि त्यांची

देहबोली मी बारकाईने वाचू शकत होते. मला खूप काही ज्ञान त्यातून मिळत होते. ऊर्जेच्या आदानप्रदानाचे माझ्यावर काय परिणाम होत होते, त्याचा मी बारकाईने आढावा घेत होते. माझ्या लक्षात आले की काही व्यक्ती मला ऊर्जा देतात; तर काही ती माझ्याकडून घेऊन जातात. एक परिचारिका मला काय हवे, काय नको आहे याकडे लक्ष देण्यात तत्पर होती. माझी गादी उबदार आहे की नाही? मला पाणी हवंय का? मला जास्त वेदना तर होत नाहीत ना? साहजिकच मला तिच्या सान्निध्यात असताना सुरक्षित वाटत होते. ती माझ्या डोळ्यांना डोळा भिडवत होती आणि मला कसे बरे वाटेल हे पाहात होती. दुसरी एक परिचारिका डोळ्यांना डोळे भिडवतच नव्हती. तिच्या देहाची अशी चलबिचल होत होती की जणू तिलाच खूप वेदना होत असाव्यात. तिने माझ्याकरिता दूध आणि जेलो भरलेली थाळी आणली आणि पुढे केली; पण ती हे विसरली की माझी बोटे किंवा हात तो जेलोचा डबा उघडू शकणार नव्हते. मला काहीतरी पोटात ढकलायची घाई होती; पण तिला माझ्या या गरजेबद्दल काहीच वाटत नव्हते. ती मला कळावे म्हणून मोठ्या आवाजात मला सांगू लागली; पण तिला हेही कळत नव्हते की मी बहिरी नाही. त्या क्षणी मला समजून घेण्याची तिची इच्छाच नव्हती. याने मी खूप त्रासले. मला तिच्या सान्निध्यात अजिबात सुरक्षित वाटत नव्हते.

डॉ. डेव्हिड ग्रीर तसा सहृदय आणि शांत डोक्याचा तरुण डॉक्टर होता. त्याला माझ्या अशा अवस्थेबद्दल खरोखर सहानुभूती वाटत असावी. वेळातवेळ काढून तो माझ्या पलंगाशी थांबायचा. अगदी खाली वाकून मृदू आवाजात माझ्याशी बोलायचा. त्याने जाताना मला उत्साहित करण्याकरिता माझ्याशी उजव्या दंडावर मंद थोपटले नि म्हणाला, "तू लवकरच बरी होशील." मला तो काय म्हणाला ते शब्द कळले नव्हते तरी एवढे लक्षात आले होते की, डॉ. ग्रीर माझ्याकडे लक्ष देऊन पाहात होता. मी मूर्ख नाही पण अगतिक आहे हे त्याला समजले होते. त्याने माझ्याबद्दल आदर दाखवला होता. मी त्याच्या या चांगुलपणाबद्दल नेहमीच आभारी राहीन.

रुग्णालयातल्या पहिल्या दिवशी माझी प्रकृती एकंदरीत थोडी सावरली. काही बाबतीत माझी थोडी फार प्रगतीही झाली होती, तर काही गोष्टी अजिबात बदलल्या नव्हत्या. अर्थात यातून पूर्ण बरी व्हायला बरीच वर्षे लागणार होती. माझ्या मेंदूच्या काही भागांना अजिबात धक्का लागला नव्हता. ते भाग जखमेमुळे निर्माण झालेल्या अब्जावधी संवेदना-कणांतून जखमेच्या माहितीची जुळवाजुळव करण्यात गुंतले होते. माझ्या जखमेपूर्वीच्या आणि जखमेनंतरच्या जाणिवांच्या अनुभूतींतील मुख्य फरक म्हणजे अभूतपूर्व अशी शांतता मला माझ्या शरीरभर पसरलेली वाटत होती. असे नव्हते की दुसऱ्या कोणत्या गोष्टीचा विचार मी करू शकत नव्हते; पण फरक

हा होता की, मी तसा पूर्वीप्रमाणे विचार करत नव्हते. बाहेरच्या जगाशी संपर्क तुटलाच होता. भाषेत सरळ विचार करणेही संपले होते; पण प्रतिमांच्या स्वरूपात विचार करणे चालू होते. क्षणाक्षणाला मनात उद्‌भवणाऱ्या प्रतिमांना न्याहाळून अनुभव घेणे चालू होते.

माझ्या एका डॉक्टराने मला विचारले, ''अमेरिकेचा राष्ट्राध्यक्ष कोण आहे?'' या माहितीचे विश्लेषण करून उत्तर शोधून काढण्याअगोदर हा प्रश्न 'मला' केला होता, हे मला जाणून घ्यावे लागले. जेव्हा माझ्या लक्षात आले की कोणीतरी माझे लक्ष त्याच्याकडे वेधून घेतो आहे, तेव्हा प्रश्नकर्त्याने मला तो प्रश्न पुन्हा विचारावा असे वाटले होते. म्हणजे मला त्याच्या तोंडून बाहेर पडणाऱ्या आवाजाकडे लक्ष देता आले असते. एवढेच नव्हे; तर मला त्याच्या ओठांच्या हालचालींचे अगदी बारकाईने निरीक्षण करणेही भाग होते. कारण माझ्या कानांना कोणताही विशिष्ट आवाज त्याच्याबरोबरच येणाऱ्या गोंगाटापासून वेगळा अनुभवणे फारच कठीण होऊन बसले होते. म्हणून माझ्याकरिता प्रश्नकर्त्याने हळूहळू आणि स्पष्ट शब्दोच्चार करणे आवश्यक होते. मला शांत आणि स्पष्ट बोलणे हवे होते. माझ्या चेहऱ्याचे स्नायू घट्ट होऊन त्यांचे हावभाव विचित्र झालेले दिसले होते; पण मी लक्ष देऊन ते बोल समजून घेण्यात मग्न होते. नवी माहिती जमा करीत होते. माझ्या प्रतिक्रिया संथ होत्या. बाहेरच्या जगाच्या मानाने तर त्या कमालीच्या संथ होत्या.

दुसरी व्यक्ती काय बोलते आहे हे लक्षपूर्वक ऐकणे फारच जिकीरीचे काम होते. माझी तर दमछाक होत असे. प्रथम डोळ्यांनी आणि कानांनी मला लक्ष द्यावे लागत होते. ती दोन्ही ज्ञानेंद्रिये नेहमीसारखी काम करीत नव्हती. माझ्या मेंदूला आवाज ऐकून घेऊन तो ओठांच्या त्याबरोबर होणाऱ्या विशिष्ट हालचालींबरोबर जुळवून घ्यावा लागत होता. मग त्याला माझ्या जखमी मेंदूतल्या दफ्तरात असलेल्या माहितीत हा शोध घ्यावा लागत होता, त्यांच्या एकत्रित जोड्यांमध्ये कितपत आणि कोणता अर्थ अभिप्रेत असतो! एकदा का एक शब्द मला मिळाला म्हणजे मला शब्दांचा शोध घ्यावा लागत होता आणि माझ्या जखमी मनाला हे सर्व करायला चक्क अनेक तास लागत होते!

कोणी माझ्याशी बोलत असेल त्या वेळी त्याचे बोलणे लक्षपूर्वक ऐकण्याकरिता मला जे कष्ट पडत; ते अगदी मोबाईलवरचे अत्यंत निकृष्ट दर्जाचे प्रक्षेपण ऐकताना पडणाऱ्या कष्टांसारखे होते. बोलणारी व्यक्ती काय बोलते आहे याचा बोध घेण्याअगोदरच ती बरेचसे बोलून जात होती. ते मला कळत नव्हते. त्यात आजूबाजूच्या आवाजांचीही भर पडलेली असे; त्यामुळे ऐकताना आणखीच कठीण जात असे; पण माझा इलाज नसे. धीर सुटत असे आणि निराश होऊन मी फोन बंद करत असे. आजूबाजूच्या आवाजांच्या गोंगाटात कोणी बोलले तर ते समजून घ्यायला मला

तसेच कष्ट पडत होते. शिवाय ते ऐकताना मला दृढनिश्चयाने प्रचंड इच्छाशक्ती पणाला लावावी लागत होती. बोलणाऱ्याची अमाप सबूरीही महत्त्वाची होती.

मला माहिती होण्यात मदत व्हावी म्हणून मी एक योजना बनवली होती. मी बोलण्यातल्या मुख्य शब्दांचे आवाज ते पुन:पुन्हा ऐकते आहे, अशी कल्पना करून मनातल्या मनात ते घोळवून ठेवत होते. म्हणजे त्यांचे उच्चार ओठांच्या हालचालींवरून थोडे लवकर लक्षात यायला लागले होते. सवयीने मग मी सरळ त्यांच्या अर्थबोधाकडे जाऊ लागले होते. अर्थबोधाकरिता आवाज आणि त्याचा अर्थ यांची जुळवाजुळव करावी लागे. राष्ट्राध्यक्ष? राष्ट्राध्यक्ष? राष्ट्राध्यक्ष म्हणजे काय? राष्ट्राध्यक्ष याचा अर्थ काय? एकदा का राष्ट्राध्यक्ष ही संकल्पना तिच्या चित्राच्या रूपात लक्षात आली म्हणजे मग अमेरिकेच्या या आवाजाशी मिळत्याजुळत्या प्रतिमा डोळ्यांसमोर आणावयाच्या. अमेरिकेच्या? अमेरिकेच्या? अमेरिकेच्या म्हणजे काय? अमेरिकेच्या याचा अर्थ काय? मग मला अमेरिकेच्या या आवाजाचे चित्र दफ्तरात, म्हणजेच माझ्या उजव्या मनातले त्या आवाजाशी मिळतेजुळते चित्र मला सापडले म्हणजे मी ती दोन्ही चित्रे, म्हणजे राष्ट्राध्यक्ष आवाजाशी निगडित चित्र आणि अमेरिकेच्या या आवाजाशी निगडित चित्र, अशी दोन्ही चित्रे एकमेकांशेजारी ठेवून अर्थबोध करून घेत होते; पण माझ्या डॉक्टरला माझ्याकडून अमेरिकेबद्दल किंवा तिच्या राष्ट्राध्यक्षाबद्दलची माहिती नको होती. त्याला ती विवक्षित व्यक्ती कोण आहे ते माझ्याकडून जाणून घ्यायचे होते आणि ती माहिती माझ्या उजव्या मनाच्या वेगळ्याच कप्प्यात होती. माझा उजवा मेंदू मला अमेरिकेचे राष्ट्राध्यक्ष या आवाजाकडून बिल् क्लिंटनच्या आवाजाशी निगडित प्रतिमेकडे घेऊन जाऊ शकला नव्हता. खूप मानसिक कसरत केल्यावर शेवटी मी त्याचा नादच सोडून दिला होता.

आवाजांची जुळवणी करून शब्दांचे अर्थ लवकरात लवकर लावता यावेत म्हणून मी जी युक्ती योजली होती, त्यामुळे माझ्याकडून चुका होत होत्या. कारण एक म्हणजे माझ्या मनात असलेल्या शब्दांच्या अर्थापर्यंत मी पोहोचतच नव्हते. शिवाय अर्थबोध व्हावा म्हणून त्या युक्तीने मी पहिल्या विचारलेल्या प्रश्नकर्त्याच्या आवाजाबरहुकूम निघणारा शब्द शोधायचा जो प्रयत्न करीत होते, त्यात एकाच प्रतिमेवर आधारित अनेक शब्दांमधून मला निवड करावी लागत होती. हे काम जिकीरीचे होते. शिवाय मी चित्रांच्या आधारेच विचार करीत असल्याकारणाने मला एक चित्र डोळ्यांसमोर कल्पून त्यात नंतर भर घालावी लागत होती. मी सर्वसाधारण प्रतिमा कल्पून त्यातून अब्जावधी इतर प्रतिमांची भर घातल्याखेरीज त्या विशिष्ट मिळत्याजुळत्या प्रतिमेपर्यंत पोहचूच शकत नव्हते. हे काम फारच क्लिष्ट आणि थकवा आणणारे होते. कदाचित त्याने बिल क्लिंटनविषयी जर विशिष्ट प्रश्न विचारला असता तर बिलची प्रतिमा सापडल्यावर तीत भर घालून पुढे जाणे जास्त

सुकर झाले असते. त्याने जर विचारले असते की बिल क्लिंटनचे लग्न कोणाबरोबर झाले आहे? तर मी बिल क्लिंटन यांच्या प्रतिमेनंतर त्यांच्या लग्नसोहळ्याची प्रतिमा जुळवल्यावर कदाचित त्यांच्याशेजारी उभ्या हिलरी क्लिंटनची प्रतिमा डोळ्यांसमोर आणणे सोपे गेले असते. चित्रांच्या साहाय्याने परत भाषेच्या प्रांतात प्रवेश करताना सर्वसामान्य प्रतिमेतून विशिष्ट प्रतिमेच्या बारकाव्यांपर्यंत जाणे अशक्यच होते.

माझ्याकडे जर कोणी पाहत असेल तर मी माझ्या नेहमीच्या आयुष्यात जशी दिसले असते त्याच्यापेक्षा अगदीच हरवलेली अशी मी दिसत होते; कारण नेहमीप्रमाणे मी माहितीचे विश्लेषण करतच नव्हते. मला जास्त दु:ख याचे वाटले की या अवस्थेत असताना वैद्यकीय व्यवसायातील व्यक्तींनासुद्धा माझ्याबरोबर माहितीचे आदानप्रदान कसे करावे ते समजत नव्हते. अमेरिकन समाजात झटक्याचा माणसांना मानसिकदृष्ट्या पंगू करण्यात पहिला क्रमांक लागतो. उजव्या मेंदूपेक्षा डाव्या मेंदूत झटका येऊन भाषेची ज्ञानकेंद्रे बंद पडण्याची शक्यता चौपट जास्त असते. मला वाटते की झटक्यामधून जे कोणी वाचले आहेत त्यांनी मेंदूच्या सर्व क्षमता पूर्ववत होताना काय काय केले आणि ते सर्व कसे केले वगैरे गोष्टी समाजाला समजावून सांगणे अत्यंत आवश्यक आहे. हे करताना वैद्यकीय समाजातील व्यक्तींनी पहिल्या काही तासांत त्यांना केलेली मदत आणि निदाने कशी उपयोगी पडली या गोष्टी समजावून सांगितल्यास ते जास्त परिणामकारक होईल. माझ्या बाबतीत मला माझ्या डॉक्टरांनी माझा मेंदू या स्थितीत कसा काम करतो आहे, हे पाहण्यावर जास्त लक्ष द्यायला हवे होते; कारण त्यांचे सर्व लक्ष तो त्यांच्या अपेक्षेप्रमाणे आणि त्यांच्या वेळापत्रकानुसार चालतो आहे की नाही हे पाहण्याकडे जास्त होते. माझ्याजवळ खूपच माहिती होती आणि माझ्यापुढे साधा प्रश्न हा होता की मला ती पुन्हा अवगत होण्यासाठी मी काय काय केले पाहिजे.

त्या प्राथमिक अवस्थेतून बरे व्हायला सुरुवात झाली तो अनुभव घेताना स्वत:चेच निरीक्षण करण्याचे मला फारच कुतूहल होते. कारण मी स्वत: एक मज्जापेशी संरचना शास्त्रज्ञ होते. त्यामुळे मी माझ्या बुद्धीनेच माझ्या सर्व शरीरभर कार्यरत असलेल्या मज्जापेशीय क्रमादेशांची जंत्री बनवलेली होती; पण झटक्याचा हा अनुभव आल्यावर मला हे खरोखर समजले की आपले हे क्रमादेश एकेक करून आपण गमावणे म्हणजे स्वत:ला तेवढेच गमविण्याची क्षमता आपल्यात असते. आपले मनच गमावून बसणे, विषेशत: माझे डावे मन गमावून बसणे म्हणजे काय याचा आजपर्यंत मी कधी विचारच केला नव्हता. माझी इच्छा आहे की लोकांना तसे करता येण्याचा एखादा सुरक्षित असा मार्ग असावा. तो कदाचित अलौकिक अनुभव ठरेल.

तुमच्या जाणिवेतून तुमचे स्वाभाविक प्रकृतिगुण क्रमश: एकेक करून नाहीसे

केले तर तुम्हाला कसे वाटेल याची, तुमची जर तयारी असेल तर, क्षणभर नुसती कल्पना करा. प्रथम, समजा तुमच्या कर्णसंपुटांतून मेंदूत प्रवेश करणारे ध्वनी ऐकून त्यावरून निष्कर्ष काढण्याची तुमची क्षमताच तुम्ही गमावून बसला आहात. तुम्ही बहिरे नाहीत. फक्त तुम्ही सर्व आवाज कोलाहल आणि गोंगाटासारखेच ऐकत आहात. नंतर, कल्पना करा की कोणतीही गोष्ट तिच्या नैसर्गिक स्वरूपात तुमच्या डोळ्यांनी पाहण्याची तुमची क्षमताच तुम्ही घालवून बसला आहात. तुम्ही आंधळे नाहीत. फक्त तुम्हाला वस्तू त्रिमितीत पाहाता येत नाहीत. तुम्हाला रंगही ओळखता येत नाही. तुम्हाला हालचाल करणाऱ्या वस्तूचा मागोवा घेता येत नाही किंवा वस्तूवस्तूंमध्ये तुम्ही फरक करण्याची, त्यांचे पृष्ठभाग, कंगोरे वगैरे ओळखण्याची क्षमताच गमावली आहे. याशिवाय ओळखीचे नेहमीचे गंध हे उग्र दर्पासारखे नाकात घुसत आहेत आणि त्यामुळे तुम्हाला श्वासोच्छ्वासाला त्रास होतो आहे.

तुमची तापमान ओळखण्याची क्षमता संपलेली आहे त्यामुळे तुम्ही कंप, वेदना, तुमच्या शरीराचे हात, पाय, बोटे, मानेसह डोके यांचे 'ओरिएन्टेशन'च घालवून बसला आहात. तुम्ही व्यक्ती म्हणून असलेल्या तुमच्या अस्तित्वाच्या ऊर्जेचे वलय सभोवतालच्या ऊर्जेत मिसळून जाताना तुम्ही मोठमोठे होत जात आहात. इतके मोठे की शेवटी तुमची अशी भावना होते की तुम्ही विश्वाएवढे अनंत बनला आहात. तुम्ही कोण आहात, कुठे राहाता वगैरे सगळी आठवण करून देणारे तुमच्या मस्तकातील सर्व आवाज आता शांत झाले आहेत. तुमच्या पूर्वायुष्यातल्या सर्व स्मृती आणि भावना गळून पडल्या आहेत आणि या क्षणी आत्ताच्या इथल्या या अलौकिक आनंदाच्या अनुभूतीत तुम्ही संपूर्ण मश्गूल झालेले आहात. तुमच्या शरीरात वाहणाऱ्या जीवनरसासह त्यातली प्रत्येक गोष्ट ही फक्त शुद्ध ऊर्जाच प्रक्षेपित करीत आहे. लहान बालकाच्या कुतूहलाने तुमच्या हृदयाने शांततेचे अत्युच्च शिखर गाठले आहे. तुमचे मन उल्हसित होऊन परमानंदाच्या सागरात पुन:पुन्हा मनसोक्त डुंबत राहण्याचे नवनवे बहाणे शोधत आहे. मग विचार करा की पुन्हा या धकाधकीच्या दैनंदिन जीवनात परत येण्याकरता कितीशी ओढ तुमच्यात असेल?

झटक्याच्या दिवशी दुपारी मी खूप झोपले होते. म्हणजे रुग्णालयातल्या त्या वातावरणात जेवढी जमेल तेवढी मी झोप काढली! मध्ये जेव्हा ग्लानी आल्यासारखा डोळा लागायचा, तेव्हा माझ्या ज्ञानेंद्रियांवर पडणारी ऊर्जा मी टाळू शकत होते. मला उजेड नकोच होता. डोळे मिटून घेतल्यावर माझे बरेचसे मन शांत होत असे; पण माझे डोळे तपासण्याकरता माझ्या पापण्या उघडून माझ्या बुब्बुळांची प्रतिक्षिप्त क्रिया (रिफ्लेक्स ॲक्शन) तपासण्यासाठी पेन्सिल बॅटरीने जेव्हा परिचारिकेने तीव्र प्रकाशकिरण माझ्या डोळ्यांत फेकले तेव्हा तर माझ्या मेंदूला जणू जाळून टाकीत

आहेत इतके ते असह्य होते. माझ्या मनगटावरील नसेत सुई टोचून मला द्रव्यौषध्ये दिली जात होती. ती सुई तर उघड्या जखमेवर मीठ चोळावे तशा वेदना देत होती. माझ्या शरीरावर असा वैद्यकीय मारा चालू असताना मी बेशुद्ध असावे, अशी प्रार्थना मी करीत होते. तसे होत नसल्यामुळे मी माझ्या शांत अंतर्मनाच्या गुहेत स्वत:ला ठेवले. अर्थात हे सर्व नव्या मज्जापेशीय चाचण्या होईपर्यंतच होते.

मला रुग्णालयात दाखल केल्यानंतर स्टीव्हने माझ्या आईला म्हणजे गीगीला, (गी गी हा तिच्या पूर्वाश्रमीच्या, ग्लॅडिस गिलमन नावाचा संक्षिप्त उच्चार.) फोन करून माझ्या पहिल्या दिवसाची सर्व हकीकत सांगितली होती. स्टीव्ह आणि गीगी एकमेकांना गेली कित्येक वर्षे, म्हणजे आम्ही 'नॅशनल अलायन्स ऑन मेन्टल इल्नेस (नामी)'च्या १९९३ मध्ये मियामी येथे भरलेल्या वार्षिक परिषदेत सहभागी झालो होतो, तेव्हापासून ते एकमेकांना ओळखत होते. त्यांची चांगलीच दोस्ती होती. मला खात्रीने वाटते की, फोनवरून बोलताना दोघांवरही प्रचंड मानसिक दडपण आले असेल. स्टीव्हने सांगितले की,' माझ्या डाव्या मेंदूतील नस तुटून बराच रक्तस्त्राव झाला होता. सध्या मी मॅसॅच्युसेट्स इथल्या सर्वसाधारण रुग्णालयात उपचार घेत होते.' त्याने हेही सांगितले होते की, 'माझे शरीर आता स्थिरावले असून, उपचारांना चांगला प्रतिसाद देत आहे. माझी उत्तम प्रकारे वैद्यकीय काळजी घेतली जात आहे.'

नंतर त्या दिवशी उशिरा माझी मार्गदर्शिका डॉ. फ्रॅन्साइन बेनेस ही गीगाबरोबर बोलली. तिने तिला प्रथम दिलासा दिला आणि सांगितले की सर्व गोष्टींची नीट व्यवस्था लावून चारपाच दिवसांत बरेच दिवस राहायला लागेल हे लक्षात घेऊन तिने बोस्टनला राहायला यावे. डॉ. फ्रॅन्साइनला खात्री होती की माझ्यावर शस्त्रक्रिया करावी लागेल. तिला नक्की आशा होती की गीगी बोस्टनसारख्या भागात येऊन मला प्रदीर्घ काळ लागणारी शुश्रूषा देऊ शकेल. गीगीने मुळीच 'नाही' म्हटले नव्हते. तिने दहा वर्षे माझ्या भावाच्या मनाला बरे वाटावे म्हणून त्याची काळजी घेण्यात घालविली होती; पण शेवटी त्याचा काहीच उपयोग झाला नव्हता. आता तिच्या या दुसऱ्या मुलीला तरी मज्जासंस्थेच्या आघातातून वाचवता येईल असे वाटल्याने माझ्या भावाला बरे करण्यातले अपयश विसरून जाण्याकरता माझ्या मनाला मदत करण्यासाठी तिने स्वत:च्या मनाची तयारी केली होती.

■

दुसरा दिवस : सकाळनंतर

दुसऱ्या दिवशी सकाळी मला लवकर जाग आली, कारण एक वैद्यकीय शिक्षण घेणारी विद्यार्थिनी माझ्या आजाराची पार्श्वभूमी (मेडिकल हिस्ट्री) तपासायला घाईघाईने माझ्याजवळ आली होती. तिला बघून मी आश्चर्यचकित झाले. कारण मी झटक्यातून वाचलेली रुग्ण आहे; मला बोलता येत नाही किंवा बोललेली भाषाही कळत नाही हे कोणीच कसे तिला सांगितले नव्हते, याचेच मला आश्चर्य वाटत होते. यावरून त्या दिवशी सकाळी एक गोष्ट माझ्या लक्षात आली होती, ती म्हणजे प्रत्येक रुग्णालयाची ही प्राथमिक जबाबदारी असायला हवी की रुग्णांची शक्ती कमीतकमी कशी खर्च होईल, याकडे त्यांनी बारकाईने लक्ष पुरवायला हवे. ही तरुणी म्हणजे माझ्या शक्तीचा अंत बघणारी अवदसाच होती. माझी ही अशी नाजूक अवस्था असतानासुद्धा ती माझ्याकडून काहीतरी घ्यायला आली होती; पण मला ती त्रासाशिवाय दुसरे काहीच देणार नव्हती. तिची घाई म्हणजे इतकी होती की ती घड्याळाविरुद्धच धावत असावी; पण घड्याळाबरोबरच्या या स्पर्धेत हरली होती, असे मला दिसले. कारण एकतर घाईघाईत माझ्याशी संपर्क साधताना ती तुटक आणि असभ्यपणे वागली. दुसरे म्हणजे ती मिनिटात शेकडो मैल धावल्यासारखे बोलत होती. माझ्यावर इतक्या जोरात ती ओरडली की जणू काही मी ठार बहिरीच होते. मी तिचा सगळा मूर्खपणा आणि अज्ञान शांतपणे बघत बसले होते. ती घाईत आणि मी झटक्यामधून वाचलेली – म्हणजे अगदीच उलटी जोडी! तिने जर शांतपणे आणि हळू आवाजात बोलून मला सांभाळून घेतले असते तर तिला माझ्याकडून काहीना काही नक्की मिळाले असते; पण तिचा आग्रह होता की मी तिच्या वेळेत आणि तिच्या वेगात तिला सर्वकाही सांगावे. ही गोष्ट दोघींनाही समाधान देत नव्हती. तिच्या मागण्याही चीड आणणाऱ्या वाटल्या. माझी खूपच

दमछाक झाली. मी ठरवले की यापुढे माझ्या शक्तीचे मीच कटाक्षाने संरक्षण करायला हवे.

त्या दिवशी सकाळी मला आणखी एक मोठी गोष्ट समजली. ती म्हणजे माझ्या पुनर्वसनाचा प्रश्न पुढे जेव्हा येईल तेव्हा माझी काळजी घेणाऱ्यांचे त्यातले यश किंवा अपयश हे संपूर्णपणे केवळ माझ्यावर अवलंबून असणार होते. मी आणि फक्त मीच त्याला जबाबदार असणार होते. मी त्याला तयार राहायचे की नाही हा माझाच निर्णय असणार होता. माझ्याशी जे हळू आवाजात बोलून, मला आश्वासक स्पर्श करून, माझ्या डोळ्यांना डोळे भिडवून, माझ्याबद्दल आदराची भावना ठेवून माझ्याशी व्यवहार करणारे निघाले, त्याच तज्ज्ञांना मी माझ्याशी संपर्क ठेवू देण्यास मान्यता दिली. गुणवर्धक उपचारांना मी स्वत:हून पुढाकार घेऊन सामोरी गेले. जे तज्ज्ञ माझ्याशी संपर्क साधत असताना माझ्यातल्या शक्तीचा व्यय होतो आहे असे मला वाटे, तिथे मी त्या तज्ज्ञांच्या सूचनांकडे दुर्लक्ष करून स्वत:ला जपत असे.

आजारातून बरे होणे हा एक कठीण आणि गुंतागुंतीचा अनुभव होता; पण त्या अनुभवातून जाणीवपूर्वक जाणे आवश्यक होते आणि तो सर्वस्वी माझा निर्णय होता. याउलट, मला त्या अलौकिक अशा अनंत प्रवाहात मनसोक्त डुंबत राहाणे आवडले होते. कोणाला आवडणार नव्हते? ते म्हणजे सर्व सुखाचे आगर होते. मी मुक्त होते. माझे चैतन्य शांत, मुक्त आणि अनंतात केवळ आनंद प्रक्षेपित करत होते. त्या अलौकिक आनंदाच्या शालीत गुरफटलेली असताना, या झटक्यातून बरे होणे म्हणजे नेमके काय, हा माझ्यापुढे खरा प्रश्न होता. अर्थात एक गोष्ट नक्की स्पष्ट होती की डावा मेंदू संपूर्ण कार्यक्षम होणे याचे काही फायदेही होतेच. बाहेरच्या जगात वावरण्याची, जमवून घेण्याची आणि ते सर्व कौशल्य शिकण्याची संधी मला मिळणार होती. या असाहाय परिस्थितीत बाहेरच्या जगातल्या मला होणाऱ्या जाणिवांच्या गुंतागुंतीकडे लक्ष देणे अतिशय क्लेशदायक होते. त्यातून मी बरी होताना मला जे कष्ट होणार होते, त्यांना माझे प्राधान्य होते का?

खरे सांगायचे तर माझ्या नव्या स्वरूपातल्या या अवस्थेचे काही पैलू झटक्याच्या अवस्थेच्या तुलनेत मला जास्त प्रिय होते. माझ्या बरे होण्याच्या नावाखाली झटक्यामुळे मला जे अंतर्ज्ञान प्राप्त झाले होते, त्याच्याशी मला अजिबात कोणतीही तडजोड नको होती. मी एक प्रवाही वस्तू आहे हे जे ज्ञान मला झाले होते ते मला आवडत होते. मला याचाही आनंद होता की माझे चैतन्य हे प्रचंड मोठे होऊन विश्वाशी एकरूप झाले होते आणि मी स्वत: आसमंतातील त्या प्रवाहात पुढे पुढे वाहावत जाणाऱ्या वस्तूंबरोबर प्रवाहात होते, हे ज्ञानही मला अतिशय आवडले होते. ऊर्जेचे आदानप्रदान आणि त्यानुसार होणारी देहबोली हे अनुभवताना मी

हरखून गेले होते; पण यापेक्षाही सर्वांत अधिक महत्त्वाचे म्हणजे खोल कुठेतरी माझ्या स्वत:च्याच अंतरंगात, अगदी जिव्हारीला स्पर्शून मला निरामय शांततेची अपूर्व अशी जी अनुभूती मिळाली होती ती अनुभूती म्हणजे मला प्राप्त झालेला माझा अमूल्य ठेवा होता.

जिथे लोक शांत असतील आणि माझ्या अंतरंगातील शांततेच्या अनुभूतीची किंमत ते जाणतील अशा ठिकाणी आपण असावे, असे मला वाटत होते. माझ्यात एक प्रकारचा हळवेपणा निर्माण झाला होता. त्यामुळे मला भासत असे की लोक अडचणीत आलेले पाहिले असता किंवा त्यांची दु:खे समजून घेताना माझ्यातल्या सहसंवेदना अधिक प्रकर्षाने उफाळून येत होत्या. त्यामुळे बरे होणे म्हणजे लोकांना इतर वेळी जसे वाटते तसेच जर ते दु:खी असताना मला वाटणार असेल, तर तसे बरे होणे मला नको होते. आयुष्यातील माझ्या स्वत:च्या गोष्टी आणि माझ्या भावना या लोकांच्या म्हणून असलेल्या गोष्टी आणि त्याच्याशी निगडित भावना यांची फारकत, त्यांच्याशी समरस न होता फक्त दुरून त्यांच्याकडे पाहात राहून करणे मला सहज शक्य होते. मॅरिॲन विल्यमसन् म्हणते की, काय पुन्हा मी या उंदरांच्या पळापळीत, उंदीर न होता सामील व्हायचे?

ॲन्ड्र्यू नावाचा आणखी एक वैद्यकी शिकणारा विद्यार्थी, त्या दिवशी सकाळी माझी आणखी एक मज्जापेशीय परीक्षा घ्यायला आला होता. तो आला त्या वेळी मी जरा अधू अवस्थेत होते आणि मला अशक्तपणाही आला होता. मी स्वत: धड बसूही शकत नव्हते. त्यामुळे मला उभे राहाणे तर अशक्यच होते. त्याचा स्पर्श हळुवार होता; पण त्याची पकड मात्र मजबूत होती म्हणून त्याच्याजवळ मला सुरक्षित वाटले. तो हळू आवाजात बोलत होता आणि त्याचे तीक्ष्ण डोळे माझ्या डोळ्यांना भिडले होते. मला समजावे म्हणून आवश्यक तिथे त्याचे म्हणणे तो मला पुन:पुन्हा सांगत होता. एक व्यक्ती म्हणून माझ्या या अशा अवस्थेतही माझ्याबद्दल त्याला आदर होता. माझी खात्री झाली की मोठा झाल्यावर तो एक उत्तम डॉक्टर म्हणून नक्की नाव कमवेल. मॅसॅच्युसेट्स सर्वसाधारण रुग्णालयाच्या मज्जापेशी शास्त्र विभागाच्या सभापती डॉ. ॲन यंग (मी तिला मज्जापेशी शास्त्राची राणीच समजत असे.) ही माझी मज्जापेशीतज्ज्ञ होती. मी हार्वर्ड मज्जापेशीद्रव्य बॅंकेत काम करत असताना, गेली कित्येक वर्षे जगप्रसिद्ध डॉ. ॲन यंग हे नाव ऐकत आलेली होते. ती मज्जापेशीद्रव्य बॅंकेच्या सल्लागार समितीतही कार्य करीत होती आणि दोन आठवड्यांपूर्वीच न्यू ऑर्लिन्स येथे भरलेल्या मज्जापेशी विज्ञानावरच्या वार्षिक अधिवेशनाच्या उद्घाटनाच्या दिवशीच्या विशेष स्नेहभोजन प्रसंगी तिच्याजवळ बसून जेवण्याचा विशेषाधिकार मला प्राप्त झाला होता. त्या वेळी हार्वर्ड मज्जापेशीद्रव्य संसाधन केंद्राच्या मज्जापेशीद्रव्य बॅंकेला मानसिक विकारांचा मज्जापेशीय संरचनेतील

संबंधांवर मूलभूत संशोधन करण्यासाठी तीव्र मानसिक विकारांनी ग्रस्त रुग्णांनी स्वेच्छेने आपले मेंदू मरणोत्तर दान करावेत म्हणून जनतेचे प्रबोधन करण्याकरिता मी हाती घेतलेल्या कार्याची माहिती तिला विशद करण्याची संधी मला मिळाली होती. डॉ. यंग त्या वेळी व्यावसायिक डॉ. जिल टेलरला भेटली होती, त्यामुळे आज सकाळी तिच्या कार्यक्रमपत्रिकेवर तिने माझे नाव वाचले त्याच क्षणी आमच्यात स्नेह प्रस्थापित झाले होते.

झटक्यामुळे माझ्या मेंदूतील ज्या असंख्य जोडण्यांची तोडफोड झाली होती त्यात माझ्या सुदैवाने ज्या गोष्टींमुळे आपल्यात लज्जा उत्पन्न होऊ शकते त्याच्याशी निगडित जोडणीचीही बरीच मोडतोड झाली होती. बदकिणीची पिल्ले जशी आईच्या मागोमाग ओळीने फिरत असतात, तशीच डॉ. यंग आणि तिच्या मार्गदर्शनाखाली शिकत असलेल्या तिच्या वैद्यकीय विद्यार्थ्यांची फौज सकाळचा फेरफटका मारण्याकरता माझ्या खोलीत आली होती. आजारातून बरी झाल्यावर मला त्या वेळी घडलेल्या प्रसंगाची आठवण झाल्यावर मला अगदी किळस वाटली होती. माझी कोरडी अंघोळ चाललेली होती, त्या स्थितीत मी उघड्या छातीसह अर्धनग्नावस्थेत होते. मी माझ्या अंघोळीच्या अगदी मध्येच होते आणि नेमके त्याच वेळी डॉ. यंग आणि त्यांचे विद्यार्थी हजर झाले होते.

डॉ. यंग हिच्या चेहऱ्यावरील मंदस्मित हास्य आश्वासक वाटले. तिच्या डोळ्यांत बुद्धीची चमक होती; तितकीच नम्रता आणि शांतताही होती. माझ्या नजरेला नजर देऊन ती मंद हसली. जवळ आल्यावर लगेचच तिने माझे पाय हात फिरवून तपासले. घोड्याचे निरीक्षण करताना घोडेस्वार त्याच्या खुरांचे निरीक्षण करतो आणि ते करताना मागे जाऊन स्पर्श करून त्याला तो जसे तपासतो, तसेच काहीसे डॉ. यंगने केले होते. डॉ. यंगने प्रथम पलंगावर मला मोकळेपणाने झोपायला मदत केली. नंतर ती माझ्या खांद्याजवळ उभी राहून तिचा एक हात माझ्या खांद्यावर ठेवून दुसऱ्या हाताने माझा हाताचा पंजा कुरवाळीत अगदी हळू आवाजात बोलली. हे सर्व करीत असताना आपल्या विद्यार्थ्यांना उद्देशून ती काहीही बोलली नाही आणि फक्त माझ्याशीच बोलली. पुढे होऊन वाकून माझ्या चेहऱ्याजवळ येऊन ती माझ्याशी बोलली. ती नेमके काय बोलली हे मला समजले नव्हते; पण तिच्या माझ्याविषयी काय भावना आहेत ते मात्र माझ्या संपूर्ण लक्षात आले. माझ्याशी वागताना तिला नक्की कळले होते की मी मूर्ख नाही, पण मी जखमी झालेली होते. तिच्या हेही लक्षात आले होते की माझ्या मेंदूतील कोणकोणत्या जोडण्या अजून शाबूत आहेत आणि कोणत्या जोडण्या पूर्ववत तंदुरुस्त करायला लागणार आहेत, हे शोधून काढणे हे आता तिचे काम होते.

अदबीने डॉ. यंगने मला विचारले की, विद्यार्थ्यांना मज्जापेशी शास्त्राच्या

परीक्षेसंबंधी काही गोष्टी शिकवल्या तर माझी काही हरकत नाही ना? मी होकार दिला. शेवटी असे दिसून आले की मी अशी एक मेंदूशास्त्रज्ञ (ब्रेन सायंटिस्ट) होते; जी दिल्या गेलेल्या प्रत्येक संकेतांवर आधारित कार्य करण्यास चुकले होते. मात्र डॉ. यंगने मला तिच्याकडून जे जे हवे होते ते मिळाल्याचे समाधान होईपर्यंत माझी खोली सोडली नाही. बाहेर जाताना तिने माझा हात हातात घेऊन हलकेच दाबला आणि अंगठाही हळूच दाबला होता.

त्या दिवशी सकाळी उशिरा माझा ॲन्जिओग्राफ घ्यायचा होता. ॲन्जिओग्राफमध्ये माझ्या मेंदूतील सर्व रक्तवाहिन्यांचे एकत्रित चित्र काढून मिळणार होते. माझ्या मेंदूतील नस नेमकी कुठे आणि कशी तुटली होती आणि माझ्या रक्तस्रावाचे नेमके स्वरूप कोणते होते, हे समजण्याकरता ॲन्जिओग्राफ हाच एक उत्तम उपाय होता. म्हणून रक्तवाहिन्यांची उत्तम चित्रे मिळणे आवश्यक होते. मात्र माझ्या अशा अवस्थेतसुद्धा माझ्याकडून एका अर्जावर माझ्या परवानगीदाखल म्हणून माझी सहीसुद्धा करून घेतली गेली होती. मला तो प्रकार निरर्थक वाटला कारण स्वस्थ शरीर आणि मन हे शेवटी कसे आणि कोणी ठरवायचे? पण नियम म्हणजे नियम हे मी समजून चुकले होते.

वाईट बातमी नेहमी वेगानेच पसरते. माझ्या झटक्याची बातमी मॅक्लिन रुग्णालय आणि 'नामी' सभासदांच्या कानांवर गेली होती. मज्जापेशीद्रव्य बँकेतले माझे दोन सहकारी त्या दिवशी दुपारी मला भेटण्याकरिता मज्जापेशी अतिदक्षता विभागात आले. मार्क आणि पॅम यांनी एक छोटे कापूस भरलेले अस्वल मला भेट म्हणून पेश केले. त्यांनी दाखवलेल्या चांगुलपणाबद्दल मी त्यांची आभारी होते. जरी त्यांच्या मनात भीती, धाकधूक आणि काळजी मला भासली होती, तरी ती दोघे माझी शक्ती वृद्धिंगत करणारी होती असेही मला भासले. ते मला म्हणाले, "तू जिल आहेस. आणि तू लवकरच बरी होशील." हा त्यांच्या मनातला आत्मविश्वास माझ्यासाठी अनमोल होता.

दोन दिवसांनंतर शरीरात बऱ्यापैकी ताकद आली असावी असे मला भासले. कारण मी आता हळूहळू दोन्ही कुशीवर वळायचे यशस्वी प्रयत्न करायला लागले होते. पलंगाच्या कडेवरसुद्धा परिचारिकेच्या मदतीने धरून धरून का होईना, पण मी बसायला लागले होते. जरी हे करायला मला बरेच प्रयास पडत होते तरी शारीरिक प्रगती मात्र मी बरीच करीत होते. माझा अर्धांगवायूने गळून गेलेला उजवा हात अजून अत्यंत अशक्त होता आणि तो दुखायचा थांबला नव्हता. म्हणजे हलवला गेल्यावर तो जास्तच दुखत होता; पण खांद्यावर भार घेऊन मी कशीतरी जमवून घेत होते.

सबंध दिवसभरात केव्हा केव्हा माझ्या अंगातल्या शक्तीचा स्तर कधी वर तर

कधी खाली होतो आहे, असे भासत होते. केव्हा केव्हा तर मी खूपच अशक्त झाले आहे आणि माझ्यातली शक्ती संपुष्टात आली आहे की काय, असे भासत होते. झोप लागली तर थोडी ताकद येत असे आणि त्यानंतर काहीतरी करण्यात किंवा विचार करण्यात ती ताकद खर्च होत असे. ताकद संपली की मला ग्लानी येऊन मी झोपत असे. माझ्या हे लक्षात आले की माझ्यात काटकपणा अजिबात राहिला नव्हता. एकदा का माझी शक्ती संपुष्टात आली की मी अगदीच गलितगात्र होत होते. तेव्हा मी ठरवले की शक्तीचा वापर जपून करायला हवा. मी जाणीवपूर्वक हालचाल कमी करून झोपून किंवा नुसती पडून राहायला लागले.

रुग्णालयातला माझा दुसरा दिवस संपला तो स्टीव्हच्या येण्याने. त्याने चांगली बातमी आणली होती. तो म्हणाला की गीगी दुसऱ्या दिवशी सकाळीच बोस्टनला येणार होती; पण सुरुवातीला मला हा गीगीचा संदर्भ लक्षातच आला नव्हता.कारण आई ही संकल्पना मी घालवून बसले होते. त्या रात्री मी गीगी आणि आई यांचा एकमेकांशी संबंध काय ते शोधत बसले होते. माझ्या उजव्या मनातल्या प्रतिमा तपासून पाहत होते काही सापडते का? गीगी म्हटल्यावर बरे वाटायचे, मन आनंदी होत होते. मग शेवटी लक्षात आले की आई म्हणजे कोण आणि गीगी कसे आले वगैरे. मग ती प्रत्यक्ष उद्या येऊन भेटणार हे समजल्यावर आनंद अधिकच वृद्धिंगत झाला.

■

दिवस तिसरा : गीगी शहरात येते

तिसऱ्या दिवशी सकाळी मला अतिदक्षता विभागातून बाहेर हलवण्यात आले. नव्या खोलीत दुसऱ्या रुग्ण व्यक्तीजवळच माझा पलंग होता. माझी सहचरी रुग्ण जरा विचित्र अवस्थेत होती. तिला अपस्माराचे तीव्र झटके येत होते. डॉक्टरांनी तिचा सगळा चेहराच पांढऱ्या टॉवेलने गुंडाळून ठेवला होता. तिच्या मेंदूत खोचलेले इलेक्ट्रोड आणि अनेक विजेच्या तारा त्यातून सर्व दिशांनी बाहेर आलेल्या होत्या. त्या तारा तिच्या आजूबाजूला ठेवलेल्या अनेक वैद्यकीय उपकरणांना जोडलेल्या होत्या. ती जरी ती तिच्या पलंगावर उठून बसण्यास किंवा जवळच्या खुर्चीवर बसण्यास किंवा बाथरूममध्ये जाण्यास मोकळी असली तरी पाहणाऱ्याला एकंदरीत तो सर्व प्रकार दिसायला जरा विचित्र होता! मला भेटायला आलेल्या सर्व पाहुण्यांना ती मेडुसा (ग्रीकमधील एक अत्यंत भीतिदायक पौराणिक स्त्री व्यक्तिमत्त्व) सारखीच वाटली असेल. केवळ कंटाळा घालविण्यासाठी असेल कदाचित; पण मला भेटायला येणाऱ्या प्रत्येक पाहुण्याबरोबर ती बोलायचा प्रयत्न करायची. मला शांतता हवी असायची. माझ्या ज्ञानेंद्रियांवर ताण पडणार नाही अशा वातावरणाची मला गरज होती. खोलीच्या अर्ध्या भागात असलेल्या दूरदर्शन संचाचा आवाज तर फारच त्रास देत होता. माझी शक्ती क्षीण करीत होता. आजारात असताना मला थोडा निवांतपणा मिळावा म्हणून रुग्णालयात जसा परिसर मला अपेक्षित होता त्याच्या अगदी विरुद्ध येथे परिस्थिती होती.

त्या दिवशी सकाळपासून रुग्णालयाच्या आवारात उत्तेजित हालचाल होती. माझे सहकारी डॉ. फ्रॅन्साइन आणि स्टीव्ह रुग्णालयात लवकर आले होते. कितीतरी डॉक्टर माझ्या खोलीच्या आतबाहेर येऊन जात होते. माझ्या ॲन्जिओग्राफचे निष्कर्ष आले होते आणि माझ्यावर कोणते उपचार करायचे आणि त्यांची सुरुवात कशी,

केव्हा वगैरे गोष्टी ठरवण्याची वेळ जवळ येऊन ठेपली होती. गीगी माझ्या खोलीत केव्हा आली तो क्षण मला नक्की आठवतो. तिने माझ्या डोळ्यांकडे निक्षून बघितले आणि सरळ ती माझ्या पलंगाजवळ आली. ती नेहमीप्रमाणे प्रेमळ, नीटनेटकी आणि शांत होती. माझ्या खोलीत असलेल्यांना तिने स्मितहास्याने अभिवादन केले. माझ्या अंगावरची चादर उचलली आणि पलंगावर बसून रांगत माझ्याजवळ येऊन माझे मस्तक तिने आपल्या कुशीत घेतले. मी ओळखीच्या मिठीत विरघळून गेले. माझ्या आयुष्यातील अलौकिक आनंदाचा तो एक क्षण होता. कसे कोण जाणे; पण मी हार्वर्ड विश्वविद्यालयातली तिची शास्त्रज्ञ मुलगी आता राहिलेली नव्हते आणि मी पुन्हा एक बालक झाले होते, हे तिने ओळखले होते. ती म्हणाली की तिने केले ते कुठलीही आई करील असेच होते. मला त्याची खात्री देता येणार नाही. ज्या आईच्या पोटी मी जन्म घेतला ते मला मिळालेले एक वरदान होतेच; पण पुन्हा तिच्याजवळ बालक होणे हे माझे मोठेच भाग्य होते, असे मी समजते.

तिच्या कुशीत खुपसलेले माझे डोके सर्व दुःख विसरले होते. तिच्या प्रेमाने मला गहिवरून आले. मला सुखी आणि स्वस्थ वाटले. ती नेहमीसारखीच प्रेमळ आणि सौम्य होती. थोडी करवादलेली वाटली; पण एकंदरीत ठीक होती. मला ती तशीच आवडली. माझ्यादृष्टीने तो अगदी योग्य क्षण होता. कारण याच्यापेक्षा आणखी वेगळे काय हवे असू शकणार होते? त्यानंतर सामूहिक चर्चेला सुरुवात झाली. सर्व महत्त्वाच्या व्यक्ती हजर झाल्या होत्या. उपस्थितांनी आपापली ओळख करून दिली. तपासण्यांचे निष्कर्ष आलेले होते. डॉ. यंगने बोलायला सुरुवात केली. ती सरळ माझ्याशीच बोलली. जणू काही मला ते समजेल असे तिने गृहीत धरले असावे. मला ते आवडले कारण माझ्याविषयी केवळ इतर उपस्थितांना उद्देशून ती बोलली नव्हती. प्रथम तिने नीला-धमन्यांतील अनैसर्गिक आणि दोषपूर्ण जोडणी (एव्हीएम) मधील शल्यचिकित्सा क्षेत्रात विशेष कौशल्य संपादन प्राप्त मज्जापेशी शल्यविशारद (न्यूरोसर्जन) डॉ. ख्रिस्तोफर ऑगिल्व्ही यांची उपस्थितांना ओळख करून दिली. डॉ. ऑगिल्व्ही म्हणाले की, ॲन्जिओग्राफवरून हे निश्चित स्पष्ट झाले आहे की माझ्या डाव्या मेंदूत एव्हीएम आहे, ही अनैसर्गिक रीतीने झालेली नीला-धमन्यांच्या जोडणीतील (कंजेनायटल मालफॉर्मेशन) नस तुटल्यामुळेच रक्तस्राव झाला. कोणत्याही औषधाने बरी न होणारी अर्धशिशीच्या तीव्र डोकेदुखीची माझी जुनीच सवय होती. त्या वेळी एक गोष्ट उघड झाली की माझ्या कुटुंबाच्या वैद्यकीय चिकित्सकांनी (फॅमिली फिजिशियन) निदान केले होते की, माझी डोकेदुखी ही अर्धशिशी मुळीच नव्हती, तर फक्त लहान प्रमाणात बरीच वर्षे रक्तस्राव होत असावा.

माझ्या पलंगाजवळ उभे राहून माझ्याच झटक्याविषयी सर्व चर्चा चालू होती.

पण जे काही बोलले जात होते त्यातले अर्थातच मला काहीच कळत नव्हते. माझे लक्ष शब्दांच्या पलीकडे त्यांच्या होत असलेल्या देहबोलीवर लागून राहिले होते. त्यांच्या चेहऱ्यावरील हावभाव, त्यांच्या बोलण्याच्या लकबी, त्यांचे हातवारे आणि एकमेकांकडे माहितीचे आदानप्रदान करताना ज्याप्रकारे त्यांच्या देहांची ठेवण बदलत होती ते पाहणे; वगैरे सर्व गोष्टींनी मला गुंगवून ठेवले होते. या सर्वांची मला गंमत वाटली होती. अर्थात गंमत असेलही; पण ते पाहताना मी आतून एक प्रकारे निर्धास्तही होते. कारण कुठेतरी मला भासले की, माझा झटका नक्कीच धोकादायक होता. म्हणून त्याच्यावर उपाय करण्यासाठी ही चर्चा जरुरीचीही होती. अर्थात खरोखरी तो केवळ गॅसच होता. हृदयविकाराचा झटका नव्हताच! एवढे जाणल्यावर कोणी इतका आटापिटा करीत नाही.

डॉ. ऑगिल्व्ही माझ्या झटक्यावरच्या शस्त्रक्रियेची माहिती आणि त्यातील संभाव्य धोके वगैरे विशद करत असताना खोलीतील वातावरणातला तणाव स्पष्ट जाणवत होता. ज्या वेळी त्यांनी समजावले की कवटीमध्ये छेद घेऊन (क्रॅनिऑटॉमी) जवळजवळ गोल्फ चेंडूच्या आकाराएवढा नीला-धमन्यांतील अनैसर्गिक आणि दोषपूर्ण जोडणीचा गोळा (एव्हीएम) शस्त्रक्रिया करून काढून टाकावा लागेल; तेव्हा गीगी कावरीबावरी होऊन चुळबुळ करायला लागली. अर्थात तिला काळजी वाटणे साहजिक होते. डॉ. ऑगिल्व्हींनी पुढे हेही सांगितले की जर तो गोळा शस्त्रक्रियेने काढला नाही, तर पुन्हा रक्तस्राव होण्याचा धोका होता आणि त्या वेळी माझे नशीब मला इतकी साथ कदाचित देऊ शकले नसते.

खरे सांगायचे म्हणजे माझ्यावर करायच्या उपाययोजनेतील असे सर्व बारकावे मला अजिबात समजले नव्हते. त्याचे एक कारण म्हणजे भाषा समजणाऱ्या माझ्या ज्ञानकेंद्रांच्या मज्जापेशी त्या वेळी रक्तात बुडून गेलेल्या होत्या. दुसरे असे की त्यांच्या बोलण्याचा वेगच इतका होता की मला त्यांच्या आवाजांचा आणि ओठांच्या हालचालींचा वगैरे काही थांगपत्ताच लागत नव्हता. माझ्या या अवस्थेत मला समजले ते असे की डॉ. ऑगिल्व्ही माझ्या डोक्यातले रक्त शोषून घेणारी यंत्रणा फेमोरल जवनिकेतून सरकवतील आणि रक्तस्रावात फसलेल्या नीला-जवनिकांच्या आसपास साठलेले अनावश्यक रक्त शोषून घेतील; पण माझे डोके फोडून ही शस्त्रक्रिया केली जाणार आहे हे जेव्हा मला समजले तेव्हा मला तर धक्काच बसला! कोणताही स्वाभिमानी मज्जापेशी संरचना शास्त्रज्ञ शस्त्रक्रियेसाठी आपल्या कवटीचा छेद कधीही घेऊ देणार नाही! वैज्ञानिक पातळीवरच नव्हे; तर माझ्यातल्या अंतरिक दृढविश्वासानेसुद्धा मला हे ठाऊक होते की छाती, म्हणजेच फुप्फुसे आणि हृदय हे अवयव कार्य करतात तेथील अवकाश यंत्रणा (थोरॅसिक कॅव्हिटी) पोट, म्हणजेच ओटी-पोटातील चयापचय क्रिया चालतात तेथील अवकाश

यंत्रणा (ॲबडॉमिनल कॅव्हिटी) आणि कवटीतील (स्कल्) अवकाश यंत्रणा (क्रॅनियल कॅव्हिटी) म्हणजेच मेंदूच्या आसमंतातील अवकाश, यांच्यात जे आंतरिक दाबांचे (प्रेशर) नाजूक संतुलन असते ते संतुलन, कवटीविच्छेदन शस्त्रक्रियेसारखा मोठा आघात झाल्यावर बिघडणार होते. माझ्यातल्या आंतरिक शक्तीची दाणादाण उडणार होती. शिवाय मला अशीही भीती वाटत होती की माझ्यातली आंतरिक शक्ती अशी क्षीण झालेल्या या अवस्थेत जर माझे कवटीविच्छेदन करून माझ्यावर ही शस्त्रक्रिया त्यांनी केली असती, तर नंतर माझ्यातील सर्व जाणिवांसह माझे संपूर्ण शरीर पुन्हा मूळ निरोगी स्थितीत परत कधीही येणार नाही.

मी प्रत्येकाला निक्षून सांगितले की, मी माझ्या कवटीचे विच्छेदन करायला मी कधीही परवानगी देणार नाही. झटक्यानंतर मी आधीच खंगले होते, त्यामुळे त्यावर कवटीविच्छेदनासारख्या शस्त्रक्रियेचा अगदी सुनियोजित का असेना; पण तसा आणखी एक आघात मी सहन करू शकणार नव्हते. माझ्यादृष्टीने ही वस्तुस्थिती होती; पण ही गोष्ट कोणी लक्षात घ्यायलाच तयार नव्हते. पण तरीसुद्धा मी अगतिक होते आणि खोलीतल्या या सर्व लोकांच्या कृपेवरच माझे जिवंत राहणे अवलंबून होते, ही गोष्ट लक्षात घेऊन मी मुकाट्याने गप्प बसले.

बैठक संपली, तेव्हा माझ्या कवटीविच्छेदन शस्त्रक्रियेचा पर्यायच ठरवला गेला. मी सोडून सर्वांना तो मान्य होता. माझी समजूत काढून मी शस्त्रक्रियेला होकार देण्याकरता माझी मानसिक तयारी करून घेण्याची जबाबदारी आता गीगीवर होती, हे तिथले सर्व लोक जाणून होते. प्रचंड मानसिक तणावाखाली असूनसुद्धा गीगीने अतिशय प्रेमाने मला कुशीत घेतले. साश्रुनयनांनी मला न्हाऊ घातले. माझी भीती तिला समजली होती. माझे सांत्वन करून मला शांत करण्याचा तिने प्रयत्न केला. मला म्हणाली, "सर्व ठीक होईल माझ्या पोरी. तू उगाचच काळजी करीत बसलीस तर आणखी खंगशील. नको असेल तर तू शस्त्रक्रिया करून घेऊ नकोस. काहीही झाले तरी मी तुझा सांभाळ करीन; पण तू जर डोक्यातला आर्टेरिओव्हेनस मालफॉर्मेशन (एव्हीएम) काढून टाकला नाहीस तर पुन्हा रक्तस्राव होईल. अशा वेळी तू माझ्याकडे राहायला ये. वेळ पडली तर मी तुला तुझ्या आयुष्यभर माझ्या कडेवरून न्यायला लागले तरी नेईन! माझी आई म्हणजे खरोखर एक अद्भुत व्यक्तिमत्त्व आहे; पण तरीसुद्धा तिच्या कडेवर बसून जीवन कंठणे मला मान्य होणेच शक्य नव्हते. दोनच दिवसांत मी शस्त्रक्रिया करून घेण्यासाठी तयार झाले. त्याचबरोबर पुढच्या काही आठवड्यांत शस्त्रक्रियेचा आणखी एक आघात सहन करण्याकरिता माझे शरीर ठणठणीत ठेवण्याची जबाबदारीही माझ्या होकाराबरोबर आलीच.

पुढले काही दिवस माझ्यातली ताकद माझ्या झोपेनुसार आणि जागेपणी माझ्याकडून होणाऱ्या हालचालींनुसार कमी-अधिक होत होती. माझ्या लवकरच हे

लक्षात आले की मी कोणत्याही हालचालीचा केलेला प्रयत्न अतिशय महत्त्वाचा होता. पहिल्याच दिवशी उदाहरणार्थ – पडल्या पडल्याच मला हलव, हलव करीत शरीर जोरजोरात हलवायला लागले, तेव्हा कोठे मला डोके वर करून ते जरा वर उचलायची ताकद आली. शरीर हलवत बसण्याच्या या खेळात हे लक्षात घेऊन तो खेळ मी खेळायचा होता की शरीर हलवण्याची ही क्रियाच फक्त महत्त्वाची क्रिया आहे. त्या खेळाचे अंतिम ध्येय मी स्वत:हून बसण्याचे होते. त्यावर आत्ताच लक्ष केंद्रित करणे शहाणपणाचे नव्हते. कारण ते माझ्यातल्या आताच्या ताकदीच्या आवाक्यातले नव्हते. मी जर स्वत:हून बसण्याचेच ध्येय ठेवून शरीर उचलायची घाई केली असती, तर पुन:पुन्हा प्रयत्न करूनही मला ते साध्य झाले नसते, मी निराश होऊन प्रयत्नच सोडून दिले असते तर माझ्यात ताकद आलीही नसती. म्हणून स्वत:हून बसण्याचे ध्येय गाठण्यासाठी शरीराच्या करावयाच्या हालचाली मी प्रथम शरीर नुसतेच हलवणे आणि नंतर उचलून धरणे यासारख्या क्रमाने छोट्या-छोट्या हालचालींच्या सरावाने केल्या. झोपेशी निगडित हालचाली केल्यामुळे मला त्यात शेवटी यश आलेच. माझी मी नियमितपणे बसायला शिकले. माझी पद्धत अशी होती की शरीर पडल्यापडल्या जागच्या जागीच हलवायचे. एकदा का शरीर हलवण्याच्या क्रियेची सवय झाली की, ती करताना मी उत्साहित होत असे. त्यानंतर माझे शरीर स्वत:हूनच उचलून धरायला नैसर्गिकपणे मी धजावू लागले. मग मी त्याचीच सवय लावून घ्यायला लागले. मग ते करतानाही उत्साह वाटायला लागला. त्यातूनच पुढे मी बसायची सवय केली आणि मी सहजपणे बसायलाही शिकले. गरज होती ती प्रत्येक हालचालीत प्रावीण्य मिळवल्यावरच पुढली पायरी चढण्याची. नवीन हालचालींत माझ्या अंगात सहजता येईपर्यंत व्यवस्थितपणे पुन:पुन्हा प्रयत्न चालू ठेवणे, मला आवश्यक होते. प्रत्येक हालचालीच्या प्रयत्नाला वेळ लागत होता. त्यात शक्तीही खर्च होत होती. त्यामुळे केलेला प्रत्येक प्रयत्न माझी झोपेची गरजही वाढवीत होता.

चौथा दिवस उजाडला तरीही मी बराच वेळ झोपूनच होते. माझ्या मेंदूला आता कमी उत्तेजना पुरत होती. म्हणजे मी उदास झाले होते वगैरे काही नव्हते; तर माझा मेंदू आधीच संवेदनांच्या ओझ्याखाली इतका दबला गेला होता की बाहेरून त्याला उत्तेजित करणाऱ्या संवेदनांची दखल घेणेच अशक्य होऊन बसले होते. गीगी आणि माझे एका गोष्टीत एकमत झाले होते की माझ्या मेंदूला बरे होण्याकरिता काय काय करायला हवे त्याचा तो स्वत:च एक उत्तम जाणकार होता. दुर्दैवाने, झटक्यामधून वाचलेल्या रुग्णांना त्यांच्या मनाप्रमाणे झोप घ्यायला परवानगी नसते; पण माझ्या बाबतीत आम्हाला वाटले की माझी झोप ही नवनव्या उत्तेजनांपासून मेंदूला मिळालेली विश्रांती होती. आम्ही दोघींनी एक गोष्ट मान्य केली होती की

माझ्या मेंदूला झालेला आघात अजूनही ताजाच होता. त्याच्यापर्यंत पोहोचणाऱ्या संवेदना नेमक्या कोणत्या स्वरूपाच्या आहेत याबद्दल त्याची स्थिती संपूर्णपणे गोंधळाची होती. आम्ही हेही समजून होतो की माझ्या मेंदूला शांतपणाची गरज होती म्हणजे त्याला त्याच्यावर झालेल्या आघाताचे नीटपणे आकलन करून घेण्यास अवसर मिळणार होता. झोप म्हणजे वेळ घालवण्याचे साधन होते. तुम्ही आपापली कामे करीत असताना वेळच्या वेळी गोष्टींची योग्य ठिकाणी नोंद घेणे, ठेवणे किंवा वस्तू जागच्या जागी ठेवणे, त्यांची योग्य ती विल्हेवाट लावणे वगैरे गोष्टी वेळच्या वेळी जर केल्या नाहीत तर काय गोंधळ उडतो याची कल्पना तुम्हाला आहेच. आघातामुळे माझ्या मेंदूच्या बाबतीत नेमकी अशीच काहीशी परिस्थिती उद्‌भवली होती; त्याला सर्व संवेदनांतील माहिती एकत्रित करून त्यातून अर्थबोध करणे वगैरे गोष्टी करण्यासाठी वेळ हवा होता.

शारीरिक आणि मानसिक प्रयत्नांतून मला निवड करायची होती; पण दोन्हीही प्रयत्नांतून मी थकून जात असे. माझ्या शारीरिक प्रयत्नांतून माझी चांगली प्रगती झालेली होती. उदाहरणार्थ, माझे शरीर आता बऱ्यापैकी स्थिर झाले होते. मी अवघडून का होईना पण स्वत:हून पलंगावर उठून बसू लागले होते. धरून धरून उभी राहात होते आणि मदतीने चार पावले चालूही शकत होते. माझा आवाज त्यामानाने अगदीच क्षीण होता, कारण मला अजून हवा बाहेर ढकलणे जमत नव्हते. त्यामुळे हळू, अस्फुट आणि अस्पष्ट असे आवाज माझ्या तोंडातून निघत होते. माझे बोलणे तुटक-तुटक होते आणि त्याकरिता मला फार कष्ट करायला लागत होते. योग्य शब्दाकरता मी धडपडत होते आणि कित्येक वेळा अर्थाचा गोंधळ होत होता. उदाहरणार्थ – मला आठवते की मी 'पाण्या'चा विचार करीत असे; पण बाहेर येणारे शब्द असत 'दूध' अथवा वगैरे.

जाणिवेच्या स्तरावर मी माझ्या अस्तित्वाचेच आकलन करून घ्यायला धडपडत होते. मी भूत आणि भविष्याच्या संदर्भात विचारच करू शकत नव्हते. त्यामुळे माझ्या आत्ताच्या या क्षणाची जुळवणूक करताना मी अक्षरश: थकून जात होते. विचार करणे ही प्रक्रिया मला अवघड वाटत होती. तरीही जाणिवांच्या बाबतीत माझी नक्की प्रगती होत होती. माझे डॉक्टर मला तीन गोष्टी लक्षात ठेवायला सांगत होते आणि ते उठून जाताना त्या कोणत्या गोष्टी होत्या ते विचारायला विसरत नसत. या गोष्टीची आता मला सवय झाली होती. गीगी म्हणत होती, की ज्या दिवशी फायरफायटर, ॲप्पल आणि थर्टी थ्री व्हिपुरविल ड्राईव्ह हे शब्द डॉक्टर मला आठवून ठेवायला देतील, त्या वेळी मी बरी झालेली असेन. तोपर्यंत कोणत्याही तीन गोष्टींची नावे आठवण्यात मी अयशस्वीच ठरले होते; पण त्या दिवशी मी ठरविले की तो काय म्हणतो याकडे अजिबात लक्ष द्यायचे नाही. फक्त

डॉक्टर सांगत होते ते शब्द आठवणीतून अचानक नाहीसे होतील तिथपर्यंत पुन:पुन्हा मनातल्या मनात उच्चारत राहायचे. आमची भेट संपली तेव्हा त्याने मला ते परत उच्चारायला सांगितले; पण या वेळी आत्मविश्वासाने मी 'फायरफायटर,' 'ॲप्पल' आणि 'थर्टी थ्री व्हिपुरविल ड्राईव्ह' हे शब्द उच्चारले. त्यावर मी हेही म्हणाले की, जरी मला माझा नेमका पत्ता आठवता आला नाही तरी मला हवे ते घर सापडेपर्यंत मी त्या रस्त्यावरील अगदी प्रत्येक घराचे दार ठोठावे. ही माझी प्रगती पाहून जज गीगीला हायसे वाटले. तिने एक दीर्घ नि:श्वास सोडला. तिला वाटले की माझ्या मेंदूची हुनर परत आली आहे. मी जगात पुन्हा एकदा माझे आयुष्य व्यवस्थितपणे व्यतीत करण्याइतकी बरी होईन, असा विश्वास तिच्या मनात जागा झाला होता.

त्याच दिवशी ॲन्ड्र्यू मला नेहमीप्रमाणे भेटायला आला होता. तो माझ्याबरोबर एक खेळ खेळणार होता. त्या खेळामागचा हेतू माझ्या नैसर्गिक जाणिवांच्या प्रवृत्तींची जडणघडण कशी होत आहे ते पाहणे हा होता. याकरता शंभरापासून उलट आकडे म्हणायला तो सांगणार होता. ही गोष्ट विशेष करून मला कठीण होती. कारण गणितात गती असणाऱ्या माझ्या मेंदूतल्या मज्जापेशींचे कायमस्वरूपी नुकसान झाले होते. पहिली काही उत्तरे मी दुसऱ्या कोणाला विचारली आणि पुढच्या वेळी ॲन्ड्र्यू आला त्या वेळी मी सांगितलेले तीन किंवा चार आकडे अक्षरश: बरोबर निघाले! मी अर्थात ताबडतोब मान्य केले की मी त्याची फसवणूक केली होती. पण उत्तराची सुरुवात कशी आणि कोठून करायची हेच मला समजत नव्हते; पण माझ्या दृष्टीने ही गोष्ट महत्त्वाची होती की ॲन्ड्र्यूला हे कळणे महत्त्वाचे होते की माझ्या मनातले काही भाग कार्यच करत नव्हते; पण माझ्या मनातले दुसरे काही भाग म्हणजे या विशिष्ट बाबतीत विचार करता फसविण्याची प्रवृत्ती माझ्यात निर्माण होण्यासारखे, उदाहरणार्थ, हे प्रश्नाचे उत्तर शोधण्याच्या कामातली माझी अगतिकतेची जागा भरून काढत होते.

पाचवा दिवस हा शस्त्रक्रिया सोसायला आवश्यक असलेली ताकद कमावण्याकरिता मला घरी पाठविण्याकरिता निश्चित केलेला दिवस होता. एका फिजिओथेरपिस्टने मला धरून धरून जिने चढायला शिकविले आणि मला गीगीच्या ताब्यात दिले. घरी जाताना बोस्टनच्या त्या गर्दीच्या रस्त्यांतून आई गाडी इतक्या वेगात चालवीत होती की मी माझ्या जीवाला घाबरून अंग चोरून घेतले होते. रस्त्यावरील उजेडाचा त्रास होऊ नये, म्हणून माझा चेहरा झाकलेला होता, म्हणून मी जास्तच घाबरले होते आणि संबंध प्रवासात प्रार्थना करीत होते.

■

उतार पडल्यावर शस्त्रक्रियेची तयारी

आम्ही आमच्या विंचेस्टर येथील भाड्याने घेतलेल्या घरी १५ डिसेंबर १९९६ रोजी आलो. शस्त्रक्रियेकरिता तयारी करायला दोन आठवड्यांहूनही कमी अवधी आता माझ्याकडे राहिला होता. दोन कुटुंबांनाही पुरेल एवढे मोठे असलेले ते घर दुसऱ्या मजल्यावर होते. म्हणून मला जिन्याच्या पायऱ्यांवर बसून धरून धरून वर चढून जावे लागे. (मात्र माझ्या फिजिओ थेरपिस्टने असे काही मी करावे असे आदेश मला कधीच दिले नव्हते!) शेवटची पायरी चढून होईपर्यंत मी फार दमून गेले आणि मला झोप घ्यावी असे तीव्रतेने जाणवले; पण शेवटी मी घरी आले होते. घर ही आता माझ्याकरता अशी जागा होती जिथे मी इच्छा झाली तर रांगूही शकत होते किंवा कोणी माझी झोप मोडूही शकत नव्हते; पण मला इथे फक्त हवी होती माझ्यात ताकद येण्याकरिता आवश्यक असलेली शांतता. माझ्या पलंगावर माझे शरीर झोकून दिले मात्र, लगेचच झोपेने मला कवेत घेतले होते.

गीगी माझी काळजी घ्यायला आता माझ्याजवळ होती, हे माझे भाग्यच म्हणायला हवे. तिला जर तुम्ही विचारलेत तर ती सांगेल की तिने नेमके काय करायला हवे होते, याची काहीही कल्पना तिला नव्हती. तिच्या दृष्टीने जसजशी गरज पडेल तसतशा गोष्टी आपोआप उलगडत जातील हे महत्त्वाचे होते. तिला अनुभवाने माहिती होते की 'अ'पासून 'क'पर्यंत जायला मला प्रथम 'अ' नंतर 'ब' आणि मग नंतर 'क' असेच शिकावे लागेल. माझा मेंदू जणू लहान बालकाप्रमाणे झाला होता आणि मला जवळजवळ सर्वच गोष्टी पुन्हा अगदी पहिल्यापासून शिकायला लागणार होत्या. 'येरे माझ्या मागल्या'सारखी माझी अवस्था झाली होती. चालणे, बोलणे, वाचणे आणि लिहिणे या गोष्टीही पहिल्यापासून शिकायच्या होत्या. शारीरिक क्षमता पुन्हा प्राप्त करून घेणे ही प्रगतीतील सर्वसाधारण टप्पे

गाठण्याची गोष्ट होती. मला प्रत्येक टप्प्यातून जाताना त्या त्या स्तरावर योग्य ते प्रभुत्व मिळवणे भागच होते, कारण त्यामुळे मला मग पुढचा टप्पा नैसर्गिकपणे उलगडला जाणार होता. अगदी शिस्तबद्धपणे प्रथम मला शरीर डाव्या आणि उजव्या बाजूला हलवायला शिकावे लागले. मग स्वत:हूनच ते कमरेपर्यंत उचलून धरायला शिकावे लागले. मग त्याचीच सवय लावून घ्यायला लागले. त्यातूनच पुढे मी बसायची सवय केली आणि मी सहजपणे बसायला शिकले. बसायची सवय झाल्यावर उभे राहायला शिकण्याअगोदर मला शरीर पुढे-मागे हलवायला शिकावे लागले होते. पहिले पाऊल उचलण्याअगोदर मला थोडा वेळ स्थिरपणे उभे राहण्याची सवय करावी लागली. जिने चढायला शिकण्याअगोदर मला जिन्यावर एक पाय टाकून स्थिर उभे राहायला शिकावे लागले.

महत्त्वाची गोष्ट ही होती की प्रयत्न करण्याची इच्छा माझ्यात असणे आवश्यकच होते. प्रयत्नांतच सर्व काही होते. प्रयत्न करणे म्हणजे माझ्या मेंदूला सांगणे होते, की माझ्याकरिता हे कार्य महत्त्वाचे होते. मला हे घडायला हवे आहे. मला पुन्हा प्रयत्न, प्रयत्न आणि काहीही साध्य नाही झाले तरी हजारो वेळा प्रयत्न केल्यावरसुद्धा अगदी थोडीशी प्रगती साध्य होत होती. पण प्रयत्नच केला नसता तर कोणतीच गोष्ट हाती लागली नसती.

गीगीने मला चालायला शिकविले. माझ्या पलंगापासून स्वच्छतागृहापर्यंत मला धरून घेऊन जाऊन ती पुन्हा परत आणीत असे. एका दिवसाकरिता म्हणून तो भरपूर व्यायाम होत असे! नंतर त्याच्यावर सहा तास झोप! पहिले काही दिवस असेच चालले होते. भरपूर झोप, न्हाणीघरापर्यंत जाऊन येण्यात बरीच शक्ती खर्च व्हायची आणि आहार घेण्यातही ती थोडी खर्च व्हायची. मग थोडे लाड – गीगीने जवळ घेणे, तिच्या कुशीत मी डोके खुपसून बसणे वगैरे चाले. मग पुन्हा रात्रभर झोप की पुन्हा नवा दिवस उजाडत असे. न्हाणीघरापर्यंतची मजल एकदा मला जमल्यावर एक दिवस माझी मीच आमच्या राहण्याच्या खोलीत सोफ्यावर जाऊन बसले. तिथे बसून चक्क मी जेवू शकले. सुरी-काट्यांना हातात नीट पकडून त्यांचा उपयोग करताना अर्थातच बरीच कसरत करावी लागली.

गीगी आणि मी आम्ही दोघींनी मिळून माझ्याकरिता जी सहनशीलता दाखवली ना तेच दिवसेंदिवस माझ्यात होत असलेल्या प्रगतीचे खरे गमक होते. मला जे जमत नव्हते त्याबद्दल आम्ही दोघी एकमेकींवर कधीही संतापलो नव्हतो; उलट मला जेव्हा जेव्हा जमते आहे असे वाटले तरी तो चमत्कार झाल्याचा आनंद आम्हाला वाटे. कोणताही आघात झाल्याच्या क्षणी माझ्या आईचे नेहमी म्हणणे असायचे, 'याहून कितीतरी अधिक नुकसान झाले असते, ते मात्र टळले.' माझ्या झटक्याच्या संदर्भातसुद्धा वरवर पाहता यातून बरे होण्याची आशा जरी कितीतरी

कमी आहे असे दिसत होते, तरीही आम्हा दोघींचे हेच मत होते की याहून अधिक वाईट स्थिती होऊ शकली असती, ती तरी टळली होती. मला हे मान्य केलेच पाहिजे की माझ्यावर झालेल्या झटक्याच्या आघातानंतरच्या सर्व प्रसंगांतून जाताना गीगीने खरोखर कोणालाही थक्क करायला लावेल असा समजूतदारपणा दाखवला होता. मी आम्हा तीन भावंडांत सर्वांत लहान आणि मी माझ्या रांगायच्या वयात असताना गीगी फारच कामात गर्क असायची. अशा या प्रसंगात का होईना; पण तिच्यावर अवलंबून राहताना तिच्यातली 'आई' अनुभवण्याची गोड संधी पुन्हा एकदा मला मिळाली होती. गीगी आग्रही; पण प्रेमळ होती. तिने तिचा आवाज कधीही वर चढू दिला नव्हता की, माझ्यावर टीकाही केली नव्हती. मी जखमी होते आणि हे तिला बरोबर समजत होते. ती शांतपणे प्रेमाने माझ्या पाठीवरून हात फिरवायची. मला एखादी गोष्ट जमली किंवा नाही जमली तरी तिच्या वागण्यात कोणताही फरक पडत नव्हता. माझ्या बरे होण्याच्या प्रक्रियेत आम्ही दोघी गुंग होतो. प्रत्येक क्षण नवीन आशा पल्लवित करीत होता. नव्या शक्यताही तो निर्माण करीत होता.

मला प्रोत्साहित करण्याकरिता गीगी, मी कमावलेल्या कौशल्यांच्या संदर्भात आणि मनातून मी किती सक्षम आहे, हे माझ्या मनावर पुन्हा ठसावे म्हणून त्याविषयी नेहमी बोलत असे. काल मला कोणती गोष्ट जमली नव्हती आणि आज मी काय साध्य केले होते, हे मला समजावून देण्यात तर ती अगदी असामान्य स्त्री होती. उंच आकाशात भरारी मारत असतानासुद्धा जमिनीवरील सूक्ष्म सावज जसे एखाद्या गरुडाच्या तीक्ष्ण नजरेला दिसते, तसेच मी कोणती गोष्ट करू शकते आणि माझे ईप्सित लक्ष्य गाठण्याच्यामध्ये कोणकोणत्या आडकाठ्या आहेत हे समजण्याकरता लागणारी गरुडाची तीक्ष्ण नजर माझ्या गीगीकडे होती. ज्या ज्या गोष्टी मी आत्मसात केल्या, त्या त्या वेळचा प्रत्येक क्षण आम्ही आनंदाने साजरा केला. पुढे नेमके काय साध्य करायचे होते, हे माझ्याकरता ती नक्की करीत असे. ती मी आत्मसात करण्याकरिता मी कोणती गोष्ट कशी करायची हे मला समजावून देण्यातही तिने माझ्यावर अतिशय मेहनत घेतली. त्या गोष्टींचा अभ्यास करत असताना त्यातल्या अगदी बारीकसारीक बारकाव्यांवर ती नजर ठेवून असे. तो करताना वेळोवेळी ती पुन्हा मला मार्गावर आणत असे. झटक्यातून वाचलेल्या कित्येक लोकांची एक प्रमुख तक्रार असते, ती म्हणजे ते आता बरेच होत नाहीत. मला मात्र राहून राहून नेहमी हे आश्चर्य वाटते की खरा प्रश्न हा तर नसेल ना की यांच्या बाबतीत छोट्या छोट्या आत्मसात करावयाच्या गोष्टींकडे त्यांनी बारकाईने लक्ष द्यायचे तर राहून गेले होते? कारण तुम्ही काय आत्मसात करू शकता आणि कोणती गोष्ट शिकणे तुमच्या आवाक्याच्या बाहेरचे आहे यातली सीमारेषा जर नीट

ठरवली गेली नसेल, तर तुम्ही पुढे नेमके काय करायला हवे हे तुम्हाला समजणारच नाही आणि बरे होण्याच्या प्रक्रियेची गाडी घसरून निराशाच पदरी येईल.

माझ्याकडे हवेने फुगवून जाड करायची एक चादर होती. गीगीने मला त्यात हवा भरून दिली. माझ्या पलंगाशेजारीच जमिनीवर झोपण्याकरता स्वत:चे अंथरूण तिने घातले होते. ती सर्व गोष्टींची नीट काळजी घेत होती. गृहोपयोगी वस्तूंची यादी बनवणे, टेलिफोन घेणे, सर्व खरेदीचे पैसे वेळेवर चुकते करणे वगैरे गोष्टींचाही समावेश होता. गीगी फार विचारी बाई होती. माझ्या बाबतीत समजूतदारपणाने वागून मला झोप, झोप आणि जास्तीतजास्त झोप कशी मिळेल हे ती पाहत होती. शिवाय, या आघातातून बरे होण्याकरिता नेमके काय हवे आहे ते माझ्या मेंदूला स्वत:लाच ज्ञात आहे, या गोष्टीवर आम्हा दोघींचा दृढ विश्वास होता. झोपेमुळेच मी आघातातून बरी होणार होते, यावर आमचा पूर्ण विश्वास होता.

घरी आल्यावर, माझ्या मेंदूने त्याला हवा तसा स्वत:चा नित्यक्रम ठरवावा अशी मुभा आम्ही त्याला दिली होती. मी साधारण सहा तास झोपत होते आणि जाग आल्यावर वीस एक मिनिटे त्या जागृतावस्थेत जात. सर्वसाधारणपणे संपूर्ण झोपेचे एक आवर्तन पूर्ण होण्याचा काळ हा ९० ते ११० मिनिटांचा असतो. जर मला बाहेरील संवेदनांमुळे अर्धवट झोपेतून जाग आली तर मला पुन्हा झोप येत होती आणि माझ्या झोपेचे नवे आवर्तन तिथून सुरू होत असे; पण अशा वेळी जर झोप आलीच नाही तर मस्तकशूळ उठल्यासारखे माझे डोके ठणकत असे. मी फार बेचैन होत असे आणि त्या उत्तेजनातून सावरणे मला कठीण जात असे आणि मला कोणत्याही गोष्टीवर लक्ष केंद्रित करायलाही त्रास होत असे. माझी अशी झोपमोड होऊ नये म्हणून मी कानात कापसाचे बोळे घालून झोपत असे. गीगीसुद्धा दूरदर्शनसंचाचा आवाज कमी ठेवून तो पाहत असे आणि शिवाय टेलिफोनचा आवाजही तिने कमी करून ठेवला होता.

पहिले काही दिवस गाढ झोपेचे घालवल्यावर माझ्यात थोडी ताकद आली होती आणि आता मी जास्त वेळ जागी राहत होते. माझी आई कडक शिस्तीची होती. तिला शक्तीचा किंवा वेळेचा अपव्यय झालेला सहन होत नसे. मी जागी असले म्हणजे तिच्या दृष्टीने शिकायला योग्य अशी मी विद्यार्थी असायचे. माझ्या हातात काहीतरी देऊन काहीतरी व्यायाम करायला मला ती लावीत असे. अन्यथा शरीराने करावयाच्या कसरती ती माझ्याकडून करवून घ्यायची. पण तरी सुद्धा, जेव्हा मला झोप यायची तेव्हा ती मला थांबवायची आणि शांतपणे झोपू देत असे. तिला कळत होते की माझ्या मेंदूवर जितका देता येईल तितका भार देऊन झालेला आहे. आता त्याला विश्रांती मिळून तो ताजातवाना झाल्यावर अधिक कार्यक्षम बनेल.

गीगीच्या सहवासात जुन्या आठवणी यायच्या. त्यातसुद्धा अगदी जुन्यातल्या जुन्या आठवणींना उजाळा मिळत असे. त्यामुळे जीवनाच्या विविध पैलूंचे अंदाज घेण्यात एक अद्‌भुत गंमत येत असे. माझ्याशी बोलताना तिच्या चटकन लक्षात आले होते की कोणते विचार माझ्या डोक्यात घोळत आहेत ते तिला समजून घ्यायला केवळ 'होय' किंवा 'नाही' असे प्रश्न मला विचारण्यात काहीच अर्थ नव्हता. कारण तिच्या दृष्टीने, एक तर अशा प्रश्नांकडे मला नुसता मख्ख चेहरा करून बसणे सहज शक्य होते किंवा मला तो प्रश्न आवडला नसेल तर तोंड फिरवून फुरंगटून बसणेही मला शक्य होते. तिच्या बोलण्यावर माझे लक्ष खिळून राहवे आणि मनापासून मी ते साठवून ठेवण्याचा प्रयत्न करावा म्हणून उत्तराचे अनेक विकल्प असलेले प्रश्न ती मला विचारीत असे.

दुपारी जेवायच्या वेळी ती म्हणायची की तू मिनेस्ट्रोन सूप घे. मग माझ्या मेंदूतील दफ्तरातल्या प्रतिमांत मी धुंडाळायला लागायची की मिनेस्ट्रोन सूप म्हणजे काय? आणि ते कसे असते? एकदा माझ्या मनात ती संकल्पना ठसली म्हणजे मी त्याला दुसरा कोणता पर्याय आहे ते शोधायची किंवा तू चीज घालून शेकवलेले सॅन्डविच घे. पुन्हा मी माझ्या मेंदूच्या दफ्तरात धुंडाळायला लागायचे की चीज घालून शेकवलेले सॅन्डविच म्हणजे काय? एकदा का प्रतिमांची जुळवाजुळव समाधानकारक झाली की ती काय म्हणते आहे हे माझ्या लक्षात येई. 'तू ट्युना घालून बनवलेले सलाड घे.' मग मी ट्युना, ट्युना आठवायला लागायचे. एकदा माझ्या मनश्चक्षूंसमोर कोणतीच प्रतिमा तरळली नाही. मला आठवतंय मी आईला विचारले होते की "ट्युना म्हणजे काय?" गीगी म्हणाली, "अग बाई, ट्युना म्हणजे, ट्युना नावाचा समुद्रातला मासा नव्हे का? त्याचे पांढरे शुभ्र मांस मेयॉनिज, कांदा आणि सेलरीची पाती घालून एकत्र कालविलेले असते ते." पण ट्युना सलाडशी मिळतीजुळती कोणतीच प्रतिमा माझ्या डोळ्यांसमोर स्थिर होत नव्हती. म्हणून मी ट्युना सलाडच जेवताना घेईन असे सांगितले. तीच आमची योजना होती. मला जुनी प्रतिमा उपलब्ध झाली नाही, तर त्याची नवीन प्रतिमा बनवायची.

टेलिफोन नेहमी वाजत असायचा. तो आला की गीगी त्याच्यावर जणू झडप टाकून तो उचलीत असे. त्याच्या माध्यमातून दररोज सर्वांना ती, मी केलेल्या प्रगतीची माहिती सांगत असे. माझी प्रगती कशी आणि काय काय झाली आहे हे जाणून घेण्यासाठी उत्सुक असलेल्या माणसांशी बोलायला मिळणे, हे गीगीच्या दृष्टीनेही महत्त्वाचे होते. गीगीच्या प्रगतिशील वागण्याने मला उत्साही ठेवण्यात फारच मदत झाली. दिवसामागून दिवस जात होते. दररोज ती माझ्या गोष्टी मला सांगायची. त्यामुळे आजपर्यंत मी किती मजल मारली आहे याची मला आठवण

होत असे. कधी कधी आमचे चाहते, हितचिंतक किंवा माझे सहकारी भेटायला येत असत; पण ही सामाजिक चर्चा माझ्यातली ताकद कमी करते आहे आणि त्यातून मी जास्तच गळून गेल्यासारखी होते आणि म्हणून मी व्यायामात टाळाटाळ करते, हे गीगीच्या चटकन लक्षात आले. तिने ठरवले की माझे मन स्थिरस्थावर होणे हे हितचिंतकांच्या भेटींपेक्षा जास्त महत्त्वाचे होते. म्हणून ती मला भेटायला आलेल्या पाहुण्यांच्या बाबतीत सक्त नजर ठेवून वागायची. माझ्या दरवाजावर तिचा खडा पहारा असे; पण त्यामुळे मला भेटणारे खरोखरच हळूहळू कमी झाले. माझी ताकद कमी करण्यात दूरदर्शन संचाचेही चांगलेच योगदान होते. शिवाय मी टेलिफोनवर बोलूच शकत नव्हते. कारण समोरचा मनुष्य काय बोलतो आहे ते समजायला, त्याच्या ओठांची बोलताना होणारी हालचाल मी बघणे हे मला महत्त्वाचे होते. मला बरे होण्याकरिता कोणकोणत्या गोष्टी आवश्यक आहेत आणि कोणत्या नाहीत, याची आम्हा दोघींना चांगलीच जाण होती.

कसंही असेल पण आम्ही दोघी मनोमन हे नक्की जाणून होतो की सर्वप्रथम माझ्या मेंदूतली जखम लवकरात लवकर भरून येणे आणि नंतर माझ्या मज्जासंस्थेचे आव्हान लवकरात लवकर स्वीकारणे हे अत्यंत महत्त्वाचे आहे. जखमेमुळे माझ्या मज्जापेशींना इजा झाली होती; तरी तांत्रिकदृष्ट्या पाहता त्यातल्या अगदी कमी मज्जापेशी खरोखरी मृत झाल्या होत्या. नियमांप्रमाणे मला फिजिओथेरपी, ऑक्युपेशनल थेरपी किंवा नीट शब्दोच्चार यावेत म्हणून वाचाशुद्धी उपचार (स्पीच थेरपी) यांपैकी कोणतेही उपाचार हे माझ्यावरची शस्त्रक्रिया पूर्ण होऊन एकदोन आठवडे उलटल्याशिवाय उपलब्ध होणार नव्हते; पण मध्यंतरीच्या अवकाशात माझ्या मज्जापेशी शिकायला अगदी उत्सुक होत्या. मज्जापेशी या दुसऱ्या मज्जापेशींबरोबर जोडण्यांच्या माध्यमातून जोडल्या गेल्यावर (कनेक्टेड थ्रु सर्किट) फुलून येतात. पण उत्तेजित न होऊन जोडल्याच गेल्या नाहीत तर एकाकी पडून त्या मरतात. गीगी आणि मी माझा मेंदू पुन्हा कार्यक्षम बनविण्यासाठी अतिशय उत्सुक होतो. म्हणून आम्हाला मिळालेल्या प्रत्येक क्षणाचा आम्ही फायदा करून घेतला आणि कमावलेल्या ताकदीचा अपव्यय टाळून तो फायदा अधिक वृद्धिंगत केला.

माझा मित्र स्टीव्हला दोन लहान मुली होत्या. त्याने त्याच्या मुलींची पुस्तके आणि खेळणी माझ्यासाठी आणली होती. त्यात काही कोडी आणि खेळही होते. गीगीला आता माझ्या बौद्धिक वयाबरहुकूम मला करता येतील अशा अनेक वस्तूंचा खजिनाच उपलब्ध झाला होता. तिची कार्यपद्धती अशी असायची की मी जर जागी असेन आणि माझ्यात जर बऱ्यापैकी उत्साह असेल तेव्हा ती माझ्याकडून तो व्यायाम करून घेत असे.

माझ्यातली ताकद ही शारीरिक किंवा बौद्धिक कसरतीत फरक करीत नसे.

ऊर्जेचा उपयोग म्हणजे ऊर्जा खर्च होणेच असते. म्हणून ताकदीचा वापर जपून करावा लागे. त्यात, आम्हाला समतोलही सांभाळावा लागे. गीगीच्या मदतीने घराच्या आसपास मी फिरायला लागल्यावर, ती मला माझ्या आयुष्याच्या प्रवासालाच घेऊन निघाली. आम्ही कलेच्या प्रांगणात सुरुवात केली. रंगीत काचा कापून त्यांच्या वेगवेगळ्या आकाराच्या तुकड्यांना जोडून खिडकी, दरवाजाची सुंदर, रंगीबेरंगी, नक्षीदार कलात्मक तावदाने वगैरे बनविण्याकरिता लागणारी सर्व सामुग्री असलेल्या दालनात ती मला घेऊन गेली. त्या ठिकाणी सर्वत्र नजर फिरवल्याबरोबर मी अगदी अचंबितच झाले. पाहवे तिकडे अतिसुंदर आणि मनोहारी दिसणाऱ्या, काचांच्या कलाकुसरींनी सजवलेल्या भिंती, तावदाने आणि झुंबरांनी भरलेली ती जागा होती! टेबलांवर इतस्तत: कापावयाच्या आणि कापून तुकडे केलेल्या रंगीत काचांचा खच पडलेला होता. किती आनंददायी वातावरण होते ते! मी एक कलाकार बनले होते. नंतर ती मला माझ्या संगीताच्या खोलीत घेऊन गेली. तिथे मी माझ्या गिटारच्या तारा छेडल्या. मग मी व्हायोलिनवर बो फिरवून पाहिला. माझ्या या जादूई आयुष्यात मी पूर्णपणे गुंगून गेले होते. मला आता लवकरात लवकर बरे होण्याची घाई झाली होती.

माझ्या मनाच्या खोल कप्प्यांतील जुन्या दफ्तरांतून आठवणी निवडून काढणे गुंतागुंतीचे आणि नाजूक काम होते. माझ्या मेंदूत नीटपणे साठवून ठेवलेल्या माझ्या झटक्यापूर्वीच्या सर्व आयुष्यात अनुभवलेल्या त्या स्मृतींना त्यांच्या दफ्तरातून बाहेर काढण्याकरता काय करता येईल याबद्दल मी आश्चर्यच करत होते. मी हे जाणत होते की, माझ्यात ते सर्व ज्ञान साठवलेले होते. प्रश्न हा होता की ती सर्व माहिती पुन्हा कशी अवगत करून घ्यायची? माझ्यावर डोक्यातली नस तुटून, रक्तस्राव होऊन झालेल्या तीव्र आघाताला आता आठवडा होऊन गेला होता; पण माझ्या मज्जापेशी अजून पूर्ववत कार्यक्षम झालेल्या नव्हत्या. कारण अजूनही गोल्फच्या चेंडूएवढी मोठी नीला-रोहिण्यांतील अनैसर्गिक आणि दोषपूर्ण जोडणी किंवा संरचना (एव्हीएम) तिथेच होती. माझ्यादृष्टीने विचार करता, मला वाटले की सध्याचा प्रत्येक क्षण हा अत्यंत मौल्यवान अनुभवाचा क्षण होता. तो माझ्या इतर अनुभवांपासून अगदी भिन्न होता. एकदा का माझे पूर्वायुष्य उलगडले की मी नव्या मौल्यवान क्षणांत जाणार होते. जुन्या आठवणी मनाच्या डोळ्यांपुढे प्रतिमांच्या स्वरूपात किंवा मनाला स्पर्शून जाणाऱ्या अनुभवक्षम जाणिवांच्या स्वरूपात तरळत होत्या; पण तितक्यातच त्या चटकन नाहीशाही होत होत्या.

एक दिवस सकाळी गीगीला वाटले की लहान मुलांचे एखादे कोडे सोडवणे मला जमेल. म्हणून तिने त्या कोड्याचा खोका माझ्या हातात ठेवला आणि 'खोक्यावरील चित्राकडे पाहत राहा' असे मला सांगितले. तिने मग मला तो खोका

त्यावरचे झाकण उकलून काढून उघडायला मदत केली. माझ्या मांडीवर त्यातील चौरस ताट ठेवून खोक्यातील सर्व वस्तू त्यात तिने उपड्या केल्या. माझी बोटे अशक्त होती. बोटांना पाहिजे तसे अलगद हलवणेसुद्धा मला कठीण जात होते; पण म्हणूनच ते कोडे माझ्यासाठी एक आव्हान होते. मी माकडउड्या मारण्यात लहानपणी पटाईत होते. ते मला चांगले जमायचे.

गीगीने मला समजावून सांगितले की ते चित्राचे वेगवेगळ्या आकारातील तुकडे नीट बसवले म्हणजे त्या खोक्यावर दिलेले संपूर्ण चित्र तयार होणार होते. तिने मला सांगितले की प्रथम सर्व तुकड्यांची पुढची बाजू वर असेल असे लावून घे. मी विचारले, ''पुढची बाजू म्हणजे कुठली बाजू?'' तिने एक तुकडा उचलला आणि पुढच्या आणि मागच्या बाजूत काय फरक आहे ते मला दाखवले. एकदा तो फरक माझ्या डोक्यात बसला तेव्हा कोड्याचा मी प्रत्येक तुकडा निरखून बघितला आणि कोड्याचे बाराही तुकडे पुढील बाजू वर असलेले करून ठेवले. बापरे! केवढा हा पराक्रम! ही गोष्ट अगदी क्षुल्लक वाटेल अशी पण मानसिक व शारीरिक संतुलन साधणारी गोष्ट माझ्याकरिता अतिशय कठीण होती. एकाग्रतेने ते बारा तुकडे त्यांची पुढील एकच बाजू वर करून ठेवण्याकरिता कितीतरी वेळ व्यग्र राहावे लागल्यामुळे मला जरी दमायला झाले होते तरी ते कोडे सोडवायचा माझा उत्साह वाढला होता आणि कोड्याची पुढची पायरी हाती घ्यायला मी उत्सुक होते.

पुढच्या पायरीकरता गीगी म्हणाली, ''आता ज्या तुकड्यांच्या एक कडा सरळ रेषेत आहेत ते तुकडे एकत्र कर.'' मी विचारले, ''कडा म्हणजे काय?'' पुन्हा शांतपणे तिने ज्यांच्या कडा सरळ रेषेत आहेत असे त्यातले काही तुकडे उचलले आणि कडेवर बोट फिरवून मला कडा कशी ओळखायची ते दाखवले. मग मी सरळ कडा असलेले तुकडे वेगळे करायला लागले. मागच्याप्रमाणे पुन्हा एकदा मला पराक्रम केल्याचा आनंद झाला खरा; पण थकायलाही झाले.

गीगी मला म्हणाली ''आता हे 'बाहेर'चे कडा असलेले तुकडे एकमेकांत बरोबर बसतील असे लाव आणि मग हे उरलेले 'आतले' तुकडे लाव. मात्र लक्षात ठेव की काही 'आतले' आणि काही 'बाहेरील' तुकडे लहान-मोठ्या आकाराचे आणि वेड्यावाकड्या कडा असलेले आहेत.'' माझा उजवा हात अजून अशक्त होता. त्यामुळे ते तुकडे नुसते धरून बसून त्यांची एकमेकांशी तुलना करण्याकरिता बरेच अवघड जात होते. आईचे माझ्याकडे बारीक लक्ष होते. तिच्या लक्षात आले की मी अशा तुकड्यांची जुळवाजुळव करण्याचा प्रयत्न करीत होते, ज्यांच्यावरील चित्रांचे भाग एकमेकांशी अजिबात मिळते-जुळते नव्हते, संबंध नव्हता. मला मदत करण्याकरता आई म्हणाली, ''जिल, तू त्या तुकड्यांवर जो रंग आहे तो उपयोगी पडतोय का ते बघ.'' मी विचार

करायला लागले, रंग... रंग आणि डोक्यात एकदम दिवा पेटावा तसे एकदम मला रंग दिसू लागले! मी स्वत:शीच म्हणाले, "अरे देवा, त्यामुळे माझे काम अगदीच सोपे होणार होते! पण मी इतकी दमले होते की मला झोपावेच लागले. पण दुसऱ्या दिवशी, मी सरळ ते कोडे सोडवायला घेतले. रंगांच्या साहाय्याने सगळे तुकडे व्यवस्थित लावले. आधी करता येत नसलेली प्रत्येक गोष्ट आता हळूहळू जमायला लागल्याबरोबर माझा आनंद द्विगुणित होऊ लागला होता.

खरे सांगायचे, तर अजूनही माझे मन हे मान्य करायला तयार नव्हते की त्या वेळी मला रंगांचा उपयोग कोडे सोडविण्याचे एक साधन म्हणून करावा, ही गोष्ट मला आईने सांगितल्यावर लक्षात आली आणि मगच मला रंग दिसायला लागले होते. तोपर्यंत मला रंगच दिसत नव्हते. कोण कल्पना करू शकले असते की माझ्या डाव्या मेंदूने रंग या संकल्पनेची नोंद करण्याकरिता तशा सूचनेची गरज होती? बाहेरील जग त्रिमितीत पाहण्याकरिताही मला तसेच गीगीने सुचवावे लागले होते. ही गोष्टही तितकीच वस्तुस्थितीला धरून होती. अर्थात, हे माझ्या नंतर लक्षात आले होते. गीगीला मला हेही शिकवायला लागले होते की वेगवेगळे पृष्ठभाग मला कसे ओळखता येतील. तिने मला दाखवून दिले की, काही गोष्टी एकमेकांच्याजवळ येतात किंवा त्या एकमेकांपासून दूर असतात म्हणजे नेमके काय, ते कसे व केव्हा होते! तिने हेही मला समजावले की काही गोष्टी दुसऱ्या गोष्टींच्या जवळ पण पुढ्यात किंवा बाजूला कशा ठेवायच्या. मला हेही शिकावे लागले की ज्या गोष्टी दुसऱ्या काही गोष्टींच्या मागे असतात त्यांचे काही किंवा सर्वच भाग पुढे असलेल्या गोष्टींमुळे कसे झाकले जातात; पण तरीसुद्धा त्या संपूर्णपणे झाकलेल्या गोष्टीच्याही आकारांच्या संदर्भात, ते न पाहताही मी कसे अंदाज बांधू शकते!

घरी आल्यापासून जवळजवळ एका आठवड्यानंतर मी घरातल्या घरातच का होईना, पण बऱ्याच मोकळेपणी चालायला लागले होते. एवढेच नव्हे; तर शस्त्रक्रियेकरता आवश्यक असलेली ताकद माझ्यात यावी म्हणून काही सोपे व्यायाम करायलाही मी उत्सुक होते. याकरिता अर्थात जेवण झाल्यावर ताट, वाट्या, भांडी वगैरे स्वत:च्या हातांनी घासून-पुसून ठेवण्याची माझी नेहमीची सवय होती. मला ही सवय अर्थात झटका येण्याअगोदरपासूनच होती; पण आताच्या या अवस्थेत माझी ती सवय मला माझ्या सर्वांत मोठ्या शिक्षकासारखी आहे असे वाटले. स्वयंपाकघराच्या टेबलावरील नळासमोर उभे राहताना स्वत:चा तोल व्यवस्थित सांभाळून काचेच्या डिश नाजूकपणे, धोकादायक काटे, सुरे आणि चमचे नीट सांभाळणे हेच आव्हान होते. शिवाय धुवून झालेल्या ताटल्या ताटाळ्याच्या

खाचांत ओळीने ठेवण्याकरता गणित करावे लागते हे कितीजणांना समजेल? पण असे दिसून आले होते की झटका आल्यावर माझ्या मेंदूतील गणित करायला लागणाऱ्या मज्जापेशी मेल्या होत्या. (हा केवळ दैवदुर्विलास म्हटला पाहिजे, कारण गीगी आयुष्यभर शाळेत गणित शिकवत होती.) मी डिश धुवू शकत होते, पण ती धुतलेल्या डिश एकापाठोपाठ लावण्याच्या बाबतीत मात्र माझा गोंधळ होत होता. पुढे त्याचे उत्तर सापडायला मला एक वर्ष लागले होते.

आमच्या घराबाहेरील रस्त्याच्या कडेला लावलेल्या टपाल खोक्यातून दररोज टपाल आणणे मला आवडत असे. घरी आल्यावर पुढचे सहाही आठवडे, दररोज मला लोकांची ५-१५ तरी सदिच्छा-पत्रे येत. पत्रात, मी उत्साही राहावे ही इच्छा बहुतेक चाहत्यांनी आणि हितचिंतकांनी व्यक्त केलेली असायची. अर्थात त्यांनी काय लिहिले आहे हे मला वाचता येत नव्हते; पण गीगी ती उघडीत असताना मी तिच्याजवळ बसून त्यातील चित्रे पाहत असे. त्यांच्यावरून मी हात फिरवत असे. मला त्या प्रतिमांतून अक्षरशः प्रेम बाहेर फेकले जाते आहे असे भासे. दररोज दुपारी गीगी मला प्रत्येक सदिच्छ-पत्र वाचून दाखवायची. आम्ही ती खोलीभर भिंतींना लागून, दरवाजावर, स्वच्छतागृहात, जिकडे जागा मिळेल तिथे सर्वत्र टांगून ठेवली होती! कारण त्यामुळे सर्वांचे प्रेम माझ्या अवतीभवती आहे असे सतत वाटत राहायला हवे होते. सदिच्छा-पत्रांचे येणे, गीगीने दररोज ती उघडणे, मी त्यांतील प्रतिमांवर हात फिरवून, त्या न्याहाळून मनात साठवून ठेवणे हे सर्वच किती गोड गोड होते! त्या पत्रांतून एक मध्यवर्ती म्हणता येईल असा संदेश होता, तो असा – डॉ. जिल, मी कोण आहे हे आपल्याला माहीत नाही, पण मी फिनिक्समधील अधिवेशनातील उद्घाटनातल्या आपल्या भाषणानंतर आपल्याला भेटलो होतो. आमच्यात लवकर परत येण्याची विनंती कृपया मान्य करावी. आमचे आपल्यावर प्रेम आहे. आपण हाती घेतलेले कार्य आम्हा सर्वांकरिता फारच महत्त्वाचे आहे. दररोज असे, झटक्याच्या अगोदर मी कोण होते याची स्मृती कणाकणाने वृद्धिंगत करणारे, हृदयस्पर्शी संदेश मला येत होते. माझ्या मनात याबाबत तिळभरही संशय नव्हता की, अशा निरपेक्ष प्रेमातून आणि संदेशांतून माझ्या मनाला प्रेरणा आणि शक्ती मिळत होती. त्यामुळे या दिव्य आजारातून पूर्णपणे तंदुरुस्त होताना आलेली आव्हाने मला पेलता आली. 'नामी' कुटुंबातील सभासद आणि माझे स्नेही यांनी माझ्यापर्यंत या सदिच्छा पत्रांतून पोहोचण्याचा आणि माझ्या या आजारातून मी बरे होण्यावर जो विश्वास दाखवला त्याकरता त्यांची मी नेहमीच कृतज्ञ राहीन.

वाचायला पुन्हा शिकणे ही तर सर्वांत कठीण गोष्ट होती. माझ्या मेंदूतल्या त्या मज्जापेशी मेल्या होत्या किंवा काय हे मला माहीत नाही; पण मी पूर्वीसुद्धा फार वाचले होते किंवा नाही हे मला आठवत नसले तरी ती एक आचरट संकल्पना

आहे, या मताची मी होते. माझ्यादृष्टीने, वाचणे ही एक अमूर्त कल्पना आहे, असा विचार मला नाही वाटत पूर्वी कोणी केला असेल! पण म्हणून त्यामुळे मग वाचावे कसे हे लोकांच्या पुढे मांडण्याची तसदी कोणीतरी घेणे तर आणखीनच दूर राहिले असावे. गीगी तशी जरा वागण्यात कडक; पण प्रेमळ होती, तरी मी वाचायला पुन्हा शिकावे याबद्दल आग्रही होती. तिने एक पुस्तक माझ्यासमोर ठेवले. त्याचे शीर्षक होते – 'द पपी हू वाँटेड ए बॉय.' एका अत्यंत खडतर अशा प्रवासाला आमची सुरुवात झाली. तो प्रवास होता लिहिलेल्या शब्दांतून अर्थबोध करायला शिकणे आणि शिकवणे. शब्दांमधील उभ्या-आडव्या रेघा, त्यांच्यातील वळणे यांना फार महत्त्व असते असा विचार कसा करू शकत होते, या कल्पनेनेच माझा गोंधळ उडाला. मला आठवते तिने मला 'ई' दाखवला होता. म्हणाली होती, 'हा 'ई' आहे.' मी म्हटले होते, 'नाही, ममा. ती नुसतीच वळणे आहेत.' त्यावर ती म्हणायची, 'बरं, ही वळणे म्हणजे 'ई' आहे आणि त्याचा उच्चार 'ईऽऽऽ' असा होतो. दात काढून, डोळे किलकिले करून आणि ओठ विचकून घशातून आवाज करीत तिने मला तो उच्चार ऐकवला होता. मला वाटले होते ही वेडी वगैरे तर झाली नाही ना? कारण वळणे ही फक्त वळणेच असतात. त्यांना आवाज नसतोच.

वाचायला शिकण्यामुळे माझ्या मेंदूला वेदना होत होत्या. एखाद्या क्लिष्ट गोष्टीवर लक्ष केंद्रित करणे मला खरोखरीच कठीण जात होते. माझ्या मेंदूने शब्दशः विचार करणे म्हणजे फारच कठीण काम होते. एखाद्या अमूर्त अशा संकल्पनेचा विचार करणे तर माझ्या आवाक्याच्या बाहेरचेच होते. त्यामुळे मला वाचायला यायला बरेच दिवस लागले. तेसुद्धा आईच्या जबरदस्तीमुळे मी थोडीफार शिकले. प्रथम मला हे लक्षात ठेवावे लागे की प्रत्येक उभी, आडवी किंवा तिरपी रेघ आणि त्यामधल्या वळणांनी मिळून जे चित्र तयार होते, त्या अक्षराला काहीतरी नाव असते आणि त्याच्याशी निगडित एक विशिष्ट उच्चार असतो. (जसे 'अ', 'इ', 'उ' वगैरे). त्यानंतर दोन अक्षर-चित्रांचे चपखल संयोजन करून आणखी नवी अक्षर-चित्रे तयार केलेली असतात आणि त्यांचेही विशिष्ट उच्चार असतात (जसे, श्अ = श, थ्इ = थि किंवा ल्उ = लु वगैरे). त्यानंतर दोनापेक्षाही अधिक अक्षर-चित्रे विशिष्ट क्रमाने एकापुढे एक अशी मांडली जातात. त्यांच्या समूहाचे म्हणून एक नवीन शब्दचित्र बनते आणि त्यांचा मिळून एक विशिष्ट उच्चार तयार होतो. (जसे, ईडलिंबू, मुंबई वगैरे). शब्दचित्रांना अर्थ असतो! बापरे! या क्षणी तुम्ही हे पुस्तक वाचत असताना त्यातील अक्षरन् अक्षर वाचून, त्यांच्यापासून बनलेले शब्द वाचून, शब्दांच्या समूहांपासून बनलेली वाक्ये वाचून त्यांचा अर्थबोध तुम्हाला होत असताना तुमचा मेंदू कितीतरी छोटी छोटी कामे करीत असतो, याचा तुम्ही कधी विचार केला आहे का?

जेव्हा मी पुन्हा मला वाचता यावे म्हणून झगडत, झगडत प्रयत्न चालू ठेवला, तेव्हा माझ्या मेंदूने अंधूकशी प्रगती होते आहे याची चिन्हे दाखवली. जेव्हा शेवटी एकदा प्रथमच मी शब्द जोराने उच्चारून वाचले, तेव्हा तो दिवसच आम्ही सणासारखा साजरा केला. अर्थात त्या वेळी त्या शब्दांच्या उच्चारातून कोणताही अर्थबोध मला झालेला नव्हता. जसजसे दिवस गेले, तसतसे कथेतील काही काही गोष्टी मला अंधूक-अंधूक आठवता येऊ लागल्या होत्या. त्यामुळे गीगी आणि मी, आम्ही दोघींनी वाचनाचे प्रयत्न पुढे चालू ठेवायचे ठरवले.

पुढची पायरी अर्थात त्या उच्चारांना त्यांच्यामागे असलेल्या अर्थाची जोड देण्याची होती. अर्थातच हे अतिशय अवघड काम होते. कारण माझ्याजवळ जमलेला शब्दसंग्रह तुटपुंजा तर होताच; पण त्याशिवाय शब्द आठवणेही मला कठीण जात होते. नीला-रोहिण्यांतील अनैसर्गिक आणि दोषपूर्ण जोडणीमुळे तयार झालेला माझ्या मेंदूतला गोळा (आर्टेरिओव्हेनस मालफॉर्मेशन – एव्हीएम) भाषेच्या दोन ज्ञानकेंद्रांना जोडणाऱ्या मज्जापेशी समूहांना (फायबर ट्रॅक) एकमेकांपासून दूर ढकलीत असल्यामुळे त्या दोघांपैकी कोणतेही ज्ञानकेंद्र नीटपणे कार्य करीत नव्हते. मेंदूच्या पुढील भागात असलेल्या ब्रोकाच्या पूर्वप्रमस्तिष्कीय उंचवट्याला (ब्रोकाचा एरिया) आवाज निर्माण करताना अडचणी येत होत्या आणि त्याचबरोबर मेंदूच्या मागील भागात वसलेल्या वेर्निकेचा पश्चप्रमस्तिष्कीय उंचवटा (वेर्निकेचा एरिया) (पान ३९ वरील आकृती पाहा) माझ्या मनात शब्दांचा गोंधळ वाढवीत होता. त्यांच्यातील माहितीच्या देवाण-घेवाणीत अनेक त्रुटी होत्या. कितीतरी वेळा मी काय विचार करते आहे, हे माझे मलाच कळत नव्हते. जरी मला वाटले की आता भांडभर पाणी प्यायला हवे आणि पाण्याने भरलेले भांडे याचे चित्र मनासमोर उभे राहिले तरी, उदाहरणार्थ, त्या वेळी 'दूध' हा शब्द माझ्या तोंडून बाहेर पडे. अर्थात अशा वेळी आजूबाजूचे लोक मला समजून घेऊन मदत करीत असले तरीही माझे वाक्य माझ्याकरता कधी कोणी पूर्णही केले नाही किंवा मला ते पूर्ण करण्याकरता कोणी पढवलेदेखील नव्हते; ही गोष्टही तितकीच महत्त्वाची होती. कारण शेवटी मेंदूतील जोडण्यांना वेळ देऊन आणि त्यांच्यावर अभ्यास करून माझ्यातल्या या क्षमता माझ्या मलाच पुन:प्रस्थापित करणे आवश्यक होते.

दिवसेंदिवस माझ्यात ताकद येत होती. छोट्या छोट्या शारीरिक श्रमाच्या गोष्टीही मी आता करायला लागले होते. गीगी मला पहिल्या वेळी जेव्हा घराबाहेर घेऊन गेली ना त्या वेळी मला अतिशय आनंद झाला. त्या वेळी बऱ्याच गोष्टी मला शिकायलाही मिळाल्या. घराबाहेर, रस्त्याच्या कडेला असलेल्या पदपथावर जेव्हा मी उभी राहिले, तेव्हा गीगीला मला सांगायला लागले की पदपथावरील सिमेंटमध्ये

असलेल्या उभ्या-आडव्या रेघांना विशेष महत्त्व नसते. चालताना त्यांच्यावर पाऊल पडले तरी काहीच हरकत नसते. मला तसे सांगायला लागले, कारण मला ही गोष्ट माहीतच नव्हती. नंतर मला हेही सांगितलेले महत्त्वाचे होते की, पदपथाच्या दोन्ही कडा सांभाळून चालणे महत्त्वाचे आहे, कारण दोन्ही बाजूला पसरलेली हिरवी गवताची पातळी रस्त्याच्या खाली होती. कोणत्याही कडेवर अर्धवट पाऊल पडले तर तोल जाऊन मी पडण्याची शक्यता होती. मला हे कळत नव्हते, म्हणून मला ते सांगणे महत्त्वाचे होते. शिवाय मला हे दाखवून देणेही तितकेच महत्त्वाचे होते की सिमेंटचा रस्ता कठीण, तर त्याच्या बाहेरच्या बाजूला पसरलेले हिरवे गवत मऊ होते. दोघांच्यातला हा फरक मला उमजला नव्हता. मला फक्त लक्षपूर्वक चालून माझा तोल सांभाळणे आवश्यक होते. बर्फावरून चालणे कसे असते याचाही अनुभव गीगीने मला दिला. बर्फावर माझा पाय फिरवताना तिने मला धरून ठेवले होते. गीगी मला घराबाहेर घेऊन जाई तेव्हा घराबाहेरील हे वेगवेगळ्या पृष्ठभागांचे गुणधर्म, त्यांच्यावर चालताना संभवणारे धोके वगैरे गोष्टी मला प्रत्येक वेळी नव्याने शिकाव्या लागल्या. ती मला बजावत असे, लहान बालकाच्या हातात कोणतीही गोष्ट दिल्यावर सर्वांत प्रथम ते काय करते? याचे उत्तर अर्थातच आहे की ते त्याला ती गोष्ट कशी आहे हे अनुभवण्याकरता ती तोंडात घालते. त्याचप्रमाणे माझ्या बाबतीत गीगीच्या लक्षात आले होते की, सर्व गोष्टींचा मला सरळ सरळ शारीरिक अनुभव मिळणे हे माझ्यातल्या चलनवलनाच्या दृष्टीने अत्यंत महत्त्वाचे होते. गीगी म्हणजे खरोखरच एक अनुभवी शिक्षिका होती.

पुढे माझ्यावर होणारी शस्त्रक्रिया माझी ताकद खच्ची करणार होती. म्हणून शारीरिकदृष्ट्या मला ते सुसह्य व्हावे याकरता तयारीत राहणे महत्त्वाचे होते. मला वाटले की रक्तस्राव झाल्यावर माझ्यातली पूर्वीची ती लकाकी नाहीशी झालेली होती. माझे शरीर ढिसाळ आणि निस्तेज झाल्यासारखे मला वाटत होते. जणू काही बाहेरील जग आणि मी यांच्यामध्ये कसला तरी पडदा निर्माण झालेला होता, असे मला वाटायला लागले होते. डॉ. यंग यांना खात्री होती की रक्तवाहिन्यांची माझ्या डोक्यातली ती गाठ एकदा शस्त्रक्रियेने काढून टाकल्यावर माझ्या जाणिवांत बदल होऊन माझ्या पूर्वीच्या जाणिवा मला परत मिळाल्या असत्या आणि माझी पूर्वीची लकाकीही पुन:प्रस्थापित झाली असती. मी एवढाच विचार केला की मला माझ्या आत्म्याचे चैतन्य जर परत मिळाले तर माझ्या प्रकृतीत किती सुधारणा झाली, हे तितकेसे महत्त्वाचे असणार नव्हते. माझ्या वाट्याला जे काही आयुष्य आले असते, त्यावर मी खूश राहिले असते.

माझे घर मॅसॅच्युसेट्सच्या विंचेस्टर भागातील वर्दळीच्या ठिकाणी भर रस्त्यावर होते. माझ्या घराच्या मागच्या बाजूला ज्येष्ठ नागरिकांकरिता असलेल्या घरांची

वसाहत होती. त्या वसाहतीत जाण्याकरता रस्ताला एक मोठे वळण घेऊन जावे लागते. माझ्या व्यायामाकरिता गीगी मला त्या वळणावरून फिरायला घेऊन जात असे. सुरुवातीला मी फार चालत नसे; पण चिकाटी करून शेवटी मी ते सर्व वळण पार करून घरी आले. हवा चांगली असेल तर त्या वळणावरून क्वचित माझ्या दोन प्रदक्षिणाही नंतर झाल्या होत्या. कडक थंडीच्या दिवसांत आणि नवीन बर्फ पडल्यावर गीगी मला जवळच्या वाण्याच्या दुकानात व्यायामाकरिता घेऊन जात असे. ती आतमध्ये जाऊन सामान खरेदी करून येत असे आणि मी त्या वेळात सामानाच्या मधल्या गल्ल्यांतून फिरून व्यायाम करत होते. हे वातावरण अनेक कारणांकरता मला त्रासदायक वाटत होते. पहिली गोष्ट म्हणजे ट्यूबलाईटचा झगझगीत प्रकाश मला सहन होत नव्हता. मला खाली मान घालूनच चालावे लागे. प्रकाशाचा झगझगीतपणा कमी होण्याकरता गीगी मला काळा चष्मा वापरायचा आग्रह करी; पण तरीसुद्धा दुकाने अतिशय लांब आणि रुंद आणि सर्वत्र पसरलेली असल्याने तिथे जबरदस्तच झगमगाट होता. त्यामुळे काळ्या चष्म्याचा फारसा उपयोग होत नव्हता. दुसरे म्हणजे सर्व वस्तूंवर त्यांची नावे आणि किंमती लिहिलेल्या. जिकडे तिकडे माहिती आणि सूचनांचे फलक लटकलेले होते. त्यामुळे, अनेक अपरिचित संवेदनांचा मारा माझ्यावर होतो आहे असे वाटत होते. तिसरे, आजूबाजूला अनेक अपरिचित लोकांचा वावर मानसिक पातळीवर मला नकोसा वाटत होता. मी एक स्त्री असून कुठल्या तरी त्रासाने किंवा आजाराने ग्रासलेली आहे, हे त्यांच्या सहज लक्षात येत होते. माझ्या चेहऱ्यावर भावनाशून्य चकचकीतपणा होता. इतर सहग्राहकांच्या हालचालींतील लगबगीच्या तुलनेत माझ्या हालचाली सहज होत नव्हत्या. संथ गतीने त्या मला मुद्दाम कराव्या लागत होत्या. त्या करताना मला अतिशय कष्ट पडत होते, हे त्यांना सहज कळत असावे. तरी पण काही जणांची खरेदीची परडी ते माझ्या जवळून जात असताना मला लागत होती, तर काही जण मी त्यांच्या आसपास घुटमळत चालत असल्याने त्यांच्या खरेदीत अडथळा येत असल्यामुळे माझ्याकडे डोळे वटारून तुच्छतेने कटाक्ष टाकीत होते. एकंदर वातावरणातल्या नकारात्मक कंपनांपासून संरक्षण करणे, मला कठीण जात होते. क्वचित, एखादा सहृदय ग्राहक मला मदत हवी काय म्हणून विचारीत असे किंवा कोणी नुसतेच माझ्याकडे पाहून रीतिरिवाजाचे स्मित हास्य फेकीत होता. घाईगर्दीने आणि धावपळीच्या जगाला सामोरे जाणे मला भयावह आणि घाबरवून टाकणारे वाटले.

गीगीला काही गोष्टी करायच्या असतील तेव्हा मला ती बाहेर घेऊन जात असे. तिच्याबरोबर बाहेर गेल्यावर दैनंदिन जीवनातील काही गोष्टींशी माझी तोंडओळख झाली. तिच्या छत्राखाली शिकणारे मी तिचे बदकाचे पिल्लू बनले होते. माझ्यात

काम करण्याची थोडीफार क्षमता आहे असे वाटत असेल, तेव्हा मी तिच्याबरोबर सगळीकडे जात असे. लॉन्ड्रीत कपडे टाकायला जाणे हे चांगल्या पुनर्वसनात बसणारे आहे असे कोण म्हणणार नाही? फिक्कट रंगाचे कपडे गडद रंगाच्या कपड्यांपासून वेगळे करण्याचे काम घरात बसून केल्यावर मी ते काळजीपूर्वक वेगवेगळ्या बादल्यांमध्ये ठेवत असे. लॉन्ड्रीत गेल्यावर कपडे धुण्याच्या यंत्रात त्या बादल्या वेगवेगळ्या वेळी ओतायच्या. गीगी माझ्या हातात डॉलरचे नाणे, दहा पेनीचे एक नाणे आणि पाच पेनीचे दुसरे एक नाणे सरकवायची. मला पैशाबद्दल काहीच समजत नव्हते. तिच्या दृष्टीने मी ते शिकण्याची हीच वेळ होती. पुन्हा, गणित कळू शकणाऱ्या माझ्या मेंदूतील मज्जापेशी निकामी झाल्या होत्या. त्यामुळे पैशाच्या वापरासारखी अमूर्त संकल्पनेची कार्यवाही करताना माझी अवस्था दयनीय होत होती. जेव्हा गीगीने विचारले की एक अधिक एक म्हणजे किती? तेव्हा मी क्षणभर थांबले. माझ्या मनाचा अंदाज घेतला आणि उत्तरादाखल तिला परत प्रश्न केला, एक म्हणजे काय? मला आकडेसुद्धा धड कळत नव्हते. मग पैशाचा हिशेब दूरच राहिला. जणू मी एका परक्या देशात वावरत होते आणि तिथली चलनातल्या पैशाची मला कल्पनासुद्धा नव्हती.

लॉन्ड्रीच्या खोलीत धुलाईयंत्र एकदा कामाला लागले की बराच वेळ काही करण्यासारखे नसायचे. गीगी आणि मी एकमेकींकडे पाहून माकडासारखे चेहरे करीत किंवा एकमेकींना वाकुल्या दाखवीत वेळ काढायचो. कित्येक वेळा सर्व धुलाईयंत्रे एकदम काम करून थांबायची. त्यामुळे काही वेळापूर्वी काही काम नसायचे, नंतर एकदम भरपूर काम करण्याची वेळ येऊन ठेपायची. प्रथम मला धुलाईयंत्रातील कपडे बाहेर काढून ते रिकामे करावे लागे. मग कपडे सुकवण्याच्या यंत्रात ते घालायच्या अगोदर जड कपडे आणि हलके कपडे वेगवेगळे करावे लागत. हे करीत असतानाच गीगी मला काय करायचे त्याचा पाढा वाचून दाखवत असे. माझ्यातल्या ताकदीच्या दृष्टीने धुलाईयंत्रावरील काम हळूहळू का होईना; पण मला जमण्यातले होते; पण खरे सांगायचे तर कपडे सुकवण्याच्या यंत्रातून शेवटी कपडे बाहेर काढून ते वेगळे करून त्यांच्या घड्या वगैरे घालण्याचे काम इतके जिकीरीचे होते की माझ्या समजण्याच्याही पलीकडले ते असावे, असे मला वाटे! कपडे सुकवणारे यंत्र फिरत असतानाच त्यातून सुकलेले कपडे एकेक करून बाहेर काढायचे. फिरणे बंद होऊ नये म्हणून त्याचे झाकण लगेच बंद करायचे. त्याच पद्धतीने पुन्हा, नीट न सुकलेले कपडे केव्हा केव्हा परत आत टाकायचे वगैरे द्राविडी प्राणायामाला मी सुकवण्याचा नाच म्हणायचे. तो नाच माझ्या समजण्याच्या पलीकडे होता. म्हणून अर्थातच तो मला नीट जमत नसे. माझा गोंधळ उडे. कधीकधी मी अगदी काकुळतीला येत असे, इतकी की मला एखाद्या मोठ्या छिद्रात

डोके घालून बसावे असे वाटे. लॉन्ड्री करणे हा इतका भयावह अनुभवही असू शकतो, असे कोणाला सांगून खरे वाटेल?

ख्रिसमस जवळ येत होता. गीगीने माझी एक मैत्रीण 'केली'ला सुट्टीत घरी येण्याचे निमंत्रण दिले. आम्ही तिघींनी मिळून ख्रिसमसकरता सर्व घर सजवले. ख्रिसमसच्या आदल्या दिवशी संध्याकाळी ख्रिसमसचे झाड आम्ही घरात सजवले आणि दुसऱ्या दिवशी दुपारी डेनीजमध्ये भोजनाला गेलो. गीगी आणि मी, आम्ही दोघींनी अत्यंत साधेपणे साजरा केलेला पण अनेक अर्थांनी श्रीमंत म्हणता येईल असा तो ख्रिसमस होता. मी जिवंत होते आणि माझ्यात सुधारणाही होत होती, हे सर्वांत महत्त्वाचे होते.

ख्रिसमस म्हणजे आनंदात साजरा करायचा दिवस; पण त्यानंतर दोन दिवसांनी मी मॅसॅच्युसेट्स सर्वसाधारण रुग्णालयात जाऊन माझी कवटी उघडून माझ्या मेंदूवर शस्त्रक्रिया करून घेणार होते. माझ्यादृष्टीने शस्त्रक्रियेपूर्वी अजून दोन गोष्टींची पूर्तता माझ्याकडून होणे राहिलेले होते. एक गोष्ट मानसिक होती, तर दुसरी होती शारीरिक. माझी भाषा हळूहळू मला अवगत होत होती. ही गोष्ट, मला सदिच्छा-पत्रे, चिठ्ठ्या, टेलिफोन आणि फुले वगैरे पाठवलेल्या माझ्या शेकडो चाहत्यांचे आभार मानण्याकरता, माझ्याकरता अतिशय महत्त्वाची होती. मी व्यवस्थित असून माझी प्रकृती आता सुधारत आहे, ही गोष्ट त्यांना त्वरित कळवण्याची, माझ्यावर आघात झाल्यावर मला आपला आधार जाहीर करून माझ्यावर त्यांनी निस्सीम प्रेमाचा जो वर्षाव केला आणि माझे चांगले व्हावे म्हणून माझ्याकरता ज्यांनी प्रार्थना केल्या, त्याबद्दल त्यांचे आभार व्यक्त करण्याची घाई होती. सर्व देशभरातून लोकांनी, अगदी जवळच्या चर्चपासून ते पोपपर्यंत माझ्याकरता प्रार्थना करावी म्हणून सह्या केल्या होत्या. माझ्यावर सर्व बाजूंनी प्रेमाचा अतोनात वर्षाव होतो आहे, असे मला वाटत होते. मला जी काही तुटपुंजी भाषा अवगत झाली होती, त्याने मला त्या सर्वांची कृतज्ञता व्यक्त करायची होती.

शस्त्रक्रियेची सर्वांत मोठी भीती म्हणजे मला आत्तापर्यंत अवगत झालेल्या माझ्या थोड्याशा भाषेच्या पुंजीला मला मुकावे लागेल केवळ हीच नव्हती, तर भविष्यात पुढे कधीही मला भाषेची तरलता प्राप्त करून घेणे किंवा भाषेवर प्रभुत्व मिळवणे शक्य होणार नव्हते, हीही होती. कारण माझ्या डाव्या मेंदूतला गोल्फच्या चेंडूएवढा गुंता माझ्या दोन भाषेच्या ज्ञानकेंद्रांना जोडणाऱ्या मज्जापेशी समूहांना (फायबर ट्रॅक) दूर ढकलून तयार झालेला होता. त्यामुळे शस्त्रक्रिया करताना ते मज्जापेशी समूह कापले जाण्याचे किंवा त्यांचे नुकसान होण्याची दाट शक्यता होती. जर शल्यविशारदांना नीला-रोहिण्यांतील अनैसर्गिक आणि दोषपूर्ण जोडणी किंवा संरचना असलेला गोळा काढून टाकताना माझ्या मेंदूतील काही चांगल्या

मज्जापेशीद्रव्याचा भाग काढून टाकण्याची आवश्यकता भासली असती, तर माझी वाचा कायमची बंद होण्याचीही भीती होती. माझी प्रकृती आतापर्यंत इतकी सुधारली होती की वाचाच बंद होण्याची केवळ शक्यताही मन गारठवून टाकणारी होती; पण माझ्या हृदयाच्या खोल कप्प्यात कुठेतरी मला ठाऊक होते की काहीही झाले तरी भाषा किंवा भाषेशिवाय मी मीच राहणार होते. म्हणून मी आयुष्यात पुन्हा नव्याने अभ्यास सुरू केला असता.

वाचण्याच्या आणि लिहिण्याच्या बाबतीत जरी माझी प्रगती (डावा मेंदू व उजवा हात) अगदी शून्य होती, तरी संगणकासमोर बसून माझ्या डोक्यात येणाऱ्या विचारांचा मागोवा घेत फक्त साधे पत्र मी (उजवा व डावा, दोन्ही मेंदूंचा सहभाग आणि दोन्ही हातांचा वापर) टाईप करू शकत होते. हे करायलासुद्धा मला फार वेळ लागला. कारण संगणकाच्या कीपॅडवर अक्षरचित्रे धुंडाळून मगच ते टोकायचे या पद्धतीने मला ते टाईप करावे लागले होते. माझे शरीर व मन दोन्ही मिळून कसेतरी ते जमले होते. पत्र टाईप करण्याच्या या अनुभवातली सर्वांत मजेची गोष्ट ही की, ते पत्र लिहून पुरे झाल्यावर माझे ते नुकतेच लिहून पुरे झालेले पत्र असूनसुद्धा मला वाचता येत नव्हते (डावा मेंदू)! गीगीने त्या पत्रात सुधारणा केली आणि शस्त्रक्रियेच्या रात्रीच त्याच्याबरोबर स्वत:चे टिपण जोडून तिने ते धाडून दिले. माझ्या प्रकृतीत सुधारणा झाल्यावर झटक्यामधून वाचलेली अनेक उदाहरणे मला समजली. ते जरी बोलू शकत नव्हते (डावा मेंदू), तरी असे समजले की ते त्यांचे म्हणणे (उजवा व डावा, दोन्ही मेंदूंचा सहभाग) गाऊ शकत होते. या नितांत सुंदर अशा मानवी अवयवांची पुनरुत्थान क्षमता आणि स्वत:च्या प्रकटीकरणाकरता त्याच्याकडे असलेल्या संसाधनांचा कौशल्यपूर्ण क्रियाशील वापर करण्याची त्याची अचाट क्षमता ही खरोखरच मला अचंबित करणारी वाटते!

शस्त्रक्रियेनंतर होणारी झीज सोसता यावी म्हणून लागणारी ताकद कमवण्याकरता रात्रंदिवस मी प्रयत्नात होते. तरीसुद्धा, माझ्या डोक्याला करवतीचे पाते लागण्याअगोदर मला आणखी एक गोष्ट पूर्ण करायची होती. आमच्या घरापासून पाच मिनिटांच्या अंतरावर फेल्सवे नावाने ओळखली जाणारी फुलाफळांनी लगडलेली उत्तमोत्तम घनदाट वृक्षांनी नटलेली बाग आणि मैलो-न्-मैल पसरलेला, मध्येच एक-दोन डोंगरदऱ्या, सरोवरे आणि लहान-मोठ्या धबधब्यांनी भरलेला अत्यंत देखणा असा परिसर होता. फेल्सवे ही माझी जादूई दुनिया होती. कामानंतर अनेक वेळा सायकलीवरून त्यातल्या सायकलमार्गाने मी सफर करीत असे. मार्गात पाईन जातीचे वृक्ष लागत; पण अजूनपर्यंत कधी माणूस म्हणून कोणी मला औषधालाही भेटलेला नव्हता. सायकलीवरून जाताना मी आनंदात गात असे. मध्येच कधी उतरून नृत्यही करीत असे, उड्या मारीत असे आणि प्रार्थनाही करीत असे.

माझ्याकरता तो परिसर अत्यंत पवित्र होता, कारण तिथे मी निसर्गाशी एकरूप होऊन पुन्हा ताजीतवानी होऊन जात असे.

फेल्सवेपर्यंत नेणारा उंच कडा असलेला तो डोंगर काहीही करून माझ्या शस्त्रक्रियेपूर्वीच मला चढून जायचा होता. तिथल्या एखाद्या अतिविशाल शिळेवर चढून उभे राहून दोन्ही हात पसरवून घोंघावत अंगाला भिडणाऱ्या वाऱ्याला अनुभवत माझ्या नसानसात जीवनरसाचा परिपोष मी करून घेत असे. शस्त्रक्रियेच्या अगोदरच्या दिवशी, माझी मैत्रीण 'केली' हिला बरोबर घेऊन, तिला धरून धरून मी तो डोंगर चढले आणि माझे स्वप्न पूर्ण केले. तिथे एका थोरल्या शिळेवर उभी राहून बोस्टन शहरातील दिवे पाहिले. जोराने येणाऱ्या वाऱ्यावर थोडी नाचले आणि जोरजोराने दीर्घ श्वासही घेतले. दुसऱ्या दिवशी होणाऱ्या शस्त्रक्रियेनंतर भविष्यात काहीही वाढून ठेवले असले तरीही माझे हे शरीर पन्नास महापद्म जिवंत पेशींनी बनलेले होते. झटक्यानंतर पहिल्यांदाच मला ही अनुभूती मिळाली होती की, माझे हे शरीर शस्त्रक्रिया सहन करायला खरोखरीच जबरदस्त मजबूत होते.

■

त्रिमितीत मेंदू आखून कवटीछेदन शस्त्रक्रिया (स्टेरिऑटॅक्टिक क्रॅनिऑटॉमी)

मी, माझ्या एका बाजूला 'गीगी' आणि दुसऱ्या बाजूला माझी मैत्रीण 'केली' अशा आम्ही तिघीजणी २७ डिसेंबर १९९६ ला बरोबर सकाळी सहा वाजता मॅसॅच्युसेट्सच्या सर्वसाधारण रुग्णालयात माझी कवटी उघडून शस्त्रक्रिया करून घ्यायला हजर झालो. जेव्हा जेव्हा माझ्या मनात खंबीरपणाविषयीचे विचार येतात, तेव्हा तेव्हा हा क्षण माझ्या डोळ्यांसमोर तरळतो.

मी लहान असल्यापासून माझे लांबसडक, सोनेरी भुऱ्या रंगाचे केस अतिशय सुंदर आणि मुलायम होते. शस्त्रक्रियेच्या टेबलावर आडवी होऊन त्यांनी मला सुई टोचण्याचे अगोदर, डॉ. ओगिलावी यांना मी सांगितलेले शेवटचे शब्द, "हे बघा डॉक्टर, माझे वय आहे ३७ आणि मी अजून अविवाहित आहे. तेव्हा कृपा करून माझे संपूर्ण मुंडन करू नका." त्यांनी फक्त स्मित हास्य केले. लगेचच मी बेशुद्ध झाले होते.

माझ्या शस्त्रक्रियेला फारच वेळ लागल्यामुळे 'गीगी' आणि 'केली' दोघीही बेचैन होत्या. दुपारनंतर त्यांना कळविण्यात आले होते की, मला शस्त्रक्रियेच्या खोलीतून बाजूच्या सुधारण्याच्या खोलीत हलवले आहे. जाग आल्यावर माझ्या लक्षात आले की, मला बरेच वेगळे वाटत होते. मी सुखावले होते आणि एक प्रकारचा उत्साह मला जाणवत होता. या क्षणापर्यंत माझ्या चित्तवृत्ती सहज होत्या. मी आजूबाजूचे जग न्याहाळीत होते; पण त्याविषयी माझ्या मनात काहीही येत नव्हते. रक्तस्राव सुरू झाल्यापासून लहान मुलांत दिसून येतो तसा जो उत्साह पूर्वी माझ्यात होता तो मावळलेला होता. या क्षणी माझी मीच आहे ही भावना मी

अनुभवत होते. मला जाणवत होते की, भविष्यात काहीही लिहून ठेवलेले असले तरी हृदयात आनंद बाळगून मी त्याला सामोरी जाणार होते. मी ठीक होणार होते.

जाग आल्यानंतर थोड्याच वेळात माझ्या लक्षात आले की, माझे डावीकडील एक-तृतीयांश डोक्यावरचे सर्व केस समूळ कापून टाकलेले होते. नऊ इंच लांबीचा, उलट्या इंग्रजी 'यू' अक्षराच्या आकारासारखा एक व्रण, माझ्या डाव्या कानासमोरून तीन इंच वर जाऊन पुढे तीन इंच सरळ रेषेत माझ्या डोक्याच्या मागे जाऊन मग माझ्या डाव्या कानाच्या मागून परत तीन इंच खाली आलेला होता. कापडाचा भला मोठा तुकडा (गॉज) त्याच्यावर थापलेला होता. माझे उजवीकडील डोक्यावरचे सर्व केस तसेच्या तसे ठेवलेले होते. त्याबद्दल डॉक्टरांचे मनातल्या मनात आभार मानले. 'गीगी' माझ्याजवळ येताच उद्गारली, "बोल, काहीतरी बोल." तिला भीती वाटत होती की माझ्या वाचेशी निगडित काही मज्जापेशी जर डॉक्टरांना नष्ट कराव्या लागल्या असल्या तर मी कायमची मुकी होईन. मी अगदी खालच्या आवाजात तिच्याशी बोलू शकत होते. तेव्हा आम्हा दोघींना अश्रू आवरत नव्हते. माझी शस्त्रक्रिया संपूर्ण यशस्वीपणे पार पडली होती.

जिलच्या डोक्यावरील ९ इंचाचा व्रण

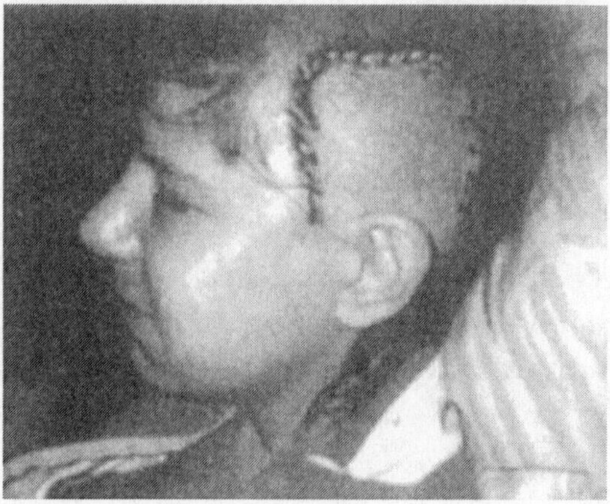

शस्त्रक्रियेनंतर मी पाच दिवस रुग्णालयात घालवले. पहिले अठ्ठेचाळीस तास मला जखमेवर बर्फाच्या पिशव्या धरून ठेवायला लागत होत्या. का कोण जाणे; पण मला वाटत होते की माझा मेंदू आतून आगीत भाजला जात आहे. बर्फामुळे थोडे थंड वाटल्याने मी झोपू शकत होते.

रुग्णालयातली माझी शेवटची रात्र म्हणजे ३१ डिसेंबर १९९६, वर्षाची शेवटची रात्र होती. मध्यरात्रीच्या वेळी बोस्टन शहराच्या मध्य भागातील दिवे पाहत

खिडकीशी मी एकटीच उभी होते. विचार करीत होते की नव्या वर्षाच्या उदरात काय लिहून ठेवले असेल. माझ्या अनुभवातला एक विचित्र योगायोग म्हणजे मज्जापेशी संरचना शास्त्रज्ञालाच (न्यूरोॲनॉटॉमिस्ट) आलेला झटका! मी मला झालेला आनंद अगदी मनापासून अनुभवला आणि त्यापासून मी काय शिकले तेसुद्धा मोकळेपणाने आठवले; पण त्याचबरोबर एक कटू सत्यही आहे ही गोष्टही मान्य केली की, शेवटी झटक्यातून वाचलेली मी एक रुग्ण होते.

■

माझी सर्वांत मोठी गरज

झटक्यातून सहीसलामत सुटका झाल्यावर पूर्ववत शारीरिक, मानसिक आणि बौद्धिक तंदुरुस्ती प्राप्त करून घेण्याकरता – बरे होण्याकरता – मी या प्रकरणावर झालेल्या चर्चेच्या आधारे माझे मूल्यांकन कसे व्हावे आणि मला बरे होण्यासाठी जास्तीतजास्त कशाची गरज होती, याची शिफारस म्हणून केलेली सूची परिशिष्ट 'अ' आणि 'ब'मध्ये दिलेली आहे. ती व्यक्तिगत वापराकरता नक्की उपयुक्त ठरेल अशी मी आशा करते.

बरे होण्याचा निश्चय मला दिवसातून लक्षावधी वेळा करायला लागला. त्याकरता प्रयत्न करण्याची माझी नक्की तयारी होती का? बाहेरील जगाची पुन्हा नव्याने ओळख करून घेणे किंवा बाहेरच्या जगातील व्यवहारात स्वत:ला अडकवून घेण्यासाठी नव्याने मला प्राप्त झालेली – ब्रह्मानंद देणारी, उन्मनित करणारी उल्हसित मनोवृत्ती क्षणभर सोडून द्यायला माझी तयारी होती का? पण वस्तुस्थितीचा विचार केल्यावर खरा प्रश्न, बरे होताना मला ज्या यातना सहन कराव्या लागणार होत्या, त्या सहन करायची माझी तयारी होती का, हा होता. माहितीचे विश्लेषण करण्याचा आत्ताचा माझा जो स्तर होता त्याला अनुसरून मला यातना कशामुळे होतात आाणि मला सुख कशापासून मिळते यातला फरक मला कळत होता. माझ्या मेंदूच्या उजव्या अर्धगोलाच्या अद्‌भुत स्वप्नवत दुनियेत राहणे व्यसन लावणारे होते. त्यामुळेच माझ्या डाव्या मनाच्या विचारी आणि हिशेबी दुनियेत स्वत:ला गुंतवून ठेवणे हे कठीण काम होते; पण काही झाले तरी बरे होण्याकरता लागतील ते प्रयत्न करण्याचा निर्णय मी जाणीवपूर्वक घेतला असल्याकारणाने, मला बरे होण्यात मदत करणाऱ्या उपचार मदतनीस (केअर गिव्हर) व्यक्ती असतील त्या त्यांच्या व्यवसायात सक्षम असाव्यात. शिवाय, त्या आपले कार्य नीट

लक्ष देऊन करणाऱ्या व्यक्ती असणेही अतिशय महत्त्वाचे होते. तसे नसते तर खरे सांगायचे तर कदाचित मी प्रयत्नसुद्धा केले नसते.

झटक्यामुळे माझ्या डाव्या मनाचे सतत निर्णय घेण्याचे कार्य बंद पडल्यामुळे मनाला दैवी शांतता आणि उल्हसित चित्तवृत्ती लाभलेली होती; पण असे असतानासुद्धा बरे होण्यात अंतर्भूत असलेला अस्ताव्यस्तपणाचा स्वीकार करताना मला मी त्या धकाधकीच्या जीवनात परत का म्हणून जावे? हा दृष्टिकोन बदलून मला या निरामय शांततेच्या जीवनात का आणि कसे यावे लागले होते? असा विचार करावा लागला होता. माझ्या या अनुभवांतून माझ्या लक्षात आलेली गोष्ट म्हणजे माझ्यावर अप्रत्यक्ष झालेली कृपा होय. या कृपेनेच मला ज्ञान झाले की, स्वत:च्या आत अगदी खोलवर अनुभवता येईल अशी निर्विवाद मन:शांती ही कोणालाही आणि कोठेही अवगत होऊ शकते. माझा असा विश्वास आहे की निर्वाण अनुभवण्याची क्षमता ही आपल्या उजव्या मेंदूत अस्तित्वात असते आणि कोणत्याही क्षणी आपण स्वत:हून आपल्या उजव्या मेंदूत स्वत:ला गुंतवून घेऊ शकतो. ही एकदा जाणीव झाल्यावर मी उत्साहित झाले. कारण इतरांच्या आयुष्यात, म्हणजे जे झटक्याच्या आघातातून वाचलेले आहेत त्यांच्याच केवळ आयुष्यात नव्हे; तर ज्यांना ज्यांना मेंदू म्हणून आहे त्यांच्याही आयुष्यात बदल घडवून आणण्याची संधी मला यातून बरे झाल्यावर लाभणार होती. मी अशा जगाची कल्पना करीत होते की जिथे यापुढे लोकांना शांतपणे, आनंदात जीवन जगायला माझी मदतच होईल. त्यामुळे यातून बरे होण्यातल्या यातना सहन करण्याकरता मी स्वत:हून तयार झाले. माझ्या झटक्याने मला लाभलेली अंतर्दृष्टी अशी वर्णन करता येईल. शांतता ही फक्त एकच विचार दूर असते; पण ती मात्र आपल्या डाव्या मनातील आवाजांना शांत करून अवगत करून घ्यायची असते.

झटक्यातून वाचल्यावर बरे होण्याची प्रक्रिया, तुम्ही त्याची व्याख्या कोणतीही ठरवलीत तरी, ती एकट्याने साधायची गोष्ट नाही. मी बरे होण्यावर अर्थातच माझ्या भोवताली असलेल्या व्यक्तींचा सर्वस्वी प्रभाव होता. मी संपूर्ण बरे होण्याकरता लोकांनी माझ्यावर उपचार करण्याची मला नितांत गरज होती. मग या गोष्टीला तीन महिने, दोन वर्षे, वीस वर्षे किंवा अगदी माझ्या जन्मभरचा अवधी लागो. मला असे लोक माझ्या आसपास हवे होते की ज्यांची माझ्या शिकण्यावर, बरे होण्यावर आणि माझ्यात मानसिक, बौद्धिक आणि आध्यात्मिक वाढ होत आहे यावर निरपवाद श्रद्धा असेल. मेंदू हा आपला सर्वोत्कृष्ट आणि अतिशय गतिमान अवयव आहे. त्यात सतत बदल घडत असतात. बरे होण्याकरता त्याला मिळालेल्या उत्तेजनेला योग्य त्या अवधीच्या झोपेची मिळालेली जोड माझ्या सर्वंकष तंदुरुस्तीला साहाय्यभूत ठरत होती.

मी डॉक्टरांना एकदा बोलताना ऐकले होते, की झटक्यानंतर तुला जर तुझ्यातल्या सर्व क्षमता सहा महिन्यांत पुन्हा विकसित झालेल्या आढळल्या नाहीत, तर त्या तुला परत कधीही प्राप्त होणार नाहीत! माझ्यावर विश्वास ठेवा की या गोष्टीत अजिबात तथ्य नाही. मी झटक्यानंतर आठ वर्षे माझ्या नव्या गोष्टी शिकण्याच्या, त्या आत्मसात करण्याच्या क्षमतेत आणि मेंदूच्या इतर कार्यांत कणकणाने होणाऱ्या प्रगतीचा जाणीवपूर्वक अंदाज घेतला आणि आठ वर्षांनंतर माझी खात्री झाली की माझ्या मनाने आणि शरीराने मी आता संपूर्णपणे तंदुरुस्त झाले होते. शास्त्रज्ञांना याची नीट कल्पना आहे की बाहेरून प्राप्त होत असलेल्या संवेदनांमुळे मेंदूमध्ये आपल्या जोडण्यात (न्यूरल सर्किट) योग्य ते बदल घडवून आणण्याची प्रचंड क्षमता आहे. मेंदूतला हा लवचिकपणाच (प्लास्टिसिटी) आपल्या गेलेल्या क्षमता पुन्हा प्रस्थापित करण्याच्या त्याच्या क्षमतेमागे असतो.

माझ्या मते, मेंदू हा लहान मुले खेळत असलेल्या एखाद्या मैदानासारखा असतो. मैदानात बागडणारी सर्व मुले, म्हणजेच मज्जापेशी तुम्हाला खूश करायला, तुम्हाला सुखी करायला अगदी उत्सुक असतात. तुम्ही खेळाच्या मैदानावर दृष्टी टाका आणि खेळणाऱ्या मुलांना लक्षपूर्वक न्याहाळा. काही मुले फुटबॉल खेळताना दिसतील, तर काही माकडांप्रमाणे लोखंडाच्या समांतर बारवर लोंबकळताना दिसतील, तर आणखी काही मुले वाळूच्या डोंगरापासून काहीतरी बनविण्यात रममाण झालेली तुम्हाला आढळतील. प्रत्येक खेळात मग्न झालेली ही मुले वेगवेगळे खेळ खेळत असले तरी प्रत्येक खेळातील मुलांचे कार्य एकसारखेच असते, वेगवेगळ्या जातीच्या मज्जापेशी मेंदूत एकाच वेळी वेगवेगळी कार्ये करीत असतात. तुम्ही जर तो समांतर बार तेथून हलवलात तर ती मुले काही तेथून दुसरीकडे उठून जाणार नसतात. ती दुसऱ्या खेळात गर्क असलेल्या गटातील मुलांत जाऊन मिसळतील आणि जे काही करता येणे शक्य आहे ते करायला लागतील. हीच नेमकी गोष्ट मज्जापेशींचीसुद्धा असते. तुम्ही जर मज्जापेशींचे जनुकीय संरचनेतून बांधले गेलेले (जेनेटिकली प्रोग्रॅम) कार्य नाहीसे केलेत, तर त्यांना उत्तेजना मिळणे बंद झाल्यामुळे त्या मज्जापेशी एक तर मरून जातील किंवा कदाचित काहीतरी नवीन करतील. दृष्टीचेच उदाहरण घ्या. तुम्ही जर एका डोळ्यावर पट्टीच बांधून ठेवलीत; जेणेकरून बाहेरून येणाऱ्या प्रकाशाच्या संवेदनांमुळे दृष्टिकवच (व्हिज्युअल कॉर्टेक्स) उद्दीपितच होणार नाही, तर त्या मज्जापेशींतील जोडण्यात बदल होऊन ते त्यांच्या आजूबाजूच्या मज्जापेशींच्या संपर्कात येऊन त्यांच्याबरोबर काही नवीन कार्यात त्या आपले योगदान देण्याचा प्रयत्न करतील. मला माझ्या आसपास असे लोक हवे होते, ज्यांचा माझ्या मेंदूच्या लवचिकतेवर (प्लास्टिसिटी), शिकण्याच्या क्षमतेवर आणि आपल्यातल्या कार्यांची वाढ करून

घेण्याच्या त्याच्या क्षमतेवर विश्वास आहे.

मज्जापेशींची कार्यक्षमता पुन:प्रस्थापित करण्याचा ज्या वेळी प्रश्न येतो, तेव्हा भरपूर झोप घेण्याला इतके अनन्यसाधारण महत्त्व आहे की त्याची वस्तुनिष्ठ कालमर्यादा ठरविणे मला शक्य नव्हते. माझे खरे मत असे होते की त्याला बरे होण्यासाठी कोणकोणत्या गोष्टींची गरज आहे ते ठरविण्याचा अंतिम अधिकार केवळ त्याचाच असू शकतो. मी म्हटल्याप्रमाणे माझ्या मेंदूच्या बाबतीत झोप ही एक वेळ भरून काढण्याची प्रक्रिया होती. जागेपणी संवेदना, ऊर्जा, माझी ज्ञानकेंद्रे (सेन्सरी सिस्टिम) भरून टाकीत असत. प्रकाशकिरण माझ्या डोळ्यांच्या मागचा पडदा (रेटिना) जाळून टाकत आहेत की काय असे वाटे, तर चहूबाजूंनी येणारे आवाज कानांचे पडदे अगदी फाटेपर्यंत त्याच्यावर आपटायचे. त्यामुळे माझ्या मज्जापेशींवर अतिशय ताण पडे आणि बाहेरून आलेल्या माहितीचा अर्थ लावण्यात माझा मेंदू असमर्थ होता. प्राथमिक स्तरावर माहितीचे विलेषण आणि उद्दीपन करणारी ऊर्जा असते. त्यामुळे गोंगाट (नॉइज) म्हणून विश्लेषित होणाऱ्या अतिशय धोकादायक संवेदनांपासून संरक्षण देण्याची माझ्या मेंदूला गरज होती.

पुढील काही वर्षे जर मी माझ्या मेंदूची झोपेची गरज ओळखून वागले नसते, तर माझ्या ज्ञानकेंद्रांना अतोनात वेदना झाल्या असत्या. माझी अतिशय मानसिक आणि शारीरिक हानी झाली असती. माझी पक्की खात्री आहे की, जर मला शस्त्रक्रियेनंतर नेहमीच्या सर्वसाधारण पुनर्वसन केंद्रात राहावे लागले असते, तर मला तिथले राहाणे एक तर मख्ख राहून सहन करणे भाग पडले असते किंवा कदाचित मी बरे होण्यास पडणारे कष्टच घेतले नसते. याचे सर्वसाधारण कारण पुनर्वसन केंद्रात माझ्या तोंडापुढे सतत दूरदर्शन असल्यामुळे त्याने मला जागे राहायला भाग पाडले असते. त्यामुळे जणू काही दुसऱ्यांच्या दैनंदिन कार्यक्रमावर जगणे मला भाग पडले असते. माझी शारीरिक, मानसिक आणि बौद्धिक तंदुरुस्ती पुन्हा मिळविण्याकरिता, मला बरे होण्याकरिता आवश्यक असलेली निवांत झोप मिळणे आवश्यक होते. मला हे ठाऊक आहे की, संपूर्ण देशभर असलेल्या विविध पुनर्वसन केद्रांतून वेगवेगळ्या पद्धतींचा अवलंब केला जातो; पण तरीसुद्धा मी झोपेच्या पद्धतीचाच जोरदार पुरस्कार करेन. केवळ झोपेमुळे अनेक फायदे होतात, असे मी सर्वांना ठासून सांगते. 'झोपा, झोपा आणि झोपा... आणखी झोपा आणि उरलेल्या काळात शिका व जाणिवा लखलखीत करण्याचे आव्हान स्वीकार,' हाच माझा मंत्र होता.

सुरुवातीपासूनच माझ्या उपचार मदतनीसांनी (केअर गिव्हर) माझ्या पूर्वी कमावलेल्या गोष्टींची आठवणही न काढून मला त्या जाणीवपूर्वक विसरायला लावल्या होत्या. ही गोष्ट अत्यंत महत्त्वाची होती. कारण त्यामुळे मी आवडीच्या

नव्या गोष्टींचा शोध घेऊ शकले. मला माझ्यावर प्रेम करणारी माणसे हवी होती – व्यक्ती म्हणून मी पूर्वी कोण होते त्यावर नव्हे; तर मी आता पुढे जी व्यक्ती होणार आहे तिच्यावर कलेच्या क्षेत्रातील आणि संगीतातील जास्त करून सृजनशक्ती असलेल्या माझ्या उजव्या मेंदूच्या तुलनेत जेव्हा माझ्या जुन्या डाव्या मेंदूतल्या पूर्वीच्या सर्व नोंदी पुसल्या गेल्या, तेव्हाच सर्व गोष्टी बदलल्या होत्या. मला आता माझे कुटुंबीय हवे होते. मला माझे मित्र हवे होते आणि माझे सहकारीसुद्धा; माझाच मला शोध घेण्यात माझी मदत करायला मला, सगळे हवे होते. माझ्या अगदी आत्म्याच्या गाभाऱ्यात तीच चेतना कार्यरत होती, तिच्यावरच त्यांचे खरे तर प्रेम होते; पण माझ्यावर झालेल्या आघातामुळे, माझ्या मेंदूतल्या अनेक जोडण्यांत बदल घडून आले होते आणि त्यामुळे बाहेरच्या जगाच्या माझ्या जाणिवांत आता बदल झालेला होता. सर्वांना जरी मी तीच दिसत असले किंवा त्यांना माझे चालणे-बोलणेही पूर्वीसारखेच वाटत होते, तरी माझ्या मेंदूतल्या जोडण्या आता वेगळ्या होत्या. त्यामुळे माझ्या आवडी-निवडी आणि नावडीही वेगळ्या होत्या.

माझे मन अतिशय भंगले होते. मला आठवते की मी एकदा विचार करीत होते, ते माझी डॉक्टरेटची पदवी काढून घेऊ शकतील काय? मला आता अंतर्गत शरीर संरचनाही (ॲनॉटॉमी) आठवत नव्हती! मी जाणले होते की मला आता माझ्या उजव्या मेंदूकडून नव्याने प्राप्त झालेल्या देणग्यांना पूरक ठरेल असा वेगळा व्यवसाय शोधावा लागणार होता. मला बागबगीच्याची आणि आसपासची हिरवळ नियमितपणे टवटवीत ठेवायची पहिल्यापासूनच आवड होती. मी याच माझ्यातल्या आवडीचे व्यवसायात रूपांतर करण्याच्या पर्यायाचा विचार मनाशी पक्का ठरवला होता. व्यक्ती म्हणून मी जशी आहे तसाच लोकांनी माझा स्वीकार करावा आणि उजव्या मेंदूचा प्रभाव असलेली व्यक्ती म्हणून माझे व्यक्तिमत्त्व विकसित करण्याचे स्वातंत्र्य मला त्यांनी द्यावे याची निकड मला भासत होती. माझ्या आसपास वावरणारे लोक मला प्रोत्साहन देणारे असावेत. मला हेही कळणे आवश्यक होते की मला अजूनही किंमत होती. मला आयुष्यात अजून पुरी करायला स्वप्ने हवी होती.

गीगी आणि मी आम्ही दोघी हे समजून होतो की माझ्या मेंदूला आणि एकंदरीतच माझ्या मज्जासंस्थेला ताबडतोबीने काहीतरी आव्हानात्मक कामगिरी करायला भाग पाडणे आवश्यक होते. माझ्या मेंदूतील जोडण्या तुटल्या होत्या. त्यामुळे त्या तशाच स्थितीत मरून जाण्याअगोदर किंवा निष्क्रीयतेतून त्यांना कोणत्या कार्यांसाठी निर्माण केले गेले होते, त्या गोष्टींचा विसर पडण्याअगोदरच त्यांना उत्तेजित करून त्यांची जुळवाजुळव तातडीने पुन:र्प्रस्थापित करणे अत्यावश्यक होते. त्यामुळे माझे यशस्वीपणे तंदुरुस्त होणे, माझा झोपण्याचा कालावधी आणि

जागेपणी मी करायच्या प्रयत्नांमध्ये हितकर समतोल राखण्यावरच जास्तीतजास्त यश अवलंबून होते. त्यामुळे टीव्ही बघणे, टेलिफोनवर बोलणे किंवा ऐकणे आणि रेडिओ ऐकणे, शस्त्रक्रिया झाल्यावर कित्येक महिने, मला पूर्णपणे वर्ज्य होते. या गोष्टी खऱ्या विश्रांतीच्या अखत्यारीत येत नव्हत्या; कारण त्या मला निष्क्रीय बनवून माझ्यातली नवीन गोष्टी शिकण्याची आवड नाहीशी करून माझी ताकद खच्ची करीत होत्या. अर्थात, गीगीला याची पूर्वीच कल्पना आली होती आणि म्हणूनच तिने अनेक पर्याय असलेली कोडी मला सोडवायला लावली होती. शिवाय, तिने फक्त 'होय' किंवा 'नाही' अशी उत्तरे असणारे प्रश्न मला कधीही विचारले नव्हते. उत्तरे शोधण्याची जबाबदारीच पडल्यामुळे मला माझ्या डोक्यातील जुनी दप्तरे आणि नोंदी वगैरे धुंडाळणे भागच पडले. 'होय' किंवा 'नाही' अशा प्रश्नांत कोणताही खरा विचार नसतोच. त्यामुळे विचार करायला लावून माझ्या मज्जापेशींना ताण देण्याची कोणतीही संधी गीगीने सोडली नव्हती.

सरळ विचार करायची क्षमताच माझा मेंदू घालवून बसल्याने, स्वत:च्या शरीराची निगा राखण्याच्या प्राथमिक गोष्टी मला पुन्हा पहिल्यापासून शिकाव्या लागल्या. स्वत:चा पेहराव कसा करावा याचाही त्यामध्ये समावेश होता. पायात बूट घालायच्या अगोदर पायावर मोजे कसे चढवायचे असतात आणि ते का चढवायचे असतात, हेही मला शिकवणे गरजेचे होते. घरातल्या नेहमीच्या वापरातल्या वस्तू कशा वापरायच्या असतात हे जरी मी विसरले होते तरी गीगीच्या म्हणण्याप्रमाणे, कोणत्या कामाकरता कोणत्या गोष्टीचा वापर मी करीत होते, त्यात बरीच सृजनशीलता माझी असायची. वस्तू धुंडाळण्याची ही प्रक्रिया काम करताना फारच उत्साहित करणारी होती. काट्याचा उपयोग पाठ खाजवायलाही चांगला होऊ शकतो हे कोणाला माहीत होते?

माझी ताकद तशी यथातथाच होती. म्हणून दररोज अभ्यासाकरिता लागणाऱ्या वस्तू आणि गोष्टींची निवड फार काळजीपूर्वक करायला लागायची आणि या बाबतीत इतर अनावश्यक गोष्टींवर माझी अगोदरच तुटपुंजी असलेली ताकद खर्च होऊ नये म्हणून मला नेमके काय साध्य करायला हवे याचा प्राधान्यक्रम निश्चित करावा लागला. पुन्हा संशोधक किंवा शिक्षक होण्याइतपत आवश्यक असलेली माझी बरीचशी पूर्वीची बुद्धिसंपदा मला परत प्राप्त होईल असा विचार जरी माझ्या मनात कधी आला नव्हता, तरी एक गोष्ट माझ्या मनात डोकावली होती; ती ही की मेंदूचे सौंदर्य आणि स्वत:चें पुनरुत्थान (रिझिलियन्सी) करण्याची त्याच्याजवळ असलेली अनन्यसाधारण क्षमता याची सर्वांनाच अचंबित करील अशी गोष्ट मात्र माझ्याजवळ निश्चित होती; पण हे अर्थात मी माझा स्वत:चा मेंदू पुन्हा क्रियाशील करू शकले असते तरच शक्य होणार होते. माझे पुनर्वसन नीट व्हावे म्हणून मी

एक कलेच्या क्षेत्रातील योजना स्वीकारली आणि त्यावर लक्ष केंद्रित करायचे ठरवले. या प्रयोगातून माझी ताकद वाढणार होती. मला माझ्या बोटांना अलगद हलवायला मदत होणार होती आणि माझ्यातल्या जाणिवांच्या प्रक्रियांना मदत होणार होती. याकरिता मी ठरवले होते की आपण मज्जापेशी संरचनेच्या दृष्टीने (ब्रेन ॲनॅटॉमिकली) अगदी तंतोतंत असेल असा रंगीत काचांपासून मेंदू बनवायचा. याकरिता पहिल्या प्रथम मला गरज होती ती त्याची एक रूपरेखा तयार करण्याची. मेंदूबद्दल आजवर जे काही मी शिकले होते त्याच्या सर्व आठवणी नाहीशा झालेल्या होत्या. त्यामुळे, मी माझी मज्जापेशी संरचनेवरची (ब्रेन ॲनाटॉमी) सर्व पुस्तके शोधून शोधून बाहेर काढली आणि ती उघडून जमिनीवर पसरवून बसले. त्यातून काही चित्रांचे तुकडे जोडून लावून बघून एक चित्र पसंत केले, जे तंतोतंत असेल आणि चांगले दिसेलही असे होते.

या प्रयोगाने माझा हात, पाय, बोटे यांचा शरीराच्या इतर भागांशी समतोल साधून करावयाच्या हालचाली (ग्रॉस मोटर स्किल्स) सर्वसाधारण समतोल राखणे आणि काच कापताना आणि त्यांचा उपयोग करताना कराव्या लागलेल्या बारीकसारीक हालचालींचा (फाईन मोटर स्किल) भरपूर व्यायाम झाला. रंगीत काचांच्या साहाय्याने मेंदूचा नमुना बनवायला मला तब्बल आठ महिने लागले. जेव्हा तो तयार झाला तेव्हा तो मोठ्या आइस्क्रिमच्या गोळ्यासारखा दिसत होता. त्याने मला आणखी एक मोठा नमुना बनविण्याकरता उत्साह आला. रंगीत काचेचा दुसरा मोठा मेंदू हार्वर्ड मज्जा पेशीद्रव्य संसाधन केंद्राच्या मज्जापेशीद्रव्य बँकेत लटकतो आहे.

मला झटका येण्याच्या कितीतरी महिने अगोदरच, मी सर्वसामान्य जनतेच्या माहितीकरता म्हणून फिचबर्ग राज्यस्तरीय महाविद्यालयात एक कार्यक्रम आयोजित केला होता. आता दहा एप्रिल या दिवशी होणारा हा कार्यक्रम म्हणजे माझ्या झटक्याला त्या दिवशी बरोबर चार महिने पुरे होत होते. कामाचा काहीतरी आदर्श समोर असावा म्हणून मी ठरवले की झटक्यातून वाचलेली आणि जनतेच्या समोर जाऊन त्यांना काही सांगणारी अशी मी पहिलीच रुग्ण असणार होते. अर्थात या कार्यक्रमात सहभागी होण्याचा निर्णय घेताना माझ्या भाषेवर प्रभुत्व मिळविणे हा माझा मूळ हेतू होता. मी ठरवले की मी कार्यक्रमात सहभागी होईन आणि तिथे वीस मिनिटे बोलेन. माझे ध्येय होते की माझे भाषण असे असेल की मी धक्क्यातून वाचलेली रुग्ण होते, याचा थांगपत्ताही लोकांना लागू नये. अर्थात, माझी ही महत्त्वाकांक्षा तशी ठीकच होती. ती यशस्वी करण्याकरता मी अनेक मार्गांनी प्रयत्न केले.

पहिली गोष्ट म्हणजे माझे केस! त्यांच्याकरता काहीतरी करणे आवश्यक होते. शस्त्रक्रिया झाल्यावर पहिले काही महिने केशरचनेत एक नवीनच फॅड मी आणले

होते. शल्यविशारद डॉक्टरांनी माझ्या डाव्या डोक्यावरील एकतृतीयांश भागाचे मुंडन केले होते. त्यामुळे मी अगदीच असंबद्ध आणि तिरकस दिसत होते. पण उजव्या बाजूचे उरलेले केस जर मी फणीने विंचरून सारखे बसवले तर माझा नऊ इंचाचा व्रण झाकता येत होता. मुंडन केलेल्या जागी नव्याने उगवलेले छोटे छोटे केस लपवण्याकरता काय करता येईल, हे शोधण्यातच खरी गंमत होती. तसे म्हटले तर कार्यक्रमाला हजर राहाण्याच्या आनंदात मी थोडी भरकटून गेले होते; पण एप्रिल महिना उजाडला तेव्हा मी एक छोटी कानटोपी मिरवीत फिरायला लागले होते; पण प्रत्यक्ष कार्यक्रमाच्या दिवशी दुपारी माझ्या केसांनी मला वाटत असलेल्या भीतीच्या संबंधात नेमके काय केले किंवा केले नाही हे नक्की कळले नव्हते. शिवाय, त्रिमितीत मेंदू आखून कवटी छेदून शस्त्रक्रिया करताना माझी कवटी जरासुद्धा हलू नये म्हणून माझ्या कवटीभोवताली धातूची आखणी पट्टिका घट्ट बसवलेली होती. तिच्यामुळे फ्रॅन्केस्टाईनसारखे माझ्या कपाळावर दोन्ही बाजूला खळगे निर्माण झाले होते. माझ्या कपाळावर राहिलेल्या त्या खळग्यांचे व्रण लोकांच्या नजरेस पडले होते की, नाही हेही मला नक्की कळले नव्हते.

फिचबर्ग राज्य महाविद्यालयातल्या कार्यक्रमासाठी मी खूप मेहनत घेतली होती. स्पष्ट शब्दोच्चार आणि लोकांना नीट समजतील असे विचार त्यांच्यापर्यंत पोचविण्याची माझी पहिली परीक्षा होती ती. माझे नशीब बलवत्तर होते. माझ्या झटक्याच्या काही महिने अगोदर, 'नामी'च्या राष्ट्रीय अधिवेशनाच्या व्यासपीठावरून मी महत्त्वाचे भाषण दिले होते, त्या वेळी माझ्या त्या भाषणाची अगदी व्यावसायिक पद्धतीने बनवलेली चित्रमुद्रिका (व्हीडिओ डिस्क) माझ्याजवळ होती. माझ्या बोलण्यात सफाई येण्याकरिता माझी ती व्हीडिओ डिस्क पुन:पुन्हा पाहायची असे मी ठरवले. ध्वनिवर्धकासमोर उभ्या असलेल्या त्या स्त्रीची, म्हणजे माझी स्वत:चीच देहबोली मी न्याहाळली आणि ध्वनिवर्धकाचा उपयोग तिने कसा केला होता, हे विशेषत्वाने पाहून ठेवले. हे करताना तिने आपले डोके कसे तोलून धरले होते, देहाची ठेवण कशी होती आणि ध्वनिवर्धकाला हातात खेळवत व्यासपीठावर इकडे-तिकडे ती कशी चालली होती, तेही मी टिपले. तिच्या आवाजाकडे मी कटाक्षाने लक्ष दिले. गाताना विशेषत: तिचे शब्दोच्चार कसे होत होते आणि आवाजात बदल करून प्रेक्षकांना मंत्रमुग्ध करण्यात ती कशी यशस्वी झाली होती, तेही मी लक्षात घेतले. तिला हे सर्व करताना पाहून माझी मी पुन्हा कशी होईन ते मी शिकले. माझी मी म्हणून मी कशी बोलेन, चालेन आणि कशी वागेन तेसुद्धा मी थोडेफार शिकले.

भाषणात आलेले मुद्दे आणि मज्जापेशी संरचनेसंबंधात माझ्या त्या भाषणातून मी बऱ्याच गोष्टी शिकले होते. आता मज्जापेशी संरचना शास्त्रातली मी काही तज्ज्ञ नव्हते. व्हीडिओ डिस्कमधील ते भाषणच माझ्याकरता खूप होते. त्यात माहिती

खूपच होती; पण ती सगळी माझ्या डोक्यावरून गेली. या वेळच्या माझ्या प्रेक्षकांच्या डोक्यावरून असेच ते गेले नसेल? या विचाराने माझे मन क्षणभर विषण्ण झाले. मात्र त्या व्हीडिओ डिस्कमधून बऱ्याचशा वैज्ञानिक शब्दांचे उच्चार करायला मी शिकले. अनेकदा डिस्क पाहिल्यावर त्यात मी ज्या गोष्टी सांगत होते त्याही हळूहळू लक्षात आल्या. मृत्युपश्चात मेंदूदानाची कल्पना पुन्हा ऐकताना मला खूपच आनंद झाला. मात्र त्याचबरोबर मनात एक शंकाही चाटून गेली की, मी जर या झटक्यात दगावले असते तर गीगीने माझ्या मेंदूचे दान दिले असते का? मज्जापेशीद्रव्य बँकेवरील माझ्या काव्याच्या पंक्ती ऐकून तर मी अगदी जोरजोरात मनसोक्त हसले. डिस्कमधील ते रूप बघून माझे मलाच मी आवरले नाही, कारण ती स्त्री आता या जगात राहिलेलीच नव्हती, हे माझे दुःख होते.

जवळजवळ महिनाभर रात्रंदिवस मेहनत करून जसे जमले त्या पद्धतीने वीसेक मिनिटांचे भाषण सादर करण्याचा सराव मी केला. भाषण चालू असताना मध्येच कोणी अडथळा आणला नाही किंवा मेंदूविषयी विशेषत: कोणी प्रश्न वगैरे विचारला नाही, तर मला वाटले मला झटका येऊन गेलेला होता, ही गोष्ट सहजासहजी कोणाच्या लक्षात न येता सर्व काही ठीक झाले असते, इतपत आत्मविश्वास मला वाटू लागला होता. माझ्या हालचाली वगैरे जरी यंत्रवत होत होत्या, तरी स्लाईड दाखवताना बरोबर सम साधत होते. फिचबर्ग महाविद्यालयातल्या त्या कार्यक्रमात माझ्या मनाप्रमाणे मी यशस्वी झाले होते आणि त्यातून सहीसलामत बाहेर पडले होते.

मला फिजिओथेरपी किंवा ऑक्युपेशनल थेरपी घेण्यासाठी योग्यता प्राप्त झालेली नसली तरी शस्त्रक्रिया झाल्यावर चार महिने मी दिवसातून बराच वेळ स्पीच थेरपी घेत होते. वाचन करण्यापेक्षा बोलणे त्यामानाने कमी त्रासदायक होते. गीगीने मला अगोदरच मुळाक्षरांची चित्रे आणि त्यांच्यासोबत त्यांचे होणारे उच्चारही शिकवले होते; पण मुळाक्षरांना जोडून शब्द बनविणे आणि तयार होणाऱ्या मुळाक्षरांच्या समूहाला अर्थ चिकटवणे हे सर्व सांभाळणे माझ्या मेंदूला अशक्य होते. समजावून घेऊन वाचणे म्हणजे तर अक्षरश: कडेलोट होण्यासारखे होते. माझी स्पीच थेरपिस्ट एमी राडेर हिच्याबरोबर माझी पहिली बैठक झाली तेव्हा तिने मला अशी गोष्ट वाचायला दिली की, जिच्यात तेवीस सत्यविधाने केलेली होती. मला ती गोष्ट मोठ्याने वाचायची होती आणि त्यानंतर तिच्या प्रश्नांची उत्तरे द्यायची होती. तेवीस प्रश्नांपैकी मला फक्त दोन प्रश्नांची बरोबर उत्तरे देता आली होती!

सुरुवातीला एमीबरोबर स्पीच थेरपी सुरू झाली तेव्हा मी शब्द मोठ्याने उच्चारू शकत होते; पण मला त्या उच्चारातून अर्थबोध मात्र अजिबात होत नव्हता. शेवटी एकदा मी एका वेळी एकच शब्द उच्चारायला लागले आणि त्या शब्दाच्या

अर्थाची त्याच्याबरोबर जोडणी करण्यात यशस्वी झाल्यावर मग नव्या शब्दाकडे वळायला शिकले. मला वाटते नीट बोलायला शिकण्यात खरा अडथळा याचा होता की मी एका क्षणात उच्चारलेल्या शब्दाची संगत लगेच येणाऱ्या पुढच्या क्षणाच्या शब्दाशी लावण्यात कमी पडत होते. थोडक्यात, मी सरळ विचार करण्यात कमी पडत होते. जोपर्यंत प्रत्येक क्षण मी स्वतंत्र स्वतंत्र अनुभवत होते, तोपर्यंत कल्पना किंवा शब्दांची अर्थपूर्ण जोड करणे जमत नव्हते. मला स्वत:ला वाटत होते की, वाचण्याशी निगडित असलेला माझ्या मेंदूचा भाग मरायला टेकला असावा आणि म्हणूनच वाचायला शिकण्यातच त्याला रस नव्हता. एमीच्या आणि गीगीच्या शिकविण्यातल्या सातत्यामुळे, काही आठवड्यांतच माझ्या वाचाशुद्धीची आणि वाचनाची गाडी रुळावर येऊ लागली. ही प्रगती अर्थातच उत्साहवर्धक होती. कारण शब्दसंग्रह वाढणे म्हणजे माझ्या मेंदूतले विस्मृतीत गेलेले दफ्तर पुन्हा मिळवण्यासारखे होते; पण तसा नुसता प्रयत्न करण्यानेसुद्धा मला थकवा येत होता. पण हळूहळू शब्दांशी मोठ्या कष्टाने शब्द जुळवून शेवटी एकदाचे दफ्तर उघडले, त्यातली माहिती उपलब्ध होत गेली आणि माझ्यातल्या स्त्रीच्या सर्व गत आयुष्याशी माझी पुन्हा ओळख होत गेली. गीगी शांतचित्ताने माझ्या होत असलेल्या प्रगतीवर लक्ष ठेवून होती आणि म्हणूनच मी माझ्या मेंदूतल्या भुऱ्या रंगाच्या मज्जापेशींच्या (ग्रे मॅटर) कानाकोपऱ्यापर्यंत पोहचू शकले.

प्रकृती ठणठणीत होण्यासाठी माझ्यातल्या क्षमतांवरच लक्ष केंद्रित करणे अत्यंत महत्त्वाचे होते; माझ्यात निर्माण झालेल्या व्यंगांवर नव्हे. माझ्या प्रकृतीत थोडीशी जरी प्रगती झालेली आमच्या लक्षात आली तरी आम्ही ती आनंदाने साजरी करीत होतो. त्यामुळे त्याकरता कराव्या लागणाऱ्या अभ्यासाकडे माझे लक्ष राहत होते आणि त्यातून होत असलेली माझी प्रगती जाणून घेण्यात मी अधिक उत्साही होते. मी तर अगदी असे ठरवून टाकले होते की, मी चालू शकले नाही, बोलू शकले नाही किंवा अगदी मला माझे नावही जरी माहीत झाले नाही तरी चालेल; पण माझा श्वासोच्छ्वास अजून चालू होता, म्हणजेच मी अजून जिवंत होते. केवळ याच गोष्टीचा आम्ही आणखी दीर्घ श्वास घेऊन आनंद व्यक्त करीत होतो. केव्हा केव्हा तर कशाला तरी अडखळून मी खाली कोसळत असे. पण, त्यातही जेव्हा जेव्हा मी स्वत:हून कधी उठून उभी राहात होते, तेव्हाही आम्ही आमचा आनंद साजरा करीत होतो. एवढेच नव्हे तर माझ्या तोंडातून लाळ जरी चुकून गळली आणि ती मी गिळली तरी आम्ही त्यात आनंद मानत होतो! झटक्यामुळे माझ्यात अशी कितीतरी व्यंगे निर्माण झाली होती; पण म्हणून आम्ही निर्माण झालेल्या व्यंगावरच आमचे लक्ष कधीही केंद्रित होऊ दिले नव्हते. लोकांनी मी माझ्यातल्या व्यंगावर थोडीशी जरी मात केली तरी त्याचे कौतुक केलेले मला आवडे. त्यातूनच

माझा उत्साह वाढत होता.

शस्त्रक्रिया झाल्यावर काही आठवड्यांतच, म्हणजे साधारण जानेवारीच्या मध्यावर, माझ्या डाव्या मेंदूतील भाषेचे ज्ञानकेंद्र कार्यान्वित होऊन माझ्याशी त्याने पुन्हा संवाद साधना आहे, असे मला भासले. माझ्या मनात निर्माण झालेली नीरव शांततेची अत्यंत आनंदमयी अशी भावना जरी मला प्रिय होती तरी माझ्या डाव्या मेंदूमध्ये बरे होऊन आपला अंतर्गत संवाद पुन:प्रस्थापित करण्याची क्षमता अजून जिवंत आहे, या कल्पनेने मी सुटकेचा नि:श्वास सोडला. या क्षणापर्यंत माझे विचार कालाच्या संदर्भात सुसूत्रबद्ध करायला मी माझ्याशी अक्षरश: झगडत होते. माझ्या मेंदूतील या सरळ अंतर्गत संवादाने (लिनिअर इंटरनल डायलॉग) माझ्या विचारांचा पाया भक्कम होण्यास आणि ते रचनात्मक बनण्यात फारच मदत झाली.

या आघातातून मी यशस्वीपणे खडखडीत बरी होण्यामागचे मूलभूत गुपित हे होते की, मी माझी स्वत:ची म्हणून म्हणता येईल अशी कोणतीही मार्गक्रमणा करण्यापासून अगदी जाणीवपूर्वक दूर राहिले होते. शारीरिक आणि भावनिक घाव भरून येण्यात कृतज्ञतेचा सिंहाचा वाटा असतो. माझ्या आघातातून बरी होताना मला आलेले अनुभव बऱ्याच अंशी मला आनंदित करणारेच होते. कारण माझे बरे होणे म्हणजे एक प्रकारे एका नैसर्गिक प्रक्रियेतून दुसऱ्या नैसगिक प्रक्रियेत प्रवेश करण्यासारखेच होते. माझ्यातल्या क्षमता कणाकणाने वाढत आहेत हे जसजसे माझ्या लक्षात येऊ लागले, तसतसे मला हेही समजू लागले की माझ्या बाहेरील जगाच्या जाणिवाही वाढत होत्या. शेवटी माझी अवस्था आई जवळपासच कुठेतरी आहे हे नक्की करून घराबाहेर झेपावून आजूबाजूच्या गोष्टींचा स्वत:हून शोध घ्यायला आतुर झालेल्या लहान मुलासारखी झाली. नवनवीन गोष्टी करण्याचा मी खूप प्रयत्न केला. त्यात बऱ्याच वेळा मी यशस्वीही झाले. अर्थात काही अशाही गोष्टी करून बघितल्या ज्या करायला मी अजून तेवढी तयार नव्हते; पण केवळ माझा स्वत:चा म्हणून म्हणता येईल असा मार्ग चोखाळायचा नाही, असा भावनिक निर्णय मी घेतलेला होता. त्याचा एक अर्थ होता की माझ्याशीच होत असलेल्या संवादाच्या बाबतीत मी खबरदारी बाळगून होते. दिवसातून हजार वेळा माझ्यात कमतरता आहे. आता मी पूर्वीसारखी राहिलेली नाही, असे वाटणे अगदी सोपे होते. कारण या झटक्याने माझे मनच मी हरवून बसले होते. त्यामुळे माझ्याबद्दल मी निराश असणे किंवा स्वत:चीच स्वत:ला कीव येणे साहजिकच होते. पण सुदैवाने, माझ्या उजव्या मनातील अलौकिक आनंद आणि उत्साह इतका जबरदस्त होता की त्याच्या प्रभावाखाली मी स्वत:ला दुर्दैवी म्हणून टोचणी लावत राहण्याच्या भावना सुदैवाने मुळीच टिकाव धरू शकल्या नव्हत्या.

मला मिळालेला गीगीचा आधार आणि तिचे निर्व्याज प्रेम आणि इतरांची न

मागतासुद्धा अनेक मार्गांनी झालेली मदत या सर्वच गोष्टी अतिशय स्वागतार्ह होत्या आणि म्हणूनच मी माझी म्हणून म्हणता येईल अशी कोणतीही मार्गक्रमणा न करण्याचा जो निश्चय केला होता, त्याचाच त्या अविभाज्य घटक होत्या. बरे होणे ही दीर्घसूत्री प्रक्रिया असते. अनेक वर्षे उलटल्यावर आपल्याला कल्पना येऊ शकते की शेवटी यामध्ये आपण काय कमावले. मला माझा मेंदू बरा व्हायला हवा होता आणि त्याचा एक भाग होता मला मिळणारी मदत मी कृतज्ञतापूर्वक स्वीकारणे. झटका येण्यापूर्वी माझी मी स्वतंत्र होते. आठवडाभर मी शास्त्रीय संशोधन करणारी शास्त्रज्ञ म्हणून वावरत होते आणि आठवड्यातल्या शेवटच्या सुटीच्या दोन दिवसांत 'गाणारी शास्त्रज्ञ' म्हणून प्रवास करीत होते. त्यातच माझे घरही सांभाळत होते. माझ्या गोष्टींची काळजीही मीच घेत होते. दुसऱ्याची मदत घेणे या कल्पनेनेसुद्धा मला अवघडल्यासारखे होत असे; पण या माझ्या मानसिक असमर्थतेच्या अवस्थेत मला लोकांना माझ्या गोष्टी करायला देणे गरजेचे होते. अनेक दृष्टीनी मी भाग्यवान होते की माझा डावा मेंदू जखमी झाला होता. कारण त्यातली भाषेची ज्ञानकेंद्रे बंद पडल्यामुळे माझा अहंपणाच नाहीसा झालेला होता. म्हणूनच मी इतरांच्या मदतीचे स्वागत केले होते.

मला कराव्या लागणाऱ्या प्रत्येक कृतीचे छोट्या छोट्या भागांत रूपांतर करणे किंवा त्या कृतीसाठी आवश्यक छोट्या छोट्या गोष्टी क्रमवार करून त्यांच्या सुसंगतीतून संपूर्ण कृती पूर्ण करणे, या क्षमतेवरच मी ठणठणीत बरी होण्याचे यश अवलंबून होते.एका प्रयत्नाच्या अभ्यासातून पुढच्या थोड्या अधिक कठीण अभ्यासाकडे जायला माझ्याकडून कोणकोणत्या गोष्टींच्या पूर्तता होणे आवश्यक होते, हे जाणण्यात गीगी अत्यंत धोरणी होती. मी उत्साहाने देह हलवीत असो किंवा स्वत:हून बसायला लागायच्या अगोदर एका कुशीवरून लोळण घेऊन दुसऱ्या कुशीवरून लोळण घेऊन परत येण्याचा अभ्यास करीत असो किंवा घराबाहेर पडल्यावर रस्त्याच्या बाजूला असलेल्या चालायच्या रस्त्यातील सिमेंटच्या भेगांवर पाय ठेवले तरी चालेल हे शिकत असो, पण या प्रत्येक छोट्या छोट्या गोष्टीच अंतिम यश गाठण्यास कारणीभूत ठरत होत्या.

मी सरळ विचार करू शकत नव्हते. त्यामुळे मला कोणतीही गोष्ट माहीत नाही, हे माझ्या आसपासच्या प्रत्येकाने लक्षात ठेवून वागणे ही माझी गरज होती. म्हणजे मला ती पुन्हा नीट शिकायची संधी मिळणार होती. माहितीचे तुकडे माझ्या मेंदूत एकमेकांशी जुळवून घेऊ शकत नव्हते. उदाहरणार्थ, जेवायला बसल्यावर काटे कसे धरायचे, ते का व कसे वापरायचे वगैरे गोष्टी कित्येक वेळा मला नीट समजावून द्याव्या लागत होत्या. माझ्या उपचारकांनी (केअर गिव्हर) या आणि अशा गोष्टी मला बऱ्याच सहनशीलतेने शिकवण्याची गरज होती. कधीकधी माझा देह

आणि माझ्या मेंदूला मी काय शिकते आहे, ते नीट कळण्यासाठी काही गोष्टी त्यांना मला पुन:पुन्हा करून दाखवाव्या लागत होत्या. जर एखादी गोष्ट मला नीट समजली नसेल तर ती गोष्ट समजण्याच्या माझ्या मेंदूतल्या प्रक्रिया होण्याच्या भागात झटक्यामुळे छिद्र निर्माण झाले असण्याची शक्यता होती. त्यामुळे ती माहिती तिथे नीट पोहोचत नसावी. मला शिकवताना लोकांना जेव्हा ओरडावे लागत असे तेव्हा मी गप्प राहात होते. एखाद्या कुत्र्याच्या पिल्लाला धन्याने झिडकारल्यावर ते जसे गुरगुर करीत निपचिप होते, तसेच माझ्यावर ओरडणाऱ्याची नकारात्मक ऊर्जा मला नकोशी होऊन मी घाबरून जात असे आणि मी गप्प होत असे. त्याच्यावर माझा विश्वासही नव्हता. मी बहिरी नव्हते. माझा मेंदू फक्त जखमी झालेला होता, ही गोष्ट माझ्या उपचारकांनी लक्षात ठेवणे जरुरीचे होते. सगळ्यात महत्त्वाचे म्हणजे माझ्या उपचारकांनी प्रत्येक नवी गोष्ट सहनशीलतेने मला कमीतकमी वीस वेळा शिकवावी लागे.

माझ्याशी बोलताना लोकांनी माझ्या अगदी जवळ येऊन बोलण्याची मला गरज होती; मला घाबरून जाण्याची नव्हे. मला त्यांच्या चांगुलपणाची नितांत गरज होती. मला त्यांनी स्पर्श करावा, मायेने त्यांचा आश्वासक हात त्यांनी माझ्या पाठीवरून फिरवावा, माझा हात हातात घ्यावा. माझी लाळ गळत असेल, तर माझे तोंड त्यांनी कागदी रुमालाने पुसावे असे मला वाटे. माझ्या सान्निध्यात येणाऱ्या जवळजवळ प्रत्येकालाच कुणीतरी झटक्यातून वाचलेली दुसरी एखादी व्यक्ती माहीत असावी, ही अपेक्षा होती. जर त्याची भाषेची ज्ञानकेंद्रे झटक्याने उखडून गेली असली तर भेटायला आलेल्या प्रत्येक व्यक्तीशी संभाषण करणे अशक्यच होते. मला कल्पना होती की सर्वसाधारण व्यक्तीला झटका आलेल्या व्यक्तीशी संपर्क साधून माहितीची देवाणघेवाण करणे अत्यंत अवघड असते; पण मला भेटायला येणाऱ्या व्यक्तींनी त्यांची सकारात्मक ऊर्जा मला द्यायला यावे ही माझी अपेक्षा असे. अर्थात, संभाषण अशक्यच होते, म्हणून लोकांनी काही मिनिटे यावे हे अपेक्षित असे; पण आल्यावर त्यांनी माझा हात हातात घ्यावा आणि अगदी जवळ येऊन सौम्य रीतीने त्यांचे आयुष्य कसे चालले आहे ते माझ्याशी बोलावे. ते काय विचार करीत आहेत. मी यातून सहीसलामत बाहेर पडून पुन्हा कशी ठणठणीत बरी होईन असा विश्वास त्यांना आहे, हे त्यांनी मला सांगण्याचा प्रयत्न करावा, ही माझी अपेक्षा असे. काही लोक अगदी काळजीग्रस्त आहेत असेच भाव चेहऱ्यावर घेऊन येत असत. त्यांच्याशी संपर्क साधणेही मला कठीण जात असे. मला भेटायला येणारे पाहुणे कोणत्या प्रकारची ऊर्जा बरोबर घेऊन येत आहेत त्याची जबाबदारी त्यांची त्यांनी घेणे आवश्यक होते, ही माझी गरज होती. भेटायला येणाऱ्या प्रत्येकाला त्याने हृदय मोकळे ठेवून शांतचित्ताने मला प्रेमाने भेटावे

याकरता आम्ही प्रोत्साहित करीत होतो. अतिशय त्रासलेले, काळजी करणारे किंवा रागीट लोक माझ्या बरे होण्यातील अडसरच ठरत होते.

माझ्या बरे होण्याच्या प्रक्रियेत मला मिळालेला सर्वांत मोठा धडा, भावना शरीरातून उमटताना त्यांची अनुभूती कशी घ्यायची हा होता. आनंदाच्या लहरींची अनुभूती माझ्या शरीरात होती. शरीरभरच्या नीरव आणि अलौकिक शांततेची अनुभूतीही माझ्यात होती. मला वाटले होते की नव्या भावनेची ऊर्मी आल्यावर मला त्याची अनुभूती जाणवेल. नव्या भावनेची लाट माझ्या शरीरात उमटत असे आणि निघून जात असे. मला असे वाटण्याच्या अनुभूतीचे वर्णन करणारे नवे शब्द शिकावे लागले; पण सगळ्यात अद्‌भुत गोष्ट ही होती की त्या वाटण्यामध्ये मी स्वत:ला अडकवून ठेवून ती अनुभूती शरीरात बराच काळपर्यंत रेंगाळत ठेवायची आणि अनुभवायची किंवा चटकन ती शरीराबाहेर झटकून टाकून मोकळे व्हायचे याची निवड करण्याची शक्ती माझ्यात होती, ही गोष्टही मी शिकले.

मी माझे निर्णय मला शरीरात कसे वाटते आहे त्यावर घेत असे. चीड येणे, भीती वाटणे किंवा नैराश्य येणे वगैरे अशा भावनांच्या अनुभूतीने मला अवघडल्यासारखे होई. तेव्हा मी माझ्या मेंदूला सूचना देऊन ठेवल्या होत्या की मला या भावना आवडत नाहीत. तेव्हा त्याने त्या मज्जापेशीय वर्तुळी जोडण्यात (न्यूरल लूप) अडकून राहू नये. मी शिकले होते की, मी माझ्या डाव्या मनाच्या साहाय्याने, भाषेच्यामार्फत थेट मेंदूबरोबर बोलू शकत होते. मला काय पाहिजे आणि काय नको ते मी त्याला सांगू शकत होते. याची जाणीव एकदा पक्की झाल्यावर, मला खात्री झाली होती की माझे पूर्वीचे जे व्यक्तिमत्त्व होते त्याकडे पुन्हा कधीही वळणार नव्हते. अचानक माझ्या लक्षात आले की मला नेमके कसे वाटते आणि ते किती वेळ वाटत राहाते या गोष्टीवर मला जाणीवपूर्वक नियंत्रण ठेवता येत होते. त्यामुळे माझ्या मेंदूतील वेदनादायी भावना उद्दीपित करणाऱ्या मज्जापेशीय जोडण्या सक्रिय करण्याला माझा कट्टर विरोध होता.

माझ्या शरीरात कोणत्या भावनांची जाणीव मला होते आहे, याच्याकडे त्रयस्थपणे काळजीपूर्वक लक्ष दिले गेल्यामुळेच मी ठणठणीत बरी झाले होते. शस्त्रक्रियेनंतर तब्बल आठ वर्षे मी माझ्या शरीरात होणाऱ्या सर्व गोष्टींचे विश्लेषण करणाऱ्या माझ्या मनाला अनुभवण्यात घालविली. येणारा प्रत्येक नवा दिवस दररोज नवीन आव्हान आणि नवीन जाणिवा आणत होता. जसजशी माझ्या मेंदूतील जुनी दफ्तरे मला पुन्हा अवगत होत होती, तसतशा जुन्या अडगळीत गेलेल्या भावना पुन्हा वर डोके काढत होत्या. त्यामुळे माझ्या मेंदूतील त्या भावनानुषंगिक मज्जापेशीय जोडण्या शाबूत ठेवण्यातली उपयुक्तता तपासून बघण्याची गरज होती.

भावनिक घाव भरून निघणे ही एक अतिशय क्लिष्ट प्रक्रिया होती; पण त्याकरता प्रयत्न करणे ही फार मौलिक बाब होती. माझा डावा मेंदू जसजसा मजबूत होऊ लागला, तसतसे माझ्या भावना किंवा माझ्या बाबतीत घडलेल्या घटनांकरता इतरांना किंवा बाहेरील घटनांना दोष द्यावासा वाटणे, ही गोष्ट नैसर्गिकच होती अशी भावना बळावत गेली. पण मला ज्ञात असलेली वास्तविकता ही होती की दुसरी कोणतीही व्यक्ती मला कशी वाटावी आणि मला काय वाटले पाहिजे हे ठरविण्याचा अधिकार केवळ माझा आणि माझ्या मेंदूचाच होता. बाहेरील कोणतीही गोष्ट माझ्या मनाची आणि हृदयातील शांतता भंग करू शकत नव्हती. ते सर्वस्वी माझ्यावरच अवलंबून होते. माझ्या आयुष्यात जे घडत होते आणि जे घडणार होते, त्यावर भलेही माझे पूर्ण नियंत्रण नव्हते; पण जे घडत होते, ते अनुभव, त्या घटना मी कशा समजून घ्यायच्या, त्यांचा कोणता अन्वयार्थ लावायचा, हे माझ्याच हातात होते.

■

प्रकृतिस्वास्थ्याच्या मार्गातील मैलाचे दगड

मला नेहमी अनेक प्रश्न विचारले जातात; पण त्यात सर्वाधिक वेळा विचारला गेलेला प्रश्न म्हणजे ठणठणीत व्हायला तुम्हाला किती महिने लागले? माझी त्याला ठरलेली प्रतिक्रिया असे की ठणठणीत होणे म्हणजे काय? ठणठणीत होण्याची व्याख्या जर माझे झटक्यापूर्वीचे सर्वच्या सर्व दैनंदिन कार्यक्रम सुरळीतपणे चालू झालेले आहेत अशी असेल, तर मी अजून तितकी बरी झालेली नाही, इतकेच मी म्हणेन. माझ्या मेंदूतले कोणते भावनिक क्रमादेश तसेच राहू देण्यात मला रस आहे आणि कोणत्या क्रमादेशांची वाच्यता न करण्यातही मला अजिबात स्वारस्य नाही, या बाबतीत आजपर्यंत मी बरीच गोंधळलेली होते (जसे – उतावीळपणा, टीका, निर्दयता). या झटक्याने मला दिलेली अमूल्य देणगी म्हणजे या पुढील आयुष्यात जगाला सामोरे जाताना मी कोण म्हणून आणि कशी म्हणून जायचे; मी माझे आयुष्य कसे जगायचे हे ठरवण्याकरता अनेक पर्यायांतून मला हवे असलेले पर्याय निवडण्याची संधी या झटक्याने मला उपलब्ध झाली होती. थोडक्यात, झटक्यामुळे माझा पुनर्जन्मच झाला होता. झटक्यापूर्वी माझी धारणा होती की, मी हा माझ्या मेंदूचाच परिपाक होता आणि मला काय वाटते, कसे वाटते किंवा मी काय विचार करते वगैरे यामध्ये कुठेही माझा वाटा अगदीच नगण्य होता. पण, नस तुटून रक्तस्राव झाल्यापासून माझे डोळे उघडले. मला हे समजले की, माझ्या दोन कानांच्यामधल्या अवयवात काय जाते, काय जावे किंवा जाऊ नये हे ठरविण्याच्या बाबतीत प्रत्यक्षात माझा कितीतरी सहभाग असू शकतो.

मेंदूच्या शस्त्रक्रियेनंतर माझ्या मनावरचे घाव भरून काढून त्याची पुनर्बांधणी करण्याचे आणि माझ्या देहाविषयीच्या जाणिवांची प्रस्थापना करण्याचे कार्य इतके मोठे होते की, त्या मानाने माझ्या शारीरिक स्वास्थ्याची तंदुरुस्ती ही तशी दुय्यम

होती. शस्त्रक्रियेनंतर गीगी माझी जखम स्वच्छ ठेवायची. त्यामुळे जखमेवरील पस्तीस टाके व्यवस्थित सुकले. हे होताना सर्वांत मोठी समस्या निर्माण झाली होती. टाक्यांनी माझा खालच्या जबड्याच्या डाव्या बाजूचा समयी सांधा (लेफ्ट टेंपोरल मॅन्डिब्युलर जॉइंट) सुजला होता आणि मला तोंडाची उघडझाप करणेच मुश्कील झाले होते; पण याकरता मी फिल्डेनक्रॉइस नावाचे तंत्र वापरून त्यावर मात केली. जखमेचा व्रण जवळजवळ पाच वर्षे बधीर होता. माझ्या कवटीत जी तीन छिद्रे पाडली होती ती भरून यायला सहा वर्षे लागली असावीत, असे मला वाटते.

माझी आई अत्यंत कुशल उपचारक होती. तिला जरी माझी काळजी होती तरी ती माझ्या प्रगतीच्या आड मात्र कधीच आली नव्हती. झटक्यानंतर दोन महिन्यांनी म्हणजे फेब्रुवारीच्या मध्यास मी स्वतंत्रपणे जगात पाय ठेवण्याचा पराक्रम केला. माझी वाचा तशी बऱ्यापैकी परत आली होती. (किमान माझा तरी तसा समज होता.) मी एकटीने कमीतकमी वेळ बाहेर उघड्यावर घालवला होता. एक दिवस गीगीने मला गाडीने विमानतळाच्या ठिकाणी पोचवले. विमानात मला माझ्या जागेवर नेऊन बसवले. उतरवून घ्यायला माझी मैत्रीण त्या शहरातल्या विमानतळाच्या ठिकाणी आली होती. तिने मला तसेच विमानातून उतरवून गाडीने घरी नेले होते. त्यामुळे बाहेरच्या मोठ्या जगात फार वेळ मला एकटीने असा संचार करायला लागलेला नव्हता. घरट्याबाहेर उडण्याची ही पहिली संधी मला खूपच आनंद देऊन गेली होती. स्वतंत्र जीवन जगण्याच्या दिशेने घेतलेली ही पहिलीवहिली झेप, माझी गरुडझेपच होती. माझ्या या यशस्वी उड्डाणानंतर आणखी जोखीम उचलण्याकरता माझा उत्साह वाढू लागला.

तीन महिने पूर्ण झाल्यावर गीगीने पुन्हा मला मोटार चालवायला शिकविली. चार चाकांवर बसवलेली ती भली मोठी धातूची डबी आत बसून रस्त्यावरून जोराने चालवायची होती. इतर लोक एका हाताने गाडी चालवताना दुसऱ्या हाताने खातपीत असताना, सिगरेट ओढीत असत. हो, त्यांच्या त्या भ्रमणध्वनीवरून बोलतही असत. मोटार चालवताना मला समजले की, मी त्यांच्या तुलनेने अगदीच फुसकी होते; पण त्याचबरोबर जीवन किती मौल्यवान होते, ही गोष्टही माझ्या मनात पुन्हा ठसली. माझा मेंदू वाचताना अडखळत होता. मोटार पुन्हा चालवायला शिकताना सर्वांत कठीण गोष्ट असते ती रस्त्यावर लिहिलेल्या खुणा आणि मार्गदर्शक सूचना यांच्याकडे लक्ष ठेवणे. ही माझी खरी समस्या होती आणि जेव्हा अशी सूचना जरी मी पाहत होते तरी मला त्याचा अर्थबोध व्हायला कमालीचा वेळ लागत होता. तेव्हा, 'ते वर लटकणारे भले मोठे हिरवे चिन्ह काय सांगतेय? अरे देवा, मी रस्त्याच्या बाहेर पडायची वाट चुकलेच!' असे माझे होत असे.

मार्च महिन्याच्या मध्यावर साधारण गीगीला वाटले की आता माझी मी स्वत:हून उर्वरित आयुष्य जगायला लायक झाले आहे; पण खरी वस्तुस्थिती ही होती की आयुष्याचा सारिपाट मांडण्यापासून मी अजून फारच दूर होते. तिची कल्पना होती की मित्रमैत्रिणींच्या सोबतीने मी माझे पंख फडफडवायला आता काहीही हरकत नव्हती. तिने अर्थात एक आश्वासन मला दिले की जर मला कोणतीही आणि कोणत्याही वेळी तिची गरज भासली तर मी तिला फक्त फोन करून बोलवायचे. अगदी पहिले उपलब्ध विमान घेऊन ती हजर होणार होती. पुन्हा स्वतंत्र आयुष्य जगण्याच्या कल्पनेने माझ्या एका मनात उत्साह सळसळून गेला; पण लगेचच माझ्या दुसऱ्या मनात फार मोठी धडकी भरली.

पण माझे उर्वरित आयुष्य स्वतंत्रपणे जगण्याची तयारी तपासून बघण्याची फार मोठी संधी मला लगेचच चालून आली होती. काही आठवड्यांच्या अवधीनंतर फिचबर्ग राज्य महाविद्यालयातल्या कार्यक्रमाचे मला निमंत्रण आले होते. त्या कार्यक्रमात सहभागी होणे ही माझे आयुष्य नव्याने सुरू करण्याकरता फार मोठी परीक्षाच होती. माझे लक्ष कुठेतरी गुंतविण्याची संधी त्या कार्यक्रमाकरता तयारी करण्याने मला लाभली होती. माझी मैत्रीण ज्युली तिच्या मोटारीने मला फिचबर्ग महाविद्यालयाच्या कार्यक्रमस्थळी घेऊन गेली होती. तो कार्यक्रम माझ्या अपेक्षेपेक्षा इतका जास्त यशस्वी झाला होता की, जणू ते यश माझ्या डोक्यातच गेले होते. (वाचकांनी डोक्यात जाणे यामधील अतिशयोक्ती लक्षात घ्यावी.) मी केवळ कशीतरी वेळ मारून नेली होती, असे झाले नव्हते; तर तो कार्यक्रम मनासारखा व्हावा म्हणून घेतलेले परिश्रम कामी आले होते. कार्यक्रमातील माझ्या योगदानाची प्रशंसाही झाली होती. तेव्हापासून मी माझ्या मज्जापेशीद्रव्य बँकेतील जबाबदाऱ्या घरी बसून संगणकाच्या साहाय्याने जोमाने पुऱ्या करण्यात मी वेळ देऊ लागले. अगदी सुरुवाती-सुरुवातीला या कामाकरता काही दिवसांनी फक्त एक-दोन तासच देणे मला जमले. शेवटी मी मॅक्लीन रुग्णालयात आठवड्यातून एकदा-दोनदा अशी जाऊन येऊन काम पाहू लागले. वस्तुस्थिती ही होती की कामापेक्षा जाणे-येणे जास्त क्लेशकारक होते.

शस्त्रक्रिया झाल्यावर मला फेफऱ्याचा झटका (ब्रेन सिजर) येऊ नये याकरिता सावधगिरीचा उपाय म्हणून डॉक्टरांनी मला डिलॅन्टिनच्या ज्या गोळ्या घ्यायला सांगितल्या होत्या, त्याने गोंधळात आणखीनच भर पडली. पूर्वी कधी फेफऱ्याच्या झटक्याने बेशुद्ध वगैरे मी कधीच पडलेली नव्हते; पण मेंदूची शस्त्रक्रिया करताना जर त्याच्या समयी उंचवट्याच्या भागाला धक्का पोहोचला असेल, तर सावधगिरीचा उपाय म्हणून या गोळ्या घ्यायला सांगण्याचा सर्वसाधारण प्रघातच आहे. इतर सर्वसाधारण रुग्णांप्रमाणे मलाही गोळ्या घेण्याचा अतिशय तिटकारा होता. कारण

एक तर त्यांनी मला फार थकल्यासारखे वाटे आणि आळसावल्यासारखेही वाटे. एकंदरीतच, शस्त्रक्रियेनंतर घ्यायच्या गोळ्यांच्या बाबतीत माझी सर्वांत मोठी तक्रार ही होती की त्या गोळ्यांमुळे मी मला स्वत:ला कसे वाटतेय, या जाणिवांपासून वंचित राहात होते. झटक्यानंतर मी आधीच स्वत:करता त्रयस्थ झाले होते. पण या गोळ्यांमुळे तर त्यात आणखीच भर पडली होती. या अनुभवामुळेच, मला वाटते की झटक्यातून वाचलेले काही रुग्ण गोळ्यांच्या दुष्परिणामांपेक्षा ठार वेडे होणे पसंत करतात. या त्यांच्या निर्णयाकडे मी अतिशय संवेदनशील नजरेने बघते. मी मात्र स्वत:ला अशाकरता भाग्यवान मानते की, माझ्या डॉक्टरांनी मला घ्यायला सांगितलेल्या सर्वच्या सर्व गोळ्या एकाच वेळी रात्री झोपताना घ्यायला मान्यता दिली होती. त्यामुळे दुसऱ्या दिवशी सकाळी उठल्याबरोबर माझ्या मनाला जास्त स्वच्छ वाटायचे. शस्त्रक्रियेनंतर मी डिलॅन्टिनच्या गोळ्या जवळजवळ पूर्ण दोन वर्षे घेत होते.

माझ्या शस्त्रक्रियेला बरोबर सहा महिने पूर्ण झाल्यावर विमानाने मी इंडियानाला आमच्या घरी गेले. तिथे गेल्यावर मला माझ्या माध्यमिक शाळेच्या विद्यार्थ्यांच्या विसाव्या स्नेहसंमेलनालाही हजर राहायचे होते. माझ्या लहानपणीच्या जुन्या आठवणींना धुंडाळून काढायची ही नामी संधी होती. माझ्या घराजवळच राहात असलेले लहानपणीचे जिवाभावाचे दोन दोस्त मला संमेलनाला घेऊन गेले. जाताना टेरे हाउट साऊथ व्हिगोतल्या अनेक लहानसहान गोष्टींच्या चर्चा आम्ही केल्या. संमेलनाची वेळ माझ्यादृष्टीने निश्चितच सुयोग्य होती. माझा मेंदू आता जुन्या दफ्तरातली माहिती शोधून काढण्याबरोबरच नवीन माहिती आत्मसात करण्याइतपत बरा झालेला होता. संमेलनाला हजर राहिल्यामुळे माझ्या लहानपणीच्या आठवणींना उजाळा मिळाला होता; पण याही परिस्थितीत मी झटक्यातून वाचलेली रुग्ण असले, तरी मी पूर्वी जशी होते त्यापेक्षा आता माझ्यात कोणत्याही प्रकारे यत्किंचितही न्यूनत्व आले आहे, ही भावना मनाला स्पर्शू नये याकरता कटाक्षाने लक्ष देणे मला अपरिहार्य होते. माझ्या सर्व जुन्या मित्र-मैत्रिणींनी मला सहानुभूती दाखवली. त्यांच्या संगतीत अनेक जुन्या आठवणींना उजाळा मिळाला.

जून महिन्यात झालेल्या स्नेहसंमेलनानंतर जवळजवळ लगेचच म्हणजे जुलैमध्ये मी 'नामी'च्या वार्षिक अधिवेशनाला हजर होते. 'नामी'च्या संचालक समितीवरील माझ्या सदस्यत्वाचे तिसरे आणि शेवटचे वर्ष होते आणि माझ्या कार्याची सूत्रे मला नवनिर्वाचित सदस्याकडे रीतसर सुपूर्द करावयाची होती. 'नामी'च्या जवळजवळ २००० सदस्यांना शेवटचे चार शब्द सांगावेत म्हणून पाच मिनिटांत आटोपेल एवढेच भाषण मी तयार केले होते. एका हातात गिटार घेऊन मी बोलायला उभी राहिले तेव्हा माझे डोळे अश्रूंनी डबडबले होते. माझ्या हृदयात फक्त कृतज्ञताच

होती. माझ्या कठीण प्रसंगी माझ्या सोबतीला उभे राहून मी आघातातून वाचावे, म्हणून मला त्यांनी जो धीर दिला होता त्याबद्दल मी कृतज्ञतापूर्वक त्यांचे आभार मानले. मला त्यांनी पाठवलेली सदिच्छा-पत्रे आणि त्यांच्या भेटकार्डांनी भरलेला खोका हा माझा अमूल्य ठेवा म्हणून मी तो जपून ठेवीन, असे मी त्यांना सांगितले. मी जर 'नामी' कुटुंबातली एक नसते, तर मी आज येथे हजर राहूच शकले नसते.

चालणे हे माझ्या दिवसभराच्या व्यवहारातील अविभाज्य अंग बनले होते. तुम्हाला जेव्हा आपले शरीर घनरूप नसून ते द्रवरूप आहे असे वाटते, तेव्हा तुमच्या शरीराच्या वास्तविक कक्षा नेमक्या कुठे सुरू होतात आणि त्या कोठे संपतात, हे तुम्हाला समजणेच अशक्य झालेले असते. चालण्याने माझ्यात पुन्हा शक्ती आली आणि शस्त्रक्रियेनंतरच्या वर्षभराच्या कालावधीत, आठवड्यातून दोन किंवा क्वचित तीनदा जवळजवळ तीनेक मैलाची माझी रपेट होत असे. चालताना मी हलकी वजने हातात घेऊन, लहान मुलांसारखे त्यांना झटके देत असे. मात्र माझे झटके चालण्याच्या लयीत असायचे. माझ्या शरीरातील सर्व स्नायूंना नीट व्यायाम होतो आहे की नाही हे मी पाहत असे. त्याकरता मी खांद्यापासून हात मोकळे सोडून कमरेभोवती दोन्ही दिशांतून गिरक्या मारून फिरवीत असे. त्याचप्रमाणे कोपरे, मनगटे हलविण्याचे व्यायामही करी. रस्त्याच्या कडेला असलेल्या चालायच्या रस्त्यावरून असे हातवारे करीत मी चाललेली असताना अनेक लोक माझ्याकडे बघून 'काय विचित्र बाई आहे', अशा थाटात चेहरे करीत असत; पण माझ्या डाव्या मेंदूतील 'अहं'चे ज्ञानकेंद्र मी गमावलेले असल्यामुळे त्यांना काय आवडतंय आणि काय आवडत नाही, याची मला पर्वा नव्हती. चालताना माझ्या हातात असलेल्या छोट्या वजनांमुळे माझी ताकद आणि लय सुधारली आणि त्याचबरोबर माझ्या शरीराच्या ठेवणीतही सुधारणा झाली. याशिवाय मी माझ्या एका मैत्रिणीच्या साहाय्याने मसाज आणि ॲक्युप्रेशर करून घेत होते. त्यामुळे मला माझ्या शरीराच्या कक्षा समजून घ्यायला बरीच मदत झाली होती.

शस्त्रक्रिया होऊन सात महिने उलटल्यावर मी पुन्हा पूर्णवेळ कामावर रूजू झाले; पण तरीसुद्धा मनाने आणि शरीरानेसुद्धा मी अगदी ठणठणीत बरी झाले होते असे मला मनापासून वाटत नव्हते. माझा मेंदू मला आतून अजून जरा जड असावा, असे वाटत होते. मी माझे डोके केसांना झटके देऊन हलवतात तसे झटके देऊन अजून हलवू शकत नव्हते. दुर्दैवाने, माझ्या नव्या कामात माझ्याकडे संगणकाच्या साहाय्याने माहितीच्या तक्त्यांतून गुंतागुंतीच्या आकडेशास्त्रीय गणिती पद्धतींचा अवलंब करून काही निष्कर्ष काढण्याची जबाबदारी सोपवण्यात आली होती. लवकरच माझ्या लक्षात आले की हे काम मला झेपणारे नव्हते. शिवाय मला झटका आल्यानंतर शस्त्रक्रियेतून यशस्वी सुटका झाल्यावर म्हणता येईल कदाचित,

पण कुठेतरी माझ्या मनाने घेतले होते की या पृथ्वीतलावर फारच थोडा अमूल्य असा अवधी आता आपल्या गाठीशी उरलेला आहे. मला माझ्या इंडियानाच्या घरी जायचे होते. माझे आई-वडील हयात होते तोवर त्यांच्या सान्निध्यात थोडा वेळ घालवावा, ही माझी प्राथमिक निकड आहे असे मला वाटले. सुदैवाने, माझी मार्गदर्शिका डॉ. फ्रॅन्साइन हिने मला लगेच तशी परवानगी दिली. तिच्या सांगण्यावरूनच मी मज्जापेशीद्रव्य बँकेकरता खास मानसिक रुग्णांकरता राष्ट्रीय स्तरावरील प्रवक्ती म्हणून मी कुठूनही कुठेही प्रवास करावा असे ठरले आणि इंडियानाला परत जाताना तिने मला आशीर्वादही दिले.

झटक्याला वर्ष झाल्यावर मी मध्य पश्चिमेतील माझ्या घरी परतले. या जगातली माझी सर्वांत आवडती जागा म्हणजे ब्लुमिंग्टन इंडियाना. महाविद्यालयाला योग्य अशा अगदी नेमक्या वस्तीचे असलेले हे गाववजा शहर मजेशीर व्यक्तिमत्त्वाच्या आणि क्रियाशील कर्तृत्ववान लोकांनी भरलेले होते. आणि हो, इंडियाना विश्वविद्यालयाचे ते माहेरघरही आहे. इंडियानाला घरी परत येणे म्हणजे आपल्या स्वत:च्या भूमीलाच आपले पाय लागण्यासारखे होते. आणि बरोबर माझी जन्मतारीख, महिना आणि वर्ष यांचे आकडे घेऊनच आलेला माझ्या घरचा नवा टेलिफोन वाजेल तेव्हा आपण नेमके कुठे असायचे, हेही मला बरोबर ठाऊक होते. ही अशी एक आयुष्यात अचानकपणे मला भेटलेली एकसमयावच्छित कृती (सिंक्रोनिसिटी) होती की जी मला असा संकेत देत होती की मी अगदी योग्य वेळी योग्य ठिकाणी होते.

झटक्याला ज्या दिवशी बरोबर दोन वर्षे पूर्ण झाली त्या दिवशी मी जास्तीतजास्त मला जेवढे आठवेल तेवढे घेऊन आणि सकाळपासून घडलेल्या अगदी बारीकसारीक गोष्टीसुद्धा आठवून त्यांची सांगड घालत बसले होते. त्या दिवशी मी मुद्दाम गेस्टॉल्ट मानसोपचारतज्ज्ञाबरोबर (सायकोथेरपिस्ट) बसले होते. त्याने माझ्या उजव्या मनातील अनुभूतींच्या त्या दिवशीच्या आठवणी शब्दबद्ध करायला मला मदत केली. माझी अशी धारणा होती की माझ्या मनाचा मज्जापेशीय ऱ्हास (न्यूरॉलॉजिकल डिटीरिओरेशन) होत असताना मला नेमके काय आणि कसे वाटत होते हे समजण्यात जर मी लोकांना मदत केली तर झटक्यातून वाचलेल्या लोकांच्या उपचारकांना त्यांच्याशी जास्तीत जास्त परिणामकारकपणे व्यवहार करण्यात त्याची मदत होईल. मला असेही वाटले की जर कोणी या आठवणी वाचलेल्या असतील आणि त्यानंतर ही लक्षणे त्यांच्यातच त्यांना दुर्दैवाने आढळून आली तर ते लगेच मदत मागतील. मी डाना फाऊंडेशनच्या जेन नेविन आणि सॅन्ड्रा ॲकरमॅन यांच्याबरोबर आठवणींच्या या पुस्तकाकरता काम केले. जरी आमचे प्रयत्न प्राथमिक स्वरूपाचे होते, तरी मी त्यांचे या बाबतीतले कुतूहल, उत्साह आणि मला ज्या गोष्टी मूल्यवान वाटत होत्या त्यांना आकार देण्यात त्यांनी केलेल्या मदतीबद्दल मी

त्यांची नेहमीच कृतज्ञ राहीन.

शेवटी, माझे मन जेव्हा अधिकाधिक गुंतागुंतीची माहिती शिकण्याकरता, ती आत्मसात करण्यासाठी अगदी ठणठणीत बरे झाले, तेव्हा पुन्हा शैक्षणिक कार्यात आणि संशोधनावर लक्ष केंद्रित करण्याची वेळ आली. झटक्यानंतरच्या दुसऱ्या वर्षांत मला टेरे हाऊट, इंडियाना येथील रोज हुलमन तंत्रविज्ञान संस्थेने शरीरशास्त्र व शरीररचना (फिजिऑलॉजी/अॅनॉटॉमी) आणि मज्जापेशी विज्ञान (न्युरोसायन्स) या विषयावर व्याख्याने देण्याकरता व्याख्याती म्हणून आमंत्रित केले. मी या संधीला माझ्याच विषयातील बारकावे पुन्हा शिकण्याकरता मला वेतन मिळण्याची संधी म्हणून समजत होते. ते करायला लागल्यावर माझ्या लक्षात आले की जरी आपला तांत्रिक शब्दसंग्रह नाहीसा झालेला होता (डावा मेंदू), तरी शरीरातील आणि मेंदूतील प्रत्येक अवयव, आकृतिबंध कसा दिसतो, त्यांचा एकमेकांशी संबंध काय आणि कसा असतो, त्यांच्यात माहितीची देवाणघेवाण कशी होते वगैरे गोष्टी अजूनही माझ्या नीट आठवणीत होत्या (उजवा मेंदू). माझ्यातल्या शिकण्याच्या क्षमतेला मी दररोज ताण देत होते आणि त्या पहिल्या चातुर्मासात मला भासत असे की अतिवापरामुळे कदाचित माझ्या मेंदूचा स्फोटच होईल. मात्र मला खरोखर वाटते की माझ्या मेंदूला असे आव्हान देऊन त्याची परीक्षा घेणे हे त्याच्या कार्यक्षमतेच्या दृष्टीने अतिशय गरजेचे होते. विद्यार्थ्यांपेक्षा एक व्याख्यान पुढे असणे फार मोठे आव्हान होते. बारा आठवड्यांत मी काम आणि झोप यांचे योग्य संतुलन राखले. त्यामुळे माझ्या मेंदूने त्याचे कार्य उत्कृष्ट रीतीने बजावले. मी पुन्हा शिकवू शकेन हा विश्वास माझ्यावर टाकल्याबद्दल मी रोज हुलमन तंत्रविज्ञान संस्थेच्या उपायोजित जीवशास्त्र (अॅप्लाईड बायॉलॉजी) आणि जीवयंत्र अभियांत्रिकी (बायोमेकॅनिकल इंजिनिअरिंग) विभागाची कायमची कृतज्ञ राहीन.

माझे शारीरिक आणि मानसिक स्वास्थ्य परत नीट होईपर्यंतच्या कालक्रमाची थोडीशी तरी कल्पना तुम्हाला यावी म्हणून माझ्यात दरवर्षी हळूहळू होत गेलेल्या प्रगतीतल्या ठळक वैशिष्ट्यांचा आढावा येथे घेतला आहे. झटका येण्यापूर्वी मी संगणकावर मुक्तपणे एकट्याने खेळला जाणारा फ्री सेल (सॉलिटेअर) नावाचा पत्त्यांचा खेळ मी खेळत असे. हा खेळ मला अतिशय प्रिय होता; पण गेल्या तीन वर्षांपूर्वीच केवळ तो खेळ खेळण्यात मी माझे मन गुंतवून घेऊ शकले होते. शारीरिक स्तरावरील प्रगतीचा विचार करता असे सांगता येईल की हातात वजने घेऊन दिवसातून एकवेळ तीन मैलांचा फेरफटका मारणे, तेही आठवड्यातले जास्तीतजास्त दिवस आणि सातत्याने संथ लयबद्ध रीतीत मारणे ही गोष्ट शस्त्रक्रियेनंतर मला जमायला चार वर्षांचा कालावधी जावा लागला. शस्त्रक्रियेला तीन वर्षे उलटल्यावर माझे मन एकाच वेळी अनेक गोष्टींचे व्यवधान ठेवू लागले. त्यातसुद्धा

अगदी साध्या साध्या कृती मला जमू लागल्या. उदाहरणार्थ, पास्ता उकळवताना त्याच्याकडे लक्ष पुरवीत टेलिफोनवर बोलणे वगैरेंसारख्या क्रिया करणे. त्या वेळेपर्यंत मी एका वेळी फक्त एकच गोष्ट करू शकत होते. याचा अर्थ, मी करीत असलेल्या प्रत्येक गोष्टीकडे मला पूर्ण लक्ष द्यावे लागत होते आणि रस्त्याने चालत असताना कोणतीही तक्रार करायची मला सवय नव्हती. झटक्यानंतर लगेचच माझी अवस्था कशी झाली याच्या माझ्या आठवणी पक्क्या लक्षात राहिल्या आहेत. त्या आघातातून सुटका करून घेण्याकरता माझ्याकडून झालेल्या प्रयत्नांना माझ्या मेंदूने साथ दिल्याबद्दल त्याचे हजार वेळा मी आभार मानले असतील आणि त्याच वेळी मला माझ्या दैवानेही उत्तम साथ दिली होती. त्या सुदैवाचेही मी आभार मानले. माझ्या देहाचे किती वाईट होऊ शकते याची चुणूक मला फार आतून अनुभवायला मिळाली होती. म्हणून माझ्या स्वत:च्या आयुष्याबद्दल कृतज्ञता व्यक्त करण्यात बराच वेळ मी मग्न होते.

गणिताशी निगडित असलेली कोणतीही गोष्ट समजून घेण्याची माझी क्षमताच मी गमावली होती अशी माझी ठाम भावना झाली होती; परंतु शस्त्रक्रियेला चार वर्षे पूर्ण झाल्यावर मला एक सुखद धक्का बसला. मला दोन आकड्यांची बेरीज पुन्हा करता येऊ लागली. वजाबाकी आणि गुणाकार यायला आणखी सहा महिन्यांचा काळ जावा लागला; पण भागाकार माझ्याशी अजूनही लपंडाव खेळत होता.. भागाकार जमायला तब्बल पाच वर्षे उलटावी लागली. गणिताच्या आकड्यांची कसरत डोक्यात बसायला मला फ्लॅश कार्डपद्धतीची फार मदत झाली. मी आता निन्टेंडो नामक मेंदूची तयारी करून घेण्याच्या पद्धतींचा आणि बिग ब्रेन ॲकॅडेमी प्रोग्रॅम्स्च्या साहाय्याने अभ्यास चालू ठेवला आहे. मला वाटते चाळीस वर्षांवरील प्रत्येक व्यक्तीने आणि झटक्यातून वाचलेल्या प्रत्येक रुग्णाने जर अशा शैक्षणिक खेळांच्या साधनांचा उपयोग केला, तर त्यांचा मेंदू सावध ठेवायला बरीच मदत होऊ शकते.

झटक्याला पाच वर्षे पूर्ण झाल्यावर मी कॅनकुन येथल्या समुद्रकिनाऱ्यावर असलेल्या एका भल्या मोठ्या खडकावरून दुसऱ्या तितक्याच मोठ्या खडकावर अगदी लीलया म्हणजे माझे पाय कुठे पडत आहेत याच्याकडे मुद्दाम लक्ष न देतासुद्धा उड्या मारू शकत होते. या माझ्या प्राविण्य संपादनाला विशेष महत्त्व होते. कारण या क्षणापर्यंत मला जमिनीकडे बघूनच पाऊल टाकावे लागत होते. झटक्यानंतरच्या सहाव्या वर्षांतली सांगण्यासारखी विशेष गोष्ट म्हणजे माझ्यात आता उत्साहाचा संचार झाला होता, हे मी प्रथमच अनुभवले.. ही गोष्ट म्हणजे माझी खरीखुरी स्वप्नपूर्ती होती. उत्साहात जिन्याच्या एकाच वेळी अगदी दोन दोन पायऱ्या चढून जाण्याइतका उत्साह माझ्यात यावा हे माझे स्वप्नच होते. शारीरिक

कार्य संपन्न करण्यासाठी अशा प्रकारचा कल्पनाविलास खूपच उपयुक्त ठरतो. माझी खात्री होती की विशिष्ट गोष्टी करताना मला नेमके कसे वाटते या भावनेवर लक्ष केंद्रित करून त्या गोष्टी केल्यामुळे या आघातातून लवकर बरे व्हायला मला खूपच मदत झाली. एक पायरी चुकवून सरळ दुसऱ्या पायरीवर पाय ठेवून दररोज चढून जायचे एक स्वप्न झटका आल्या दिवसापासूनच मी उराशी बाळगून होते. एकेक पायरी सोडून देऊन जिना चढण्याच्या जुन्या आठवणी अजून टिकून होत्या. तशा कल्पनांची पुन:पुन्हा मनातल्या मनात उजळणी केली गेली असल्यामुळे आठवणींच्या मेंदूतील त्या जोडण्या (न्यूरल सर्किट), माझे शरीर आणि माझे मन यांची एकमेकांशी सुयोग्य जुळणी होऊन ते कार्य माझ्याकडून प्रत्यक्षात पुरे होईपर्यंत जिवंत होत्या.

गेली कित्येक वर्षे माझ्या व्यवसायातील लोकांचा माझ्याशी वागताना दृष्टिकोन उदार आणि चांगला होता. झटक्यानंतर कामावर रुजू झाल्यावर सुरुवातीसुरुवातीला मला अशी भीती वाटत होती की झटक्याचा रुग्ण म्हणून मला कदाचित ते कमी लेखतील किंवा माझ्यावर अधिपत्य गाजवण्याचा प्रयत्न करतील किंवा मला सरळ सरळ वेगळे निकष लावले जातील; पण आनंदाची गोष्ट म्हणजे यातले काहीही घडले नव्हते. या झटक्याने माझे डोळे, सौंदर्यदृष्टी आणि मेंदूच्या पुनरुत्थान क्षमतेलाच केवळ (रिझिलियन्सी) उघडले नाहीत तर त्याने मानवी मनाच्या औदार्याचीही ओळख करून दिली. अनेक सुंदर मनाच्या व्यक्तींनी माझ्या हृदयाला पोसले आहे. आणि मला मिळालेल्या या लोकांच्या चांगुलपणाचा मी आदर करते आणि मी नेहमीच त्यांची कृतज्ञ राहीन.

झटक्याला दोन वर्षे पूर्ण झाल्यापासूनच जवळजवळ मी हार्वर्ड मज्जापेशीद्रव्य बँकेकरता अर्धवेळ गाणारी शास्त्रज्ञ म्हणून प्रवास करीत होते. तरीही झटक्याला सहा वर्षे पूर्ण झाल्यावर मी इंडियाना विश्वविद्यालयाच्या शरीर गतियंत्रशास्त्र (कायनेसिऑलॉजी) विभागात संयुक्त व्याख्याती (अॅड्जंक्ट लेक्चरर) म्हणून जबाबदारी पत्करली. याव्यतिरिक्त सर्वसाधारण मानवी शरीर संरचनाशास्त्र (ह्युमन ग्रॉस अॅनाटॉमी) शिकवणे, हा माझा अतिशय आवडीचा विषय होताच. त्यामुळे मी इंडियाना विश्वविद्यालयाच्या वैद्यकशास्त्र विभागाच्या (डिपार्टमेंट ऑफ मेडिसीन) सर्वसाधारण मानवी शरीर संरचनाशास्त्राच्या प्रयोगशाळेत काम करू लागले. तिथे (मृत) शरीराला पुन्हा भेटणे आणि भावी वैद्यकीय चिकित्सकांना (फिजिशियन) त्याची अद्भुत संरचना शिकवणे हा माझा विशेषाधिकार होता.

झटक्यानंतरच्या सातव्या वर्षांत माझी झोपेची गरज ११ तासांवरून ९ तासांपर्यंत कमी झाली होती. या क्षणापर्यंत रात्रभरच्या माझ्या झोपेबरोबरच मी मध्येच हलक्या डुलक्या घेत असे. झटक्यानंतरची माझी पहिली सात वर्षे माझ्या

डोक्यात चालत असलेल्या व्यापारांचे भयानक दर्शन घडवणारी स्वप्ने पडायची. या स्वप्नांत लोकांबरोबरचे माझे व्यवहार नसायचे; त्यांना एखादे कथासूत्रही नसायचे; तर त्यात, अन्योन्य कोणताही संबंध नसलेल्या माहितीच्या छोट्या छोट्या सामग्रीत माझे मन गुंतलेले असे. माझा असा नक्की कयास आहे की या कालखंडात माझा मेंदू इतस्तत: विखुरलेल्या चित्रकणांची (पिक्सेल) जुळणी करून चित्र पुरे करण्याच्या प्रयत्नात असल्याचे ते द्योतक होते. अचानकपणे मला कथासूत्र असलेली अशी स्वप्ने पडू लागली. त्यात घडणाऱ्या घटनांमध्ये इतर लोकांचा सहभाग होता, तेव्हा मला धक्काच बसला. सुरुवातीला स्वप्नात घडणाऱ्या घटना तुटक असायच्या. काही वेळा तर स्वप्नात घडणाऱ्या घटना निरर्थक म्हणता येतील अशा वाटायच्या; पण झटक्याला सात वर्षे पूर्ण झाल्यावर मात्र माझे मन रात्री इतके काम करीत असे की सकाळी उठल्यावर मला पुन्हा ताजेतवाने वाटायचे.

माझे स्वास्थ्य परत येण्याच्या आठव्या वर्षांत माझे मलाच द्रवरूप भासणे पूर्णपणे संपुष्टात आले आणि स्वत:कडे इतरांसारखीच मी घनवस्तू म्हणून पाहू लागले. नियमितपणे मी पाण्यावर वेडीवाकडी वळणे घेत स्कीईंग करू लागले. हे करताना माझा विश्वास आहे की पाण्यावरच्या या खेळात जितके म्हणून माझे शरीर ताणले जाते, त्याने माझ्या मेंदूतील माझ्या इतर देहाबरोबर असलेल्या जुळण्या पक्क्या होण्यास मदत मिळाली. अर्थात मला इथे हे मान्यच केले पाहिजे की स्वत:ला आज एक घनवस्तू म्हणून जरी मी आनंद मानते आहे, तरी झटक्यानंतर एकेकाळी मी स्वत:ला द्रवरूप म्हणून माझ्यातल्या ज्या जाणिवा होत्या त्या मी कुठेतरी हरवल्या आहेत, याचे मला दु:ख होते. त्या वेळी आपण सर्व एक असल्याची जाणीव मला सातत्याने होत होती. ती जाणीवही आता मी कायमची गमावून बसले आहे, याचेही कुठेतरी दु:ख होते.

मी आता सर्वार्थाने आदर्श म्हणता येईल असे जीवन जगत आहे. आजही मी हार्वर्ड मज्जापेशीद्रव्य बँकेकरता 'गाणारी शास्त्रज्ञ' म्हणून हातात गिटार घेऊन गावोगाव फिरते आहे. आजही मी इंडियाना पोलीस येथील इंडियाना विश्वविद्यालयाच्या वैद्यकशास्त्र विभागाशी संलग्न राहून काम करते आहे. आजही मी मज्जापेशी संरचना सल्लागार (कन्सल्टिंग न्यूरो ॲनॉटॉमिस्ट) म्हणून इंडियाना विश्वविद्यालयाच्या सायक्लोट्रॉनचाच एक भाग असलेल्या मिडवेस्ट प्रोटॉन विकिरण उपचार संस्थान (मिडवेस्ट प्रोटॉन रेडिओथेरपि इन्स्टिट्यूट)मध्ये नियमित भेट देत असते. सायक्लोट्रॉनमध्ये प्रोटॉन म्हणजेच एक धनविद्युत भार असलेल्या हायड्रोजन मौलाच्या अणूंची गती, प्रचंड विद्युतचुंबकीय दाबाखाली वर्धित करून त्यांच्यापासून बनलेल्या आणि अत्यंत काटेकोरपणे नियंत्रित केलेल्या किरणांचा कर्करोगावर उपचार करण्यासाठी वापर केला जातो. झटक्यांमधून वाचलेल्या इतर रुग्णांना

मदत करण्यासाठी सध्या मी आभासी वास्तवाची निर्मिती करेल (व्हर्चुअल रिॲलिटी) अशा प्रकारच्या संयंत्राच्या निर्मितीवर काम करत आहे. यामध्ये त्याला मी दृष्टी प्रक्षेपित लक्ष्य (व्हिज्युअली डायरेक्टेड इन्टेन्शन) असे नाव ठेवले आहे. त्याच्या साहाय्याने रुग्ण स्वत:हून मज्जापेशीय स्तरावर (न्यूरॉलॉजिकल लेव्हल) कार्यक्षम बनू शकेल.

शारीरिक स्तरावर सकाळच्या वेळी मला मन्रो तलावात स्कीईंग करणे अतिशय आवडते. शिवाय मी आमच्या घराभोवतीच्या विस्तीर्ण परिसरात दररोज संध्याकाळी न चुकता फेरफटका मारते. सृजनशीलता जपण्याकरता मी स्वत:ला कलेच्या क्षेत्रात व्यस्त ठेवते. तिथे रंगीत काचांपासून विविध नावीन्यपूर्ण वस्तू बनवते. त्यात मेंदूच्या प्रतिकृतीच जास्त करून मी बनवते आणि गिटारवर गाणे म्हणणे हा तर माझा आवडता छंदच आहे. मी अजूनही दररोज न चुकता माझ्या आईशी फोनवरून बोलते. स्थानिक ग्रेटर ब्लुमिंग्टन एरियाच्या 'नामी'शी संलग्न संस्थेमध्ये अध्यक्ष या नात्याने मानसिक रोगांनी पीडित रुग्णांच्या समुपदेशनाच्या कार्यात मी सक्रिय आहे. लोकांच्या अंतर्यामी वसत असलेल्या शांतता, चिदानंद आणि अलौकिक सौंदर्याला मुक्त करण्यात त्यांना मदत करणे, हा माझा आता व्यक्तिगत कार्यक्रम बनलेला आहे.

गेल्या काही वर्षांत माझी ही गोष्ट लोकांबरोबर वाटून घेताना, तिचा पुन्हा प्रत्यय घेण्याची संधी मला डिस्कव्हर मॅगझिन, ओप्राह विन्फ्रेच्या ओ मॅगझिन, अमेरिकन स्ट्रोक असोशिएशनच्या स्ट्रोक कनेक्शन मॅगझिन आणि नॅशनल स्ट्रोक असोशिएशनच्या स्ट्रोक स्मार्ट मॅगझिनच्या वाचकांबरोबर मिळाली. झटक्यातून वाचल्यावर ठणठणीत स्वास्थ्य पुन्हा प्राप्त करून घेण्याच्या माझ्या गोष्टीची ध्वनिफीत पब्लिक ब्रॉडकास्टिंग सर्व्हिस नामक रेडिओ केंद्रावरून 'द इन्फिनिट माइन्ड' मथळ्याखाली प्रसृत झाली होती. ती अमेरिकेच्या त्या केंद्राच्या 'डब्ल्यूएफआययू प्रोफाइल्स' या कार्यक्रमांतर्गत प्रसृत होणाऱ्या प्रक्षेपणात अजूनही ऐकता येईल. शिवाय पब्लिक ब्रॉडकास्टिंग सर्व्हिसचा 'अंडरस्टँडिंग द अमेझिंग ब्रेन' नावाने रेडिओवरून आंतरराष्ट्रीय स्तरावर प्रसृत होणारा आणखी एक अत्युत्तम असा कार्यक्रम आहे. तो वाचकांनी मुद्दाम ऐकावा असे मी सांगेन. कारण त्यात निर्मात्यांनी मेंदूची लवचिकता (प्लास्टिसिटी) शिकविण्याचा एक अप्रतिम प्रयोग केला आहे.

■

माझा अंतर्ज्ञानाचा झटका

झटक्यामुळे अगदी अनपेक्षित रीतीने मेंदूच्या अगदी तळापर्यंत आजवर माझा जो प्रवास घडला होता आणि त्यातून माझी सहीसलामत सुटका होऊन माझे स्वास्थ्य मला परत मिळाले आहे, त्याबद्दल मी संबंधितांची अत्यंत आभारी आहे. माझे केवळ शारीरिक स्वास्थ्यच नव्हे; तर मानसिक, भावनिक, आध्यात्मिक आणि तरल जाणिवेच्या स्तरावरसुद्धा मला त्याचा जो पुनर्लाभ झाला आहे, तो निश्चितच थक्क करणारा आहे. शस्त्रक्रियेनंतरच्या पहिल्या काही वर्षांत माझ्या डाव्या मेंदूतील कार्ये आणि कौशल्ये पुन्हा प्रस्थापित होणे ही एक फारच जटील समस्या होऊन बसली होती. त्याला अर्थात कारणे अनेक आहेत. पण झटक्यानंतर, माझ्या डाव्या मेंदूतील मज्जापेशीय जोडण्यांच्या जाळ्यांतील (न्यूरॉलॉजिकल नेटवर्कस्) त्यांचे कार्यच बंद झाले होते, तेव्हा फक्त त्यांचा कार्यनाशच झाला नव्हता, तर त्याचबरोबर नैसर्गिक प्रवृत्तींच्या जोडण्यांमध्ये असलेल्या माझ्या व्यक्तिमत्त्वाचे अनेक पैलूही मी गमावले होते. मज्जापेशीय संरचनेतून (न्युरोॲनॉटॉमी) जन्मजात प्रतिक्रियात्मक आणि नकारात्मक विचारांच्या जोडण्यांनीयुक्त असलेल्या मज्जापेशींच्या कार्यांची पुन:प्रस्थापना होत असताना आलेले अनुभव हे खरोखर मन मोकळे करणारे होते. अर्थात मला जरी माझ्या डाव्या मेंदूची कार्ये आणि कौशल्ये पुन:प्रस्थापित व्हायला हवी होती, तरीसुद्धा मला हे सांगायलाच हवे की, हे जेव्हा होत होते तेव्हा, माझ्या व्यक्तिमत्त्वाचे काही पैलू माझ्या डाव्या मनाच्या राखेतून असे काही डोके वर काढून बाहेर येऊ पाहात होते की ते, मला हव्या असलेल्या उजव्या मनाच्या ज्या जाणिवा आता जागृत झाल्या होत्या, त्यांच्याशी सरळ सरळ विपरीत होते. मज्जापेशीय संरचनेच्या दृष्टीने आणि मानसशास्त्रीय दृष्टीनेसुद्धा शस्त्रक्रियेनंतर माझ्या मेंदूच्या जडणघडणीतली माझी काही वर्षे खरोखरी अद्‌भुत होती.

मला पुन:पुन्हा एक प्रश्न भेडसावत होता की मला गतस्मृतींशी निगडित

असलेले, माझ्या मज्जापेशीय स्तरावरील परिणाम, भावना, माझ्या व्यक्तिमत्त्वाचे पैलू किंवा माझ्यात असाव्या अशा वाटणाऱ्या माझ्यातल्या क्षमता यांची पुन:प्रस्थापना करायलाच हवी का? उदाहरणार्थ, मी एक द्रव्यमय वस्तू नसून इतरांप्रमाणेच स्वतंत्र अशी एक घनवस्तू आहे; ही जाणीव पुन:प्रस्थापित करताना, माझ्यातल्या 'अहम्'शी निगडित असलेल्या संभाषणात वादविवादाची खुमखुमी उत्पन्न करायला कारणीभूत असलेल्या, आपण नेहमीच बरोबर आहोत ही भावना उत्पन्न करणाऱ्या, एकमेकांपासून दुरावण्याची भीती निर्माण करणाऱ्या आणि मृत्यूचे भय निर्माण करणाऱ्या मज्जापेशींना कार्यान्वित न होऊ देता करता येईल काय? स्वार्थीपणा, वासना आणि धनाच्या कमतरतेसारख्या मानसिक अवस्थांना कारणीभूत असणाऱ्या मज्जापेशीय जोडण्यांच्या साखळीप्रक्रियेत (न्यूरॉलॉजिकल लूप) न सापडता मला धनाचे मूल्य समजून घेता येईल काय? या जगात स्वतंत्रपणे वावरण्यास आवश्यक असलेला व्यक्तिगत जोम मला परत मिळेल काय? आणि सहानुभूती किंवा सर्वांमध्ये असलेली समानता या माझ्यातल्या भावनांना जरासुद्धा धक्का न लागता, मला इतरांच्या तुलनेत आपला प्रभाव पाडण्यासारखे खेळ खेळता येतील का? 'मी धाकटी बहीण आहे', या संकल्पनेशी निगडित असलेल्या इतर सर्व गोष्टींची पुनरावृत्ती होऊ न देता मला माझ्या कुटुंबीयांसमवेत समरस होता येईल का? सगळ्यांत महत्त्वाचे म्हणजे झटक्यामुळे, मी या अखिल विश्वाशीच जोडली गेलेली आहे. या नात्याची जी जाणीव माझ्यात निर्माण झाली होती ती कायम राखून, माझ्या डाव्या मेंदूच्या व्यक्तिमत्त्वाच्या प्रभावाखाली मला उर्वरित आयुष्य जगता येईल का?

माझ्या डाव्या मेंदूशी निगडित कार्ये आणि कौशल्ये यांची पुन:प्रस्थापना करण्याकरिता उजव्या मेंदूच्या मला नव्याने उमगलेल्या जाणिवा, त्यातून उमगलेली मूल्ये आणि त्यामुळे माझ्या व्यक्तिमत्वात झालेले बदल यातल्या कितीशा आणि कोणत्या गोष्टींचा मला त्याग करावा लागेल, याचा मला अजिबात अंदाज नव्हता. विश्वाशी जडलेले माझे नाते मला तोडायचे नव्हते. मला आपण इतरांपासून वेगळी अशी घनवस्तू आहोत, हा अनुभवच नको होता आणि माझे मन मला इतक्या वेगात भरकटूही द्यायचे नव्हते की, ज्यामुळे माझ्यातल्या खऱ्या 'मी'शीच माझा संपर्क तुटेल. खरे सांगायचे म्हणजे मला माझी निर्वाण अवस्था अजिबात घालवायची नव्हती. मला सर्वांनी त्यांच्यासारखीच मीही एक सामान्य स्त्री आहे म्हणून माझा स्वीकार करण्याकरिता, माझ्या उजव्या मनाला कोणती किंमत मोजावी लागेल, हे सांगता येत नव्हते.

आधुनिक मज्जापेशी शास्त्रज्ञ उजव्या आणि डाव्या मानवी अर्धगोलांच्या कार्यांत असलेल्या असमानतेची, मज्जापेशीय दृष्टिकोनातून बौद्धिक पातळीवर केवळ चर्चा

करण्यातच समाधानी असावेत असे दिसते. एवढेच नव्हे तर मेंदूच्या दोन्ही अर्धगोलांच्या मज्जापेशीय संरचनांत अनुस्यूत असलेले मानसशास्त्रीय किंवा व्यक्तिमत्त्वातील फरकांच्या संदर्भातही फारच कमी चर्चा किंवा लिखाण झाले आहे. सर्वसाधारणपणे आपल्या उजव्या मेंदूचे गुण किंवा लक्षणांचा जास्त करून उपहासच केला गेला आहे आणि त्यांचा उल्लेख तो एक अत्यंत टाकाऊ पदार्थ असल्यासारखा केला गेला आहे. असे का? तर, उजव्या मेंदूला बोललेली भाषाच समजत नाही किंवा सरळ विचारांचे आकलनही त्याला होत नाही. डॉ. जेकिल आणि मि. हाईड यांच्या गोष्टींच्या तुलनेत आपल्या मेंदूच्या उजव्या अर्धगोलाच्या व्यक्तिमत्त्वाला, जे कधीही ताब्यात राहात नाही, जे सहसा हिंसात्मक असते, जे मठ्ठ पण अतिशहाणे असते, जे अगदीच तिरस्करणीय आणि तुच्छ वाटणारे असते, जे मागासलेले असते, जे जागृतही नसते आणि ज्याच्या अस्तित्वाशिवाय कदाचित आपले आयुष्य जास्त सुखी झाले असते, असेच आतापर्यंत दाखवण्यात आले आहे. याच्या अगदी उलट, आपल्या डाव्या मनाच्या भाषेच्या प्रगल्भतेची, तर्कसंगत आणि सरळ विचार करण्याच्या त्याच्या क्षमतेची, नीटनेटकेपणाच्या त्याच्या चातुर्याची आणि आपल्या जाणिवांचा उगम जेथे होतो, अशी त्याची ती जागा असल्याचे नेहमीच कौतुक केले गेले आहे.

झटक्यापूर्वीच्या माझ्या आयुष्यावर उजव्या मेंदूतील मज्जापेशींच्या कार्यापेक्षा माझ्या डाव्या मेंदूतील मज्जापेशींच्या कार्याचा खूपच अधिक प्रभाव होता. निर्णय घेण्याच्या आणि अन्वयार्थ लावण्याच्या माझ्या डाव्या मनाच्या गुणांनीच माझे व्यक्तिमत्त्व व्यापलेले असायचे. मात्र मी ज्या वेळी रक्तस्राव अनुभवला, त्या वेळीच.मी कोण आहे हे मला सांगणाऱ्या माझ्या डाव्या मेंदूतील भाषेच्या मज्जापेशींच्या संवेदनाच मी गमावल्या. तेव्हाच माझ्या उजव्या मेंदूतील मज्जापेशींच्या संवेदनांनाही त्या प्रत्यवाय करू शकल्या नाहीत. याचा परिणाम असा झाला की बरे झाल्यावर माझ्या मस्तकात, उजव्या आणि डाव्या, दोन्ही मेंदूंचे गुण एकत्रित झाल्यामुळे त्यांची अगदी स्पष्ट रूपरेखा माझ्या मनाला गवसलेली आहे. माझ्या मेंदूचे दोन्ही अर्धगोल मज्जापेशीय स्तरावर त्यांचे विचार आणि त्यांच्या जाणिवा, आपल्या लक्षणांनुसार केवळ वेगळ्या वेगळ्या अशा व्यक्त होतात असे नाही, तर त्यातील माहितीवर आधारित अगदी वेगळी अशी मूल्येही त्या व्यक्त करतात. आणि त्यामुळे त्यांचे वेगळे व्यक्तिमत्त्वसुद्धा त्यातून व्यक्त होते. झटक्यामुळे मला अंतर्दृष्टी लाभलेली होती. तिचे स्वरूप काहीसे असे होते. माझ्या उजव्या मेंदूमधील चेतनेच्या गाभ्यात, मज्जापेशीय स्तरावर असे काही वैशिष्ट्यपूर्ण बदल घडले असावेत की जे माझ्या अंत:स्थ, अगदी खोलवर वसलेल्या निरामय शांततेशी सरळसरळ भिडले होते. ती केवळ शांतता, प्रेम, बंधुभाव, आनंद आणि करुणा व्यक्त करण्याकरिता पूर्णपणे समर्पित असलेली आहे.

अर्थात, मला असे सुचवायचे नाहीये की यातून मी माझी बहुव्यक्तिमत्त्व दुभंग मानसिकता (मल्टिपल पर्सनॅलिटी डिस्ऑर्डर) व्यक्त करते आहे. कारण माझे आतापर्यंतचे जे काही निरीक्षण होते, त्यावरून भंगलेल्या व्यक्तिमत्त्वांची अवस्था ही कितीतरी अधिक गुंतागुंतीची असते. अगदीच अशक्य आहे असे जरी म्हणता आले नाही तरी सर्वसाधारणपणे, आपल्याला आपल्या उजव्या आणि डाव्या मनातील ठळक वैशिष्ट्यांत फरक करणे हे अतिशय कठीण काम असते. याचे कारण आपण स्वत: एकच व्यक्ती आहोत आणि आपल्याला एकच मन आहे, असेच आपण अनुभवत असतो. पण, आपल्या स्वत:तीलच नव्हेत; तर आपल्या आईवडिलांच्यातील किंवा आपल्या इतर संबंधितांच्या वागण्यातून दिसणारी त्यांच्या दोन्ही मनांची ठळक वैशिष्ट्ये अगदी थोड्याशा मार्गदर्शनानेसुद्धा आपल्यापैकी अनेकांना सहज ओळखता येतात. माझे हे एक ध्येय होते की मी तुमच्यातल्या त्या वैशिष्ट्यांना, तुमच्या मेंदूच्या डाव्या किंवा उजव्या अर्धगोलात असलेले त्यांचे स्वत:चे असे वसतिस्थान तुमचे तुम्ही ओळखावे म्हणून तुम्हाला मदत करायची. म्हणजे आपल्याला त्या वैशिष्ट्यांच्या गुणांचा आदर करता येईल आणि कदाचित आपल्या सर्वांनाच या जगात पुढे कसे जगायचे आहे, याबाबतचे आपण आपले विचार अधिक प्रभावीपणे मांडू शकू. आपल्या मस्तकांत कोण कोण आहे हे नीट पारखून घेऊन पुढील आयुष्य आपल्याला कसे जगायचे आहे ते ठरविण्याच्या दृष्टीने आपण अधिक संतुलित मेंदूचा दृष्टिकोनही स्वीकारू शकतो.

असे दिसून आले आहे की आपल्यापैकी कित्येकजण नियमितपणे अगदी दोन टोकांची लक्षणे डोक्यात बाळगून, स्वत:शीच सतत झगडत असतात. खरे म्हणजे ज्यांच्या ज्यांच्याबरोबर आजवर मी बोललेली होते, त्यांच्यापैकी जवळजवळ प्रत्येक जण हे नक्की जाणत होता की, त्यांच्या व्यक्तिमत्त्वात काही प्रमाणात कुठेतरी विरोधाभास होता. आपल्यापैकी कित्येकांच्या बोलण्यात असे येते की, कसे आपले डोके (डावा मेंदू) एक गोष्ट करायला सांगत असते; पण आपले हृदय (उजवा मेंदू) मात्र आपल्याला त्याच्या नेमकी उलटी ग्वाही देत असते. आपण विचार (डावा मेंदू) एक करत असतो; त्याच क्षणी आपल्याला नेमके काहीतरी वेगळे (उजवा मेंदू) वाटत असते. मात्र यातला फरक आपल्यापैकी काहीजणच करू शकतात. इतर काहीजण आपल्या मनात काय चालले आहे ते व्यक्त करीत असताना (डावा मेंदू) त्यांच्या देहाच्या हालचाली मात्र त्यांच्या नैसर्गिक प्रतिक्रियांनुरूप त्याउलट (उजवा मेंदू) होत असतात. आपल्यापैकी काहीजण त्यांच्यातल्या उच्च दर्जाच्या 'अहम्'च्या (उजव्या मेंदूच्या) तुलनेत आपल्या मनाच्या छोट्या 'अहम्' (डावा मेंदू) संबंधी बोलताना आपल्याला आढळतात. किंवा आपल्याला असेही म्हणता येईल की आपल्या मस्तकात

खराखुरा स्वयं (उजवा मेंदू) असतो. उलटपक्षी त्याच्या तुलनेत आपल्याला छोटा स्वयं (डावा मेंदू) ही असतो. आणखी काही वेळा आपल्याला अशीही माणसे भेटतात की, जी आपल्या काम करणाऱ्या मनामध्ये (डावा मेंदू) आणि आपल्यातल्या मजा मारणाऱ्या प्रवृत्तीत (उजवा मेंदू) फरक करतात, तर काहीजण त्यांच्यातल्या संशोधक मनात (डावा मेंदू) आणि त्याउलट त्यांच्या धूर्त मनात (उजवा मेंदू) फरक करताना आपल्याला आढळतात. अर्थात आपल्या दैनंदिन जीवनात आणखीही काही प्रकार आढळतात. उदाहरणार्थ, आपले एक पौरुषयुक्त मन (डावा मेंदू) असते आणि त्याच्या अगदी उलट आपले कोमल हृदयही (उजवा मेंदू) असते. तसेच आपल्यातली यांग चेतना (डावा मेंदू) ही आपल्यातल्या यिन (उजवा मेंदू) चेतनेने रोखून धरलेली असते. तुम्ही जर कार्ल जंग याचे प्रशंसक असाल; तर त्याच्या म्हणण्यानुसार, आपल्याला एक संवेदनशील मन (डावा मेंदू) असते आणि उलट एक अंत:प्रेरणा (इन्ट्यूटिव) देणारे मनही (उजवा मेंदू) असते. आपले निर्णय घेणारे एक मन (डावा मेंदू) असते, याच्या उलट आपले जाणून घेणारे दुसरे एक मन (उजवा मेंदू) असते. अर्थात आपल्या मनाचे हे दोन भाग दाखविण्याकरिता आपण कोणतीही भाषा वापरली तरी ते दोन्ही भाग मज्जापेशी संरचनेतून (न्यूरोॲनॉटोमिकल) आपल्या उजव्या आणि डाव्या मेंदूत उगम पावतात, हे निश्चित.

शस्त्रक्रियेनंतरच्या काळात बरे होण्याची प्रक्रिया सुरू असताना, माझ्या मेंदूतील दोन्ही अर्धगोलांच्या कार्यक्षमतेत समतोल कसा राहील, यावर लक्ष केंद्रित करणे हे माझे ध्येय होतेच; पण त्याचबरोबर कोणत्याही एका क्षणी माझ्या जाणिवांतून त्यांची जी लक्षणे व्यक्त होत होती, ती मला हवी तशी होती किंवा नव्हती, त्याबाबतही मला जागरूक राहयचे होते. मला वाटते हे फार महत्त्वाचे होते. कारण आंतरिक निरामय शांतता, प्रेम आणि भूतदया ही माझ्या उजव्या मेंदूची मूलभूत लक्षणे होती. माझा असा नक्की विश्वास आहे की शांतता आणि भूतदयेशी निगडित असलेल्या आपल्या मेंदूतील जोडण्या जितक्या अधिक काळ कार्यरत राहातील तेवढी जास्त शांतता आणि भूतदयेची लक्षणे बाहेरच्या जगात व्यक्त होतील. त्यामुळे शेवटी अधिकाधिक शांतता आणि भूतदया या पृथ्वीतलावर अवतरेल. म्हणूनच आपल्या मेंदूतील कोणता अर्धगोल कोणत्या माहितीवर प्रक्रिया करीत आहे, याबाबत जर आपल्याला नि:संदिग्धपणे खात्री असेल तर केवळ स्वतंत्र व्यक्ती म्हणून नव्हे किंवा केवळ स्वत:च्या कुटुंबातील एक घटक म्हणून नव्हे; तर अखिल मानवी कुटुंबातील एक घटक म्हणूनसुद्धा आपण कसा विचार करतो, आपल्याला काय वाटते आणि आपण कसे वागतो, याबाबत आपल्याला अधिक पर्याय उपलब्ध होतात.

मज्जापेशीय संरचनेच्या दृष्टिकोनातून पाहता, झटक्यानंतर माझ्या डाव्या मेंदूतील भाषेची ज्ञानकेंद्रे व मांडणी आणि संचालनाच्या प्रमस्तिष्कीय कवचातील ज्ञानकेंद्रांच्या उंचवट्यांच्या भागातील (ओरिएन्टेशन असोशिएशन एरिया) कार्य संपुष्टात आल्यावर माझ्या अंतरंगात खोलवर, म्हणजेच माझ्या उजव्या मेंदूत, वसत असलेली निरामय शांतता अनुभवण्याची संधी मला प्राप्त झाली. डॉ. ॲन्ड्र्यू न्यूबर्ग आणि दिवंगत डॉ. युजीन डॅक्विली यांनी मानवी मेंदूवर गेल्या दशकात केलेल्या संशोधनाची माझ्या मेंदूत नेमके काय चालू आहे हे समजून घ्यायला मला फारच मदत झाली. 'स्पेक्ट' – प्रतल प्रक्षेपित एक क्ष-किरण प्रकाशकण एकत्रित करून चित्र घडवण्याच्या तंत्राचा (सिंगल फोटॉन एमिशन कॉम्प्युटेड टोमोग्राफी) वापर करून, या शास्त्रज्ञांनी आपल्याला जे धार्मिक किंवा आध्यात्मिक अनुभव येतात त्यामागे आपल्या मेंदूत असलेल्या मज्जापेशीय संरचनात्मक क्षमतेचा शोध लावला. हे अनुभव येतात, त्या अवस्थेत अनुभूती घेत असलेल्या व्यक्तीच्या चेतनेत बदल होतात. हे बदल व्यक्ती म्हणून असलेल्या त्यांच्या अस्तित्वाहून त्यांना फार दूर घेऊन जाणारे असतात. त्यांना वाटत असते की आपण विश्वाबरोबरच एकरूप (परमेश्वर, निर्वाण, समाधी अवस्था) झालो आहोत. त्यांना येणाऱ्या या अनुभूती मेंदूच्या कोणत्या भागात निर्माण होतात, हे त्यांना पाहायचे होते.

या प्रयोगात तिबेटमध्ये ध्यानधारणा करणाऱ्या आणि प्रार्थना करणाऱ्या फ्रान्सिस्कन योगिनी (नन्) यांना 'स्पेक्ट' यंत्रात बसवून त्यांच्या अत्युच्च समाधी अवस्थेत पोहचण्यासाठी खास पाचारण करण्यात आले होते. आपल्या अत्युच्च समाधी अवस्थेचा परमोच्च बिंदू गाठल्यावर किंवा परमेश्वराशी एकरूपतेची अवस्था गाठल्यावर, त्यांना दिलेला कापसाचा धागा त्यांनी हळूच खेचावा अशा सूचनाही त्यांना देण्यात आल्या होत्या. या प्रयोगात मज्जापेशीय प्रक्रियांमध्ये (न्यूरॉलॉजिकल प्रोसेस) मेंदूतील काही विवक्षित भागांत बदल झाल्याचे आढळून आले. प्रथम डाव्या मेंदूतील भाषेच्या ज्ञानकेंद्रातील (सेन्सरी सिस्टिम) मज्जापेशीय प्रक्रिया मंदावत गेल्या, म्हणजेच त्यांच्या डोक्यातील चिवचिवाट मंदावला. दुसरे म्हणजे डाव्या मेंदूच्या मागील भागात असणाऱ्या अतिपार्श्विक उंचवटा (पोस्टीरिअर पेरीॲटल गायरस) स्थित, मांडणी (ओरिएन्टेशन) आणि हालचालींच्या (मोटर फंक्शन) प्रमस्तिष्कीय कवचातील ज्ञानकेंद्रांच्या उंचवट्यांच्या भागातील (ओरिएन्टेशन ॲसोसिएशन एरिया) प्रक्रिया मंदावल्या. डाव्या मेंदूतील भाग आपल्याला आपल्या देहाच्या सीमारेषा ओळखण्यात आपली मदत करतात. जेव्हा या भागातील मज्जापेशीय प्रक्रियांना अटकाव होतो किंवा ज्ञानकेंद्रातून त्यांना मिळणाऱ्या संवेदना मंदावतात; तेव्हा आपले देहभान हरपते. आपल्या आसमंतातील वस्तूंच्या तुलनेत आपला देह कुठे सुरू होतो आणि कुठे संपतो, हे आपले आपल्यालाच समजत नाही.

मांडणी आणि हालचालींचा प्रमस्तिष्कीय कवचातील ज्ञानकेंद्रांच्या उंचवट्याचा भाग

(ओरिएन्टेशन असोसिएशन एरिया)

देहाच्या सीमारेषा, भोवतालचा अवकाश, आणि वेळ

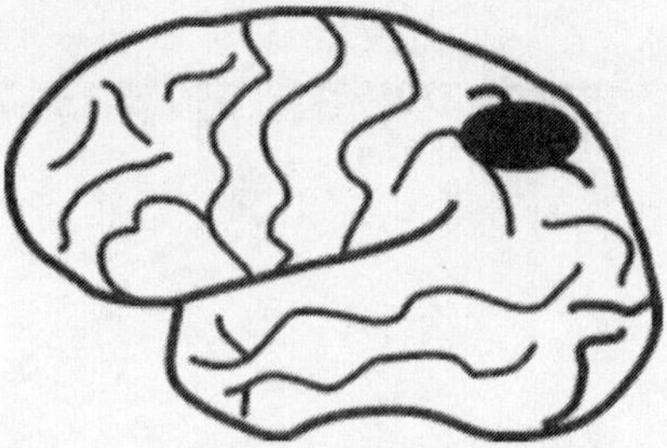

अलीकडेच प्रसिद्ध झालेल्या या संशोधनासाठी मी त्या संशोधकांची आभारी आहे. कारण मज्जापेशीयदृष्ट्या त्याच्या निष्कर्षातून जो अर्थ निघतो; त्यावरून माझ्या डाव्या मेंदूतील वाचेची ज्ञानकेंद्रे आणि देहाच्या सीमारेषा, भोवतालचे जग आणि वेळेचे आकलन करणारा, मांडणी आणि हालचालींचा प्रमस्तिष्कीय कवचातील ज्ञानकेंद्रांच्या उंचवट्याच्या भागांशी असलेला नेहमीच्या संवेदनांचा संपर्क तुटल्यानंतर माझ्यातली मी स्वत: एक जडवस्तू आहे, ही चेतनाच नाहीशी झाली. या विश्वाशी एकरूप असलेला, सर्व संचारी असा मी एक द्रवपदार्थच आहे, अशी अनुभूती निर्माण झाली होती.

■

माझे उजवे मन आणि डावे मन

प्रत्येक क्षणी माझ्या मेंदूच्या दोन्ही अर्धगोलांत विविध प्रकारच्या संवेदनांचे विश्लेषण केले जात होते, तरीही मी स्वत:ला मात्र त्या एकत्रितपणे अनुभवणारी, एकच मन असणारी, एकच एक अशी व्यक्ती आहे, हे जाणत होते. झटक्यातून बरी झाल्यावर आता मीही असेच अनुभवीत होते. अर्थात मी हेही जाणते की आपल्यातल्या चैतन्याचा वावर सर्व शरीरात कार्यरत असलेल्या पेशींच्या एकत्रित कार्याचा परिपाक असतो आणि हे होत असताना आपल्या मेंदूचे दोन्ही अर्धगोल चेतनेच्या अभिव्यक्तीत एकमेकांना पूरक कार्य करून बाहेरील जगाची एकच एक कंगोरेविरहित अशी जाणीव आपल्या मनात निर्माण करीत असतात. चेहरे ओळखताना मज्जापेशी आणि त्यांच्या मेंदूतील जोडण्या यथोचित कार्य करीत असतील, तर मी तुमचा चेहरा पाहून तुम्हाला ओळखू शकेन. तसे नसेल, तर मला तुम्हाला ओळखायला इतर माहितीचा अवलंब करावा लागेल. उदाहरणार्थ तुमचा आवाज, तुमच्या वावरण्यातली तुमची लकब किंवा तुमची चाल वगैरे. त्याचप्रमाणे, भाषा समजणाऱ्या माझ्या जोडण्या आणि त्यांची ज्ञानकेंद्रे जर कार्यक्षम असतील, तर तुम्ही जेव्हा बोलाल तेव्हा त्यावरून मी तुम्हाला समजून घेईन. मी कोण आहे आणि मी कोठे राहते वगैरे, याची सतत मला आठवण करून देत असलेल्या माझ्या मेंदूतील जोडण्या उद्‌ध्वस्त झाल्या, तर मी कोण आहे याची माझी संकल्पनाच त्यामुळे कायमचीच बदलून जाईल. अर्थात, माझ्या मेंदूतील इतर मज्जापेशी, त्या जोडण्यांच्या मज्जापेशींचे कार्य शिकून ते अंगिकारायला तयार झाल्या नाहीत, तर असे होणे अपरिहार्यच असते. हे थोडेसे संगणकीय प्रणालीप्रमाणेच आहे. म्हणजे माझ्याजवळ जर शब्दांची जुळणी करून अर्थपूर्ण वाक्ये बनविण्याचा क्रमादेश नसेल, तर ते

कार्य मी करू शकणार नाही.

मेंदूचे दोन्ही अर्धगोल त्यांना मिळत असलेल्या संवेदनांवर त्यांच्या विशिष्ट लक्षणांनुसार स्वतंत्रपणे प्रक्रिया करतात. त्यांच्या कार्यपद्धतीचे मूल्यमापन केल्यावर असे दिसून आले आहे की दोन्ही अर्धगोलांची स्वत:ची विवक्षित अशी मूल्ये त्यांच्या कार्यातून व्यक्त होत असतात. परिणामी असे म्हणता येईल की, त्यांची दोन भिन्न व्यक्तिमत्त्वेच त्यांच्या कार्यातून अभिव्यक्त होत असतात. आपल्यापैकी काही जणांनी त्यांच्यातले हे दोन्ही गुणधर्म उत्तम रीतीने जोपासलेले दिसतात. असे लोक त्यांच्यातल्या दोन्ही मेंदूंच्या व्यक्तिमत्त्वाचा आणि त्यांना प्राप्त झालेल्या त्यांच्या कौशल्यांचा उत्तम वापर करताना आढळतात. त्यामुळे त्यांचे आयुष्य त्यांना एकमेकांना मदत करीत, सांभाळून घेत आणि प्रवृत्त करीत जगता येते. मात्र, आपल्यापैकी इतर कित्येकजण एककल्लीपणाने वागताना आढळतात. अशांचे विचार एकतर अगदी टोकाचे – एकांगी – तरी असतात किंवा ते अति सूक्ष्म किंवा अगदी छिद्रान्वेषी विचार करण्याच्या प्रवृत्तीचे म्हणजेच अति तीव्र स्वरूपाच्या डाव्या मेंदूच्या प्रभावाखाली असलेले असावेत, असे वाटते. मात्र स्वत:ला सर्वसामान्य वास्तवाशी जोडलेले ठेवून, अगदी क्वचितच आपण 'ढगात हरवली वाट'सारख्या मन:स्थितीत जाऊन, म्हणजेच अति तीव्र उजव्या मेंदूच्या प्रभावाखाली वावरतो. जगताना दोन्ही मेंदूच्या गुणांमध्ये समतोल ठेवून त्यांचा निकोप संयोग निर्माण केल्यास आपल्या आयुष्यात येणाऱ्या बदलांचे स्वागत करण्यासाठी आपल्या विचारांत आणि वागण्यात जाणीवपूर्वक लवचिकता बाळगण्याची क्षमता (उजवा मेंदू) आपल्याला प्राप्त होते. एवढेच नव्हे; तर हे करीत असतानासुद्धा आपण आपल्या मार्गावर ठाम असण्याचीही क्षमता आपल्याला प्राप्त होते (डावा मेंदू). आपल्याला ज्ञानाची ही जी अमूर्त आणि अलौकिक अशी ठेव (कॉग्निटिव्ह गिफ्ट) प्राप्त झालेली आहे, त्याची मौलिकता जपायला शिकण्यातून आणि त्याचा वापर करायला शिकण्याने आपल्याला जी मुळातच अलौकिक असलेली आपली आयुधे खऱ्या अर्थाने अधिक अलौकिक बनविण्याचा मार्ग मोकळा होतो.

दुर्दैवाने आपल्या समाजात संवेदनशीलतेची अभिव्यक्ती फार क्वचितच दिसून येते. आपल्यापैकी कित्येकजण त्यांच्या आयुष्यात चुकीचे किंवा वाईट निर्णय घेतल्याबद्दल, आपल्या शक्तीचा अपव्यय करीत उर्वरित आयुष्यातला बराचसा काळ, स्वत:लाच कमी लेखण्यात, जीवनाचे अवमूल्यन करण्यात आपल्यावर आणि इतरांवरसुद्धा टीका करण्यात घालवतात. तुम्ही जेव्हा स्वत:वर म्हणून ओरडता तेव्हा तुमच्या आत असलेली अशी कोणती गोष्ट घसा फोडून ओरडते आहे? आणि ती नेमकी कोणावर ओरडते आहे याचा तुम्ही कधी विचार केलाय का? अशा प्रकारच्या नकारात्मक अंतर्गत विचारांची मालिका अधिकाधिक अंतर्गत तडफड निर्माण करते आणि त्यामुळे मन कुरतडणारी काळजी आणखीच वाढते,

ही गोष्ट कधी तुमच्या लक्षात तरी आली आहे का? एवढेच नव्हे; तर याच्याही पुढे जाऊन जेव्हा अशा प्रकारच्या विचारांनी मन भारून जाऊन नकारात्मक विचारांचाच केवळ जो अंतर्गत संवाद सुरू होतो, तेव्हा तुम्ही इतरांशी कसे वागता, त्यांना कशा प्रकारची वागणूक देता आणि शेवटी कोणत्या नकारात्मक गोष्टींना तुम्ही आयतेच आमंत्रण देता याची कल्पना तरी तुम्ही कधी केली आहे काय?

एक जीवशास्त्रीय प्राणी म्हणून आपण फारच शक्तिमान आहोत; परंतु आपल्या मेंदूत मज्जापेशींच्या जोडण्यांच्या जाळ्यांतील मज्जापेशी एकमेकांशी आणि इतर जोडण्यांशी सतत संपर्क साधत असल्यामुळे त्यांचे वागणे अचूक ओळखता येते. आपण जर एखाद्या विशिष्ट मज्जापेशीय जोडणीवर लक्ष केंद्रित केले आणि विशिष्ट विचार बराच वेळ वारंवार मनात घोळत राहिले, तर बाहेरून अगदी कमीतकमी मात्रेची संवेदना घेऊन किंवा अभ्यासाने ती अगदी न घेतासुद्धा, त्या विचारांच्या मालिकेच्या जोडण्या कार्यरत राहाण्यास चालना मिळते.

याशिवाय, आपली मने फार तरल आहेत. शोधा, म्हणजे तुम्हाला सापडेल या तत्त्वावर चालणारी तरल यंत्रेच आहेत ती. आपण जे काही शोधत असतो त्या आपल्या ईप्सित ध्येयावर आपले लक्ष केंद्रित करून राहाण्यासाठीच आपण घडलो आहोत. आपण जगात जर लाल रंग शोधायला निघालो तर आपल्याला तो सगळीकडे दिसेल. सुरुवातीला कदाचित कमी मिळेल तो, पण जितके जास्त लक्ष केंद्रित करून आपण शोधत बसलो, तर तुम्हाला कळायच्या अगोदरच सगळीकडे लालेलाल दिसू लागेल.

माझ्या मेंदूच्या दोन्ही अर्धगोलांची व्यक्तिमत्त्वे बाहेरील गोष्टींचा वेगवेगळा स्वतंत्र असा केवळ विचारच करतात असे नाही, तर भावनांचे विश्लेषण करून माझ्या शरीराच्या हालचालीही अशा प्रकारे करायला ती भाग पाडतात की कित्येक वेळा आपल्याला तो फरक सहज समजूनही येतो. आता या क्षणी, मी माझे खांदे आखडून कशी चालते ते पाहून खोलीत कोण प्रवेश करीत आहे हे माझे मित्रही अगदी सहज सांगू शकतात. माझा उजवा मेंदू आताच्या आता, या इथे याकरता सर्व काही आहे, मुक्त आनंदात तो इथे-तिथे बागडत असतो. जगाची त्याला अजिबात पर्वा नसते. तो फार हसतो आणि तो चांगला मित्र असतो. याउलट माझा डावा मेंदू बारीकसारीक गोष्टींत व्यग्र असतो. तो माझे आयुष्य अगदी काटेकोर वेळापत्रकाप्रमाणे चालवतो. ती माझी गंभीर बाजू आहे. तो माझा जबडा घट्ट दाबून ठेवून पूर्वीचा त्याचा अनुभव काय आहे त्या निकषावर लक्ष ठेवून निर्णय घेतो. तो सीमा निश्चित करतो आणि प्रत्येक गोष्ट बरोबर आहे की चूक आहे किंवा चांगली आहे की वाईट याचा निर्णय घेत असतो. हो, ते करताना माझ्या भुवयाही तो उंचावतो.

माझे उजवे मन हे आताच्या क्षणात दडलेली सर्वच्या सर्व श्रीमंती

अनुभवण्याकरिताच आहे. त्याच्याजवळ सर्वत्र माझ्या आयुष्याकरिता, इतरांकरिता आणि त्याच्यात भरून राहिलेल्या इतर सर्व गोष्टींकरितासुद्धा, केवळ कृतज्ञताच आहे, तो समाधानी आहे, तो संवेदनशील आहे, तो गुणग्राही आहे. या गुणांची तो जोपासना करतो. तो सदासर्वकाळ आशावादी आहे. माझ्या उजव्या मनाच्या लक्षणात, चांगल्या आणि वाईटाचा किंवा चूक की बरोबर असा निर्णय नाही. प्रत्येक गोष्ट आपापल्यानुसार संपूर्णपणे एकच असते. तो गोष्टी आहेत तशाच स्वीकारतो आणि वर्तमान क्षणात जे आहे त्याचा कृतज्ञतापूर्वक स्वीकार करतो. तापमान कालच्यापेक्षा जरा जास्त थंड आहे, याची त्याला काहीच काळजी नाही. आज पाऊस पडेल का, त्याला काहीच फरक पडत नाही. तो हे बघतो की एक मनुष्य दुसऱ्या व्यक्तीपेक्षा जरा जास्त उंच आहे किंवा या माणसाकडे दुसऱ्या त्या माणसापेक्षा जास्त पैसा आहे; पण त्याची ही निरीक्षणे कोणतीही बाजू न घेता केलेली असतात. माझ्या उजव्या मनाच्या दृष्टीने आपण सर्वजण हे एकाच मानवी समाजाचे बरोबरीने सभासद आहोत. माझे उजवे मन सीमारेषा ओळखत नाही किंवा त्याच्याकडे लक्षही देत नाही किंवा जात आणि धर्म अशा कृत्रिम सीमाही ते लक्षात घेत नाही.

माझ्या रक्तस्त्रावाने मला दिलेली बहुमूल्य भेट म्हणजे, माझ्यात तारुण्यसुलभ स्फूर्ती आणि टवटवीतपणा पुन्हा नव्याने प्राप्त झाला. वागण्यात सहजता आली आणि मला गवसलेल्या निरामय शांततेच्या आणि आनंदाचे डोही आनंद तरंग निर्माण करणाऱ्या माझ्या मेंदूतील मज्जापेशीय जोडण्या अधिक घट्ट आणि कार्यक्षम झाल्या. या झटक्याची मी खरोखरच आभारी आहे, कारण अजाण बालकाच्या निरागस कुतूहलाने हे सर्व जग पुन्हा धुंडाळून काढायला मी आता मुक्त होते. समोर जर खरोखरीचा आणि तात्काळ लक्ष द्यावे लागणारा धोका नसेल, तर मला जगात कुठेही सुरक्षित वाटेल. त्यामुळेच या पृथ्वीतलावर कुठेही मी जणू माझ्या घराच्या परिसरातच हिंडते आहे, एवढ्या निर्धास्तपणे चालू शकते. माझ्या उजव्या मनाच्या चेतनेत मानवाच्या वैश्विक शक्यतांची नक्षीदार वेलबुट्टी असलेली जाळी (टॅपेस्ट्री ऑफ युनिव्हर्सल ह्युमन पोटेन्शिअल) विणून ठेवलेली आहेत. जीवन हे नेहमीच नितांत सुंदर असते. आपण सर्वच जण, जसे आहोत तसेच जगभर विखुरलेले त्या सौंदर्याचे ठसे आहोत.

माझ्या उजव्या मनाची व्यवच्छेदक लक्षणे आहेत – साहसीपणा, मुक्त लयलुटीची मनमुराद मौज घेणे, कुशल जनसंग्रह, न बोलता होणाऱ्या माहितीच्या आदान-प्रदानाला सदैव सचेत असणे, संवेदनशीलता आणि भावनांचे अचूक ज्ञान. या विश्वाशी एकरूप ठेवणाऱ्या मुक्त अनिर्बंध प्रवाहाला माझे उजवे मन मोकळे आहे. तो प्रवाह हेच माझ्यातल्या स्त्रीच्या ज्ञानी, विवेकी आणि अवलोकन करणाऱ्या

पवित्र मनाचे निवासस्थान आहे. ते पवित्र मन हेच माझे अंतर्ज्ञान आणि माझी उच्चस्तरीय चेतना आहे. माझे उजवे मन सतत हजर असते आणि ते काळात गडप होते.

माझ्याकरता या क्षणी, नवनवीन अंतर्दृष्टी प्राप्त करणे हे माझ्या उजव्या मनाचे एक नैसर्गिक कार्य आहे. त्यामुळे माझ्या जुन्या आठवणीतली निरुपयोगी झालेली माहिती बदलून ती अद्ययावत करणे मला शक्य झाले. उदाहरणार्थ, अगदी लहानपणापासूनच कधी मी स्क्वॅशचे सेवन करीत नसे. कारण मला ते कधीच आवडले नव्हते; पण माझ्या उजव्या मेंदूची मात्र मी या बाबतीत अत्यंत आभारी आहे. कारण त्याच्यामुळेच स्क्वॅशला नव्याने एक संधी द्यायला मी तयार झाले आणि आता तर मला ते चक्क आवडायलाही लागले आहे. आपल्यापैकी कित्येकजण डाव्या मनाने एक निर्णय घेत असतात; पण उजवीकडे मात्र वळतच नाहीत. म्हणजेच उजव्या मनाच्या चेतनेत प्रवेश करून त्या निर्णयाचा पुनर्विचारच त्यांच्याकडून कधी केला जात नाही. आपल्यापैकी कित्येकजण तर असे असतात की एकदा का त्यांनी निर्णय घेतला की त्यालाच ते कायमचे चिकटून राहतात. माझी अशी खात्री झालेली आहे की आपल्यावर खरे अधिपत्य गाजवणाऱ्या डाव्या मनाला करावी लागणारी सर्वांत अगदी शेवटी जर कोणती गोष्ट असेल तर ती म्हणजे आपल्या कवटीत त्याला उपलब्ध असलेली थोडीशीसुद्धा जागा मोकळ्या मनाच्या उजव्या मेंदूबरोबर वाटून घेणे, ही होय!

माझे उजवे मन हे नवनवीन शक्यता आणि चाकोरीच्या बाहेर जाऊन मोकळेपणी विचार करायला नेहमीच तयार असते. ते डाव्या मनाने ठरवलेल्या चौकटींचे नियम आणि व्यवस्था यांना बांधील नाही. त्यामुळे ते अतिशय सृजनशील आहे. नवे प्रयोग करायला ते उत्सुक असते. ते हे जाणते की गोंधळाची परिस्थिती ही सृजनप्रक्रियेची पहिली पायरी असते. ती प्रक्रिया नेहमीच अत्यंत चंचल असते. माझ्या संपूर्ण शरीरात ती एक प्रकारची शिरशिरी निर्माण करते आणि माझ्या देहाने द्रवरूपात जगात प्रवेश करून राहाण्याची त्याची क्षमता तिला अतिशय प्रिय आहे. ती प्रक्रिया माझ्या शरीराच्या पेशींचा एकमेकांशी जो सूक्ष्म संवाद चाललेला असतो, त्याच्याशी अंत:प्रेरणेच्या रूपात एकरूप असते. ती प्रक्रिया स्पर्शाने आणि अनुभवातून शिकते.

माझे उजवे मन, त्याला संपूर्ण विश्वात मिळालेली मुक्तता नेहमीच उत्साहात साजरी करते. भूतकाळातल्या आठवणींच्या ओझ्याखाली ते वाकलेले नाही. भविष्यात काय काय लिहून ठेवलेले आहे याची तर याला अजिबात खंत नाही. माझ्या आयुष्याचा आणि शरीरातील सर्व पेशींच्या स्वास्थ्याचा ते आदर राखते. ते फक्त माझ्या शरीराचीच काळजी घेत नाही तर ते माझ्या शारीरिक स्वास्थ्याची, समाज

म्हणून आपल्या सर्वांच्याच मानसिक स्वास्थ्याची आणि भूमातेविषयीच्या आपल्या सर्वांच्या भूमिकेचीही त्याला काळजी आहे.

आपल्या उजव्या मनाची चेतना हे समजते की आपल्या सर्वांच्या शरीरात स्त्रीबीज आणि पुंबीज यांच्या संयोगातून तयार झालेल्या मूळ युग्मबीजापासून (झायगोट) तयार झालेल्या प्रत्येक पेशीत (रक्तातील लाल पेशी सोडून) त्या त्या युग्मबीजातील (झायगोट) तंतोतंत उतरलेले संयुगीय शहाणपण (मॉलेक्युलर जिनिअस) तसेच्या तसेच राहावे. माझे उजवे मन समजून आहे की, माझ्या शरीराला ज्यांनी निर्माण केले त्या पन्नास महापद्म (ट्रिलियन) पेशींच्या संयुगीय शहाणपणाची एकवटलेली अशी मीच ती जीवशक्ती आहे! (आणि हीच गोष्ट त्याच्या गाण्यातून अगदी नियमितपणे उमटते!) ते समजते आपण सारेचजण विश्वाच्या अनेक पदरी वस्त्रातून एकमेकांशी अगदी जोडलेले आहोत आणि उत्साहात ते आपल्याच तालावर पुढे चालत राहते.

सीमांच्या जाणिवेतून मुक्त झालेले माझे उजवे मन घोषणा करते की मी फक्त त्याचाच एक भाग आहे. या पृथ्वीतलावर आपण सर्वजण सर्वांचे भाऊ आणि बहिणी आहोत. हे जग अधिक शांत आणि औदार्यपूर्ण करायला मदत करण्याकरताच आपण सर्वजण येथे आहोत. माझे उजवे मन सर्वच जिवांत एकता असल्याचे अनुभवते आणि मला आशा आहे की तुम्ही सर्वजण तुमच्या उजव्या मनाचे हे गुण अधिक जवळून जाणत आहात.

मोकळेपणा, उत्साह आणि विविध ढंगांनी आयुष्याला सामोरे जाणाऱ्या माझ्या उजव्या मनाबद्दल मला जितकी आत्मियता आहे, तितकेच माझे डावे मनही मला अचंबित करते. या ठिकाणी कृपा करून एक गोष्ट लक्षात घ्या की, माझ्या आयुष्यातील जवळजवळ एक दशक ज्या माझ्या डाव्या मनाला पुनरुज्जीवित करण्याकरता मी खर्च केली त्याची ही लक्षणे आहेत. माझ्या डाव्या मेंदूची ही जबाबदारी आहे की त्याने आताच्या या क्षणी उपलब्ध असलेली आणि त्याच्या आवाक्यात येणारी सर्व माहिती गोळा करून आणि त्याच क्षणी उजव्या मेंदूला जाणवलेल्या मौलिक संभावनांच्या साहाय्याने ती एकत्र जुळवून घेऊन आणि हे करायला लागेल ती सर्व ऊर्जा वापरून, मला काय कार्य करता येणे शक्य आहे ते पाहावे.

माझे डावे मन बाहेरच्या जगाबरोबर संवाद साधण्याचे एक साधन आहे. जसे माझे उजवे मन प्रतिमा आणि प्रतिमांचा एकत्रित परिणामांच्या साहाय्याने विचार करते, त्याप्रमाणे माझे डावे मन माझ्या भाषेत माझ्याशी सतत बोलत असते. डोक्यातल्या चिवचिवाटातून माझा डावा मेंदू मला माझ्या दैनंदिन जीवनाबद्दल सर्व काही बरोबर सांगत असतो. एवढेच नव्हे; तर माझ्या आयुष्याची अद्ययावत माहिती

तो माझ्याकरिता सतत तयार ठेवतो. तसेच मला माझी ओळख तो सतत सांगत राहतो. माझ्या डाव्या मनातील भाषेच्या केंद्राच्या (तो) मी आहे म्हणण्याच्या क्षमतेच्या मार्गे या अनादि प्रवाहात मी एक स्वतंत्र आणि वेगळी घन 'वस्तू' बनते. आणि म्हणूनच मी इतरांपेक्षा स्वतंत्र आणि वेगळी असलेली एकटी 'व्यक्ती' म्हणून मी या जगात वावरते.

आपला डावा मेंदू म्हणजे माहितीचा संयोग करण्याच्या बाबतीत या विश्वातील एक अत्यंत प्रभावी आणि अतिशय उत्कृष्ट असे एक उपकरण आहे. कोणत्याही गोष्टींचे वर्गीकरण करणे, त्यांचे योग्य रीतीने प्रमाणबद्ध एकत्रीकरण करणे, त्यांचे सुयोग्य वर्णन करणे, त्यांच्या संदर्भात योग्य ते निर्णय घेणे आणि त्यांचे काटेकोरपणे विश्लेषण करणे. अशाप्रकारे माझ्या डाव्या अर्धगोलाच्या व्यक्तिमत्त्वात असलेल्या नैसर्गिक क्षमतांचा वापर तो मोठ्या अभिमानाने करीत असतो. अशा गोष्टींच्या विचारात आणि आकडेमोडीत तो सदा व्यग्र असतो. माझे तोंड मिटलेले असो किंवा चालू असो, माझे डावे मन नेहमीच गोष्टी किंवा घटना वगैरे आठवण्यात, त्यांची संगती लावण्यात आणि त्यामागे काही तात्त्विक बैठक वगैरे असल्यास, ती समजून घेण्यात मश्गूल असते. माझे डावे मन आदर्शवादी आहे. ते सर्व गोष्टींची काळजी घेण्यात, नीटनेटक्या ठेवण्यात कुशल आहे. ते सतत सांगत असते की प्रत्येक गोष्टीला त्याची जागा असते. प्रत्येक गोष्टीला आपली स्वत:ची जागा हवी असते. मानवजातीच्या मौलिकतेचा आदर राखणे हे आपल्या उजव्या मनाचे एक व्यवच्छेदक लक्षण आहे. तर अर्थव्यवहार, वस्तू व सेवांचे उत्पादन त्यांचा विनिमय इत्यादी गोष्टींकडे लक्ष पुरवणे, हे डाव्या मनाचे व्यवच्छेदक लक्षण आहे.

गोष्टी प्रत्यक्ष कार्यान्वित करताना अनेक मार्गांनी ते साधण्यात माझे डावे मन अतिशय कुशल आहे. एकाच वेळी अनेक गोष्टी करायलाही त्याला फार आवडतात. या बाबतीत त्याची अवस्था भुंग्याच्या भुणभुणीसारखी असते. त्याच्या कामगिरीचे मूल्य सकाळपासून करावयाच्या कामाच्या यादीतील रात्री झोपेपर्यंत किती कामे त्याने पूर्ण केली, यावर अवलंबून असते. याचे कारण ते क्रमश: विचार करते. ते यांत्रिक व्यवहारात चांगलेच तरबेज आहे. विविध गोष्टींच्या विवक्षित लक्षणांवर आणि त्यांच्या क्रमवारीवर लक्ष केंद्रित करून निर्णय घेण्याच्या क्षमतेमुळे माझे डावे मन हे एक उत्तम संघटक आहे.

माझे डावे मन नमुने ओळखण्यात, त्यांच्या विविधतेतही लपलेली संगती शोधून काढण्यात अगदी पटाईत आहे. म्हणूनच, खूप माहितीसुद्धा अगदी कमीतकमी वेळात हाताळण्यात ते निपुण आहे. बाहेरील जगातील माझ्या अनुभवांच्या बरोबर राहाण्याकरिता माझे डावे मन त्याला प्राप्त होणाऱ्या माहितीवर अतिशय वेगाने

प्रक्रिया करीत असते. प्रक्रिया करण्याचा माझ्या डाव्या मनाचा हा वेग उजव्या मनाच्या वेगाच्या कितीतरी पट असतो. उजव्या मनाचा प्रतिसाद अशा प्रसंगी कित्येक वेळा 'हो, हो, आपण सर्व काही करू या. मला करायला हवंय,' असा काहीसा असतो. काही काही वेळा तर यामुळे माझ्या डाव्या मनात उन्माद (मॅनिक) होण्याची शक्यता उद्‌भवते, तर उजवे मन अशा वेळी आळशी बनण्याची शक्यता असते.

मेंदूच्या दोन्ही अर्धगोलांतील विचारचक्रांच्या वेगातील हा फरक, माहितीवरील प्रक्रिया आणि या सर्वांचा निर्णायक विचार, शब्द किंवा कृती या गोष्टी वेगवेगळ्या संवेदनांवर त्यांच्या आपापल्या विवक्षित पद्धतीने प्रक्रिया करण्याच्या क्षमतांशी अंशत: जोडलेल्या आहेत. आपल्या उजव्या मेंदूत लांब लहरींच्या प्रकाशकिरणांचे आकलन होत असते. त्याच्या परिणामस्वरूप आपल्या उजव्या मनाचे प्रकाशऊर्जेचे आकलन हे काही अंशी संमिश्र किंवा सौम्यतेकडे झुकलेले असते. अशा अगदी कातीव कोरीव भागांचे किंवा कंगोऱ्यांचे, किंवा अगदी टोकाचे नीट आकलन होण्याच्या उजव्या मनाच्या क्षमतेतील कमतरतेमुळे गोष्टींच्या एकमेकांशी असलेल्या नात्यांमागच्या भव्यतेवर लक्ष केंद्रित करायला त्याला मदत होते. त्याचप्रमाणे, आपले उजवे मन हे आपल्या देहातील द्रवपदार्थांच्या प्रवाहातून सहज उत्पन्न होणाऱ्या खळखळीसारख्या किंवा इतर नैसर्गिक आवाजांच्या, कमी कंपनसंख्येच्या (फ्रिक्वेंसी) ध्वनिलहरींशी जुळवून घेते. त्यामुळे आपले उजवे मन हे जीवशास्त्रीयदृष्ट्या आपल्या शरीराशी सहजपणे जुळवून घेण्याकरताच बेतलेले आहे.

याउलट, आपला डाव्या मेंदूचे कमी लांबीच्या प्रकाशलहरींचे आकलन होते. त्यामुळे कंगोऱ्यांकडे किंवा टोकाच्या गोष्टींचे किंवा गोष्टींना विभागणाऱ्या सीमांचे आकलन करून नेमकेपणाने त्याचे वर्णन करण्याची त्याची क्षमता अधिक वाढते. त्यामुळे आपले डावे मन हे जीवशास्त्रीयदृष्ट्या दोन गोष्टींना विभागणाऱ्या सीमारेषांना ओळखण्यात निपुण असते. त्याचबरोबर, आपल्या डाव्या मेंदूतील भाषेची ज्ञानकेंद्रेही ध्वनीऊर्जेच्या अधिक कंपनसंख्येशी जुळवून घेतात. त्यामुळे आपल्या डाव्या मेंदूला नेहमीच्या भाषेत बोललेले शब्द, भाषेतील स्वर वगैरे ओळखता येतात; वेगवेगळे करता येतात आणि त्यांचे विश्लेषण करता येते.

आपल्या डाव्या मेंदूचे आणखी एक प्रमुख व्यवच्छेदक लक्षण म्हणजे कथानके जुळविण्याची त्याची क्षमता होय. आपल्या डाव्या मनातील ज्ञानकेंद्रांचा कथाकथनाचा हा भाग कमीतकमी माहितीच्या आधारे बाहेरच्या जगाचा अर्थ आपल्याला लावता यावा, याकरिता बेतलेला असतो. आपल्या डाव्या मेंदूकडे जी काही माहिती उपलब्ध होते; तिच्या साहाय्याने तो कामाला सुरुवात करतो आणि त्याची कथेच्या स्वरूपात गुंफण करतो. सर्वांत विशेष म्हणजे आपला डावा मेंदू त्यात भर

घालण्यात फारच प्रतिभासंपन्न आहे. उपलब्ध माहितीत जिथे त्रुटी आढळते त्या मोकळ्या जागा तो कल्पना करून भरून काढतो. शिवाय, आपले डावे मन कथेची जडणघडण होत अनेक पर्यायी घटनांच्या पदरांची निर्मिती करू शकते. त्याची ही क्षमता हा त्याच्या प्रतिभासंपन्नतेचा उत्कृष्ट नमुनाच आहे आणि कथेच्या विषयवस्तूत चांगला किंवा वाईट – पण जर तुम्हाला खरोखर रस असेल, तर ती गोष्ट मेंदूतील भावनेच्या मज्जापेशीय जोडण्यांत खिळून राहाण्याच्या दृष्टीने नक्की परिणामकारक ठरतात – वगैरेंसारख्या शंकांना मग जागाच उरत नाही.

जसजशी माझ्या डाव्या मेंदूतील भाषेची ज्ञानकेंद्रे चांगली होऊन पुन्हा कार्यक्षम बनली, तेव्हा मी माझ्यातील कथाकथनकार किमान माहितीच्या आधारे कसकसे निष्कर्ष काढीत होता, हे तपासून पाहण्यात बराच काळ घालवला. कितीतरी वेळा माझ्या माकडचेष्टा बऱ्याच हास्यास्पद होत असत. अर्थात त्याचबरोबर माझ्या डाव्या मनाने बनवलेली प्रत्येक कथा ही खरी आहे; असेच माझा उजव्या मनानेही मानावे ही माझ्या डाव्या मेंदूची खरोखरीची अपेक्षा होती! किमान माझ्या हे लक्षात येईपर्यंत तरी ते खरे होते. माझ्या डाव्या मनाच्या विशिष्ट लक्षणांचे, कार्यक्षमतांचे आणि कौशल्यांचे अशा रीतीने पुनरुत्थान होईपर्यंत माझा डावा मेंदू त्याला उपलब्ध होत असलेल्या माहितीच्या आधारे चाललेले त्याचे कार्य हे उत्कृष्टपणेच बजावीत होता, हे मानण्यावर ठाम राहाणे हे त्या काळात माझ्या दृष्टीने फारच महत्त्वाचे होते. मला काय माहीत आहे आणि मला काय माहीत आहे असे मी समजते, यामध्ये अतिशय तफावत आहे हे मला लक्षात घ्यायला हवे होते, ते मी शिकले. शिवाय माझ्यातल्या कथाकथनकाराच्या कथांच्या संदर्भात त्यांच्यातील नाट्य उभारून येईल; पण त्यांच्यामुळे माझ्यातल्या मानसिक धक्क्याच्या भावना मात्र उफाळून येणार नाही, याविषयी अधिक सावधानता बाळगायला हवी हेही मी शिकले.

त्याच सूत्रांचा मागोवा घेत, माझ्या डाव्या मेंदूने उत्साहात ज्या कथा बनवल्या आणि त्या सत्यघटना आहेत असे जेव्हा मी इतरांना पटवत होते, तेव्हा हळूहळू माझ्या लक्षात येऊ लागले की त्या कथांत काही अनावश्यक भागही सारखा सारखा येत असे. अर्थात, माझ्या मेंदूत त्या वेळी चाललेले तेच तेच विचार चक्राकार गतीने पुन:पुन्हा येत होते, त्याचेच ते द्योतक होते. आपल्यापैकी कित्येकांच्या मनातही अशा विचारचक्रांच्या वावटळींचा अतिरेक होत असतो आणि कित्येक वेळा तर आपल्यापैकी कित्येकजण सवयीने त्यातल्या भन्नाट विचारांच्या आणि विनाशकारी कल्पनांच्या संभावनांच्या भलतेच आहारी जात असतात. दुर्दैवाने, समाज म्हणून आपण आपल्या मुलांना त्यांच्या मनाच्या बगीच्याची निगा काळजीपूर्वक घेतली पाहिजे, याचे बाळकडू पाजत नाही. आकाराच्याअभावी आणि कोणत्याही प्रकारचे नियंत्रण किंवा शिस्त नसल्यास आपले विचार चौखूर उधळणाऱ्या घोड्याप्रमाणे

स्वैर उधळून दौडू शकतात. आपल्या डोक्यात जे काय चालते त्याचे अधिक चांगल्या रीतीने आणि काळजीपूर्वक व्यवस्थापन कसे करावे हे न शिकल्यामुळे, दुसरे लोक आपल्याविषयी काय काय बोलतात या बाबतीत आपण फार संवेदनशील होतो. एवढेच नव्हे; तर आपण जाहिरातबाजीला बळी पडतो किंवा आपला राजकीय गैरफायदाही घेतला जाऊ शकतो.

माझ्या डाव्या मेंदूचा जो भाग परत सक्रिय व्हायला मला नको होता, तो माझ्या डाव्या मनाच्या त्या लक्षणांचा भाग होता, ज्यात माझे कद्रूपण, सारखी काळजी करीत बसणे आणि मला स्वत:लाच नव्हे तर, इतरांनासुद्धा अपशब्द बोलणे या वृत्तींचा समावेश होता. खरं सांगायचे म्हणजे या वृत्तींची अभिव्यक्ती माझ्याकडून जेव्हा जेव्हा होत असे, तेव्हा तेव्हा माझ्या शरीरात होणारे जे बदल मी अनुभवत असे, ते मला आवडत नसे. माझी छाती घट्ट होत असे. माझ्या नसा तट्ट फुगून माझा रक्तदाब वाढल्याचे मला जाणवत असे. विशेष म्हणजे माझ्या भ्रूमध्य आणि भुवयांच्या भागात ताण निर्माण होऊन माझे डोके दुखत असे. याशिवाय मला माझ्या त्या सर्व आठवणी ज्या क्षणात तीव्र मानसिक वेदना आणि पीडा उद्दीपित करणाऱ्या होत्या, त्यांच्या मज्जापेशीय जोडण्या मला मागे सारल्या जायला हव्या होत्या. जुन्या वेदना मनात घोळवीत बसायला माझे आयुष्य फारच लहान आहे, हे मला उमगले होते.

बरे होण्याची प्रक्रिया चालू असताना माझ्या लक्षात आले की माझ्या स्वभावातला हट्टीपणा, उद्धटपणा, छद्मीपणा आणि द्वेष भावना मिळून बनलेला माझ्या मेंदूचा भाग हा माझ्या त्या आघात झालेल्या डाव्या मेंदूच्या 'अहम्' केंद्राचा अविभाज्य भाग होता. माझ्या 'अहम्' केंद्राच्या या भागात मी दु:खित अंत:करणाने हार स्वीकारणारी, डूक धरणारी, खोटे बोलणारी आणि अगदी बदला घेण्याची भावना ठेवणारी अशी घडण्याची क्षमता होती. बरे होण्याच्या प्रक्रियेत माझ्या व्यक्तिमत्त्वाचे हे पैलू पुन्हा डोके वर काढीत आहे, ही जाणीव नव्याने गवसलेल्या माझ्या उजव्या मेंदूच्या निर्व्याज निरागसपणाला फारच बेचैन करणारी होती. म्हणून खूप मेहनत घेऊन मी माझ्या डाव्या मनाच्या 'अहम्'मधील या लक्षणांच्या जुन्या मज्जापेशीय जोडण्यांना पुनरुज्जीवित होऊ न देता शारीरिक आणि मानसिक स्वास्थ्य परत मिळवण्याचा जाणीवपूर्वक निर्णय घेतला.

■

आपल्यातल्या शक्तीचे स्वतःच मालक व्हा

मी, जबाबदारी (जबाब : प्रतिसाद, दारी : देण्याची क्षमता) या शब्दांची व्याख्या ही कोणत्याही क्षणी आपल्या ज्ञानकेंद्रातून उत्तेजना आणणाऱ्या संवेदनांना प्रतिसाद कसा द्यायचा ते निवडण्याची क्षमता, अशी करते. जरी आपल्या अमिग्डालामधील लिम्बिक सिस्टिममध्ये आपोआप उद्दीपित होणारे (भावनात्मक) क्रमादेश असले तरी त्यातील कोणताही क्रमादेश उद्दीपित होऊन त्याची सणसण शरीरभर पाझरून आपल्या धमन्यांतून ती मुसमुसून बाहेर पडायला ९० सेकंदाइतका अवधी लागतो. उदाहरणार्थ, मला येणारा संताप हा क्रमादेशबद्ध प्रतिसाद आपोआपच कार्यान्वित होत असतो; पण एकदा का तो क्रमादेश उत्तेजित झाला की, माझ्या मेंदूत त्यामुळे मुक्त झालेले रसायन, रक्तातून माझ्या सर्व शरीरभर पसरते. माझ्या शरीरात झालेल्या बदलांची मला अनुभूती होते. उद्दीपित होण्याच्या पहिल्या प्रक्रियेनंतर ९० सेकंदाच्या आत माझ्या संतापाचा रासायनिक भाग पूर्णपणे रक्तातून बाहेर गेलेला असतो. तिथेच माझा आपोआप उत्तेजित होणारा प्रतिसाद संपतो. परंतु जर मी ९० सेकंदापेक्षा जास्त वेळ संतप्त राहिले, तर ती मज्जापेशीय जोडणी चालू ठेवण्याची निवड माझी असते. अशा रीतीने मी माझ्या जोडणीत स्वतःला जखडून ठेवायचे की, ती शरीरात होणारी रासायनिक प्रक्रिया ही एक शारीरिक चमक होती असे समजून ती विरघळू देऊन वर्तमानक्षणात परतायचे हा निर्णय क्षणोक्षणी मी करीत असते.

माझ्या डाव्या आणि उजव्या मनांची, लक्षणांचा स्वीकार करण्याची खरोखर उत्साहवर्धक गोष्ट म्हणजे, मी प्रत्येक परिस्थितीकडे बघण्याचा माझा एक पर्यायी असा दृष्टिकोन बनवलेला आहे. ग्लास अर्धा भरलेला आहे की अर्धा रिकामा आहे? तुम्ही जर रागाच्या भरात चिडून जाऊन माझ्याकडे आलात, तर मला निर्णय घ्यावा

लागेल. मी तुमच्या संतापावर विचार करीन आणि तुमच्याबरोबर वादविवाद (डावा मेंदू) तरी करायला लागेन किंवा तुमच्या भावनांची कदर करून सहानभूतीपूर्वक सहृदयतेने (उजवा मेंदू) तुम्हाला सामोरे जाईन. आपल्यापैकी कित्येकांच्या ही गोष्ट लक्षात येत नाही की, अजाणतेपणी आपण सतत ही निवड करीतच असतो. आपल्या लिम्बिक सिस्टिममध्ये जन्मत:च कोरून ठेवलेल्या प्रतिक्रियात्मक मज्जापेशीय जोडण्यांतील क्रमादेशांच्या आहारी जाणे इतके सहज आणि सोपे आहे की जे निर्वेधपणे कूच करत राहिलेल्या विमानासारखे आपले आयुष्य आपण जगतच असतो. मी हे शिकले आहे की, माझ्या लिम्बिक सिस्टिममध्ये काय काय चाललेले आहे त्याकडे माझ्या मेंदूच्या पृष्ठभागाच्या नजीक असलेल्या मज्जापेशीय प्रमस्तिष्कीय कवचातील उच्चस्तरीय मज्जापेशी (प्रकरण दुसरे) जितके जास्त लक्ष देतील तितके मी काय विचार करते आहे आणि मला काय वाटते आहे याबाबत मी जास्त जागरूक असेन. माझ्या लिम्बिक सिस्टिममधील प्रतिक्रियात्मक जोडण्यांतील क्रमादेश कोणते निर्णय घेत आहेत, यावर लक्ष केंद्रित करून माझ्यातली हे करण्याची शक्ती मी माझ्या स्वाधीन ठेवते आणि जाणीवपूर्वक माझे निर्णय मी घेते. मोठ्या कालावधीचा विचार करता मी माझ्या आयुष्यात काय आणि कोणत्या गोष्टींकडे आकर्षित होते, याची जबाबदारी मी घेते.

आजकाल, विचार करण्यावरच जास्त विचार करण्यात माझा जवळजवळ सारा वेळ खर्च होतो. कारण मला माझा मेंदू खरंच मोहमयी वाटतो. सॉक्रेटिस म्हणाला होता की, 'तपासून न घेतलेले आयुष्य जगायच्या लायकीचे नसते.' मला वेदना आणणाऱ्या विचारांचा विचारच करण्याची गरज नाही ही जाणीव होणे, यापेक्षा माणसाला अधिक सामर्थ्यवान बनविणारी कोणती गोष्टच असूच शकत नाही. अर्थात तशा प्रकारच्या भावनांच्या जोडण्यांत मी जाणूनबुजून गुंतून राहायचे ठरवले आहे. याबद्दल मी जिथपर्यंत जागरूक आहे तिथपर्यंत मला वेदना होतील, अशा गोष्टींबद्दल विचार करण्यात तसे काहीच गैर नाही. त्याचबरोबर, माझे सामाधान झाल्यावर किंवा कधीकधी ते न होतासुद्धा त्या वेदना आणणाऱ्या विचारांना थांबवून माझ्या इच्छेप्रमाणे मला त्यांच्यातून मुक्त करण्याची ताकद माझ्यात आहे, ही गोष्ट मला जास्त विमुक्त करणारी आहे. माझ्याजवळ शांतता आणि प्रेमळ मन (उजवे मन) निवडण्याची क्षमता आहे, याचे ज्ञानच मला मुक्त करणारे वाटते. कारण माझ्यातल्या या ज्ञानाच्या ताकदीवरच तर माझी शारीरिक किंवा मानसिक परिस्थिती कशीही असली तरी माझ्या इच्छेनुसार एक पाऊल उजवीकडे टाकून मी माझे विचार वर्तमानात आणू शकते.

बहुतेक वेळा माझ्या भोवतीच्या परिस्थितीचे निरीक्षण, कोणतेही निष्कर्ष न काढता पाहणाऱ्या माझ्या उजव्या मनाच्या डोळ्यांनी मी करीत असते. त्यामुळे

माझा आंतरिक आनंद मी गमावत नाही आणि आवेगाने भारलेल्या मज्जापेशीय जोडण्यांपासून स्वत:ला अलिप्त ठेवते. माझ्या अंतर्मनावर एखाद्या गोष्टीचा सकारात्मक परिणाम होणार आहे की तो नकारात्मक होणार आहे ते माझे मी ठरवते. अलीकडेच मी रस्त्याने मोटार चालवत असताना माझ्या आवडीच्या 'जिंजर करी' नामक ध्वनिमुद्रिकेबरोबर छाती फुटेल इतक्या उच्चरवात मी गात होते. तेव्हा अचानक मला रस्त्यावरच्या पोलिसाने वेगमर्यादा ओलांडत गाडी हाकल्याबद्दल मला रस्त्याच्या कडेला घेऊन गाडी थांबवायला भाग पाडले. माझ्या गुन्ह्याबद्दल त्याने मला दंड भरण्याचे फर्मान काढले. ते मिळाल्याबद्दल मुळीच वाईट वाटून घ्यायचे नाही, हा निश्चय मी माझ्या मनाशी केला. तो मनावर ठसवण्यासाठी शंभर वेळा मनातल्या मनात मी तो घोळवला. असे वाईट, नकारात्मक विचार लहान-सहान आवाज करीत मध्येच डोके वर काढून कधीकधी मला खाली खेचत होते. मी त्या नाट्यमय घटनेचा अनेक अंगांनी विचार करून मनातल्या मनात बराच खल केला; पण शेवटी कसाही आणि कितीही विचार केला तरी त्यातून काहीच निष्पन्न झाल्याचे जाणवले नाही. खरे सांगायचे तर मला अशा प्रकारे माझ्या गोष्टी वेल्हाळ डाव्या मेंदूत विचारांचे काहूर माजवून डोके भणभणवून घेणे हे निव्वळ वेळेचा अपव्यय करणेच आहे असे वाटते. शिवाय भावनिक उद्वेग मानसिक शीण आणतो तो वेगळाच. मला आलेल्या झटक्याची मी आभारी आहे. मी हे शिकले की माझी मानसिक शक्ती माझ्या स्वाधीन आहे. मी जुन्या आठवणी मनातून अजिबात काढून टाकायला शिकले. त्या कधी आल्याच तर त्या जाणीवपूर्वक थांबवून स्वत:ला वतर्मानक्षणात आणू शकते.

हे सर्व सांगितल्यावरसुद्धा, तुमच्या 'अहम्'पेक्षा माझा स्वत:चा असा वेगळा 'अहम्' आहे तो घेऊन मी एकटी, घनवस्तू म्हणून बाहेरच्या जगात पाऊल ठेवण्याचा निर्णय, काही प्रसंगी घेते. काही काही वेळा तो निर्णय केवळ माझ्या डाव्या मेंदूच्या संवेदना आणि लक्षणांना धक्का देण्याच्या मानसिक समाधानासाठी असतो, तर केव्हा केव्हा तुमच्याशी वादविवाद घालून किंवा चोखंदळ चर्चा करून, तुमच्या डाव्या मेंदूच्या संवेदना आणि लक्षणांना विरोध करण्याचे समाधान मिळविण्यासाठी तो निर्णय मी घेते. बहुतेक प्रसंगी मात्र अशा प्रकारे वादविवादास तोंड लागल्यावर दुसऱ्याविषयी आक्रमक पवित्रा घेण्याने माझ्या शरीरात जे काही होते, ते मला अजिबात आवडत नाही. मग मी त्या प्रसंगी निमूटपणे अंग काढून घेते आणि मी सरळ सहानुभूतीची कास पकडते.

मला स्वत:ला इतरांबरोबर वागताना उदार दृष्टिकोन बाळगणे सहजशक्य होते. कारण मला एक गोष्ट नक्की माहिती आहे की प्रत्येकजण काही सगळे कसे आपल्या मनासारखे आणि अगदी तंतोतंत बरोबर घडवून आणायची आचारसंहिता

घेऊनच या जगात जन्माला आलेला नाही. शेवटी आपण सर्वजण हे जीवशास्त्रीय प्रक्रिया आणि निसर्ग यांचे फलित आहोत. आपण सर्वचजण अनेक क्लेशदायक भावनांचे जीवशास्त्रीय क्रमादेशांचे ओझे जन्मापासून वागवत या जगात वावरत असतो. म्हणून दुसऱ्यांशी वागताना मी उदार दृष्टिकोन बाळगते. मला कल्पना आहे की चुका या घडतीलच; पण म्हणून त्याचा अर्थ असा नव्हे की मी स्वत:लाच दोष लावीत बसावे किंवा आपल्या चुका आणि व्यवहार हे केवळ व्यक्तिगत स्तरावर मी घ्यावेत. तुमच्या गोष्टी या तुमच्या गोष्टी आहेत आणि माझ्या गोष्टी या माझ्याच आहेत. अंतर्यामी खोलवर कुठेतरी शांततेची अनुभूती व्हावी आणि उदारता ही आपापसात औदार्याने वागणे याची निवड सर्वांसाठीच उपलब्ध असते. इतरांना माफ करून आणि मलाही स्वत:ला माफ करायचे ही निवड नेहमीच उपलब्ध असते. आताचा हा क्षण उत्तम क्षणच आहे, हे निवडायची संधीसुद्धा नेहमीच उपलब्ध असते.

■

पेशी आणि अनेकमितीय जोडण्या

माझे एक मित्र डॉ. जेरी जोसेफ यांचे जगण्याचे स्वत:चे असे एक तत्त्वज्ञान आहे. शांतता ही आयुष्य सुरू करण्याची जागा आहे. आयुष्यात प्रयत्नपूर्वक मिळवायची गोष्ट नव्हे. मी याचे विश्लेषण असे करते की, आपण उजव्या मेंदूच्या शांत जाणिवेपासून सुरुवात करून जसजसे मोठे होत जातो, तसतसे आपल्या डाव्या मेंदूच्या कौशल्यांचा वापर करून बाहेरील जगात वावरत असतो. आपल्या उजव्या आणि डाव्या मेंदूतील परस्परसंबंध दर्शविण्यासाठी एकमेकांत खोलवर शिरकाव करणारी दुपदरी जागरूकता (ड्युअल इंटरपेनिट्रेटिंग अवेअरनेस) असा एक नवा वाक्यांशाचा प्रयोगही त्याने प्रचलित केला आहे. मला वाटते हा दृष्टिकोन गहन आहे आणि तितकाच अचूकही आहे. आपण आपल्या मस्तकातील उजव्या आणि डाव्या मेंदूंना जोडणाऱ्या मज्जापेशींच्या घट्ट सांध्याचे म्हणजेच कॉर्पस् कलोजमचे आभारी असायला हवे. कारण या सांध्यातच अतिशय क्लिष्ट मार्गांनी एकमेकांत जोडलेल्या मज्जापेशीय जोडण्यांच्या धाग्यांची गुंतागुंत आहे आणि त्यामुळे आपण स्वत:ला एकसंध व्यक्ती म्हणून ओळखतो. तरीसुद्धा, जगात वावरताना, दोन अगदी वेगळी अशी व्यक्तिमत्त्वे आपल्यात आहेत, ही गोष्ट लक्षात घेऊन वावरल्यास, आपल्याला पूर्वी कल्पनाही नसे, त्यापेक्षा कितीतरी अधिक प्रभावीपणे आपण आपल्या मस्तकात काय काय चालू आहे याचा जाणीवपूर्वक मागोवा घेऊन वावरू शकतो!

माझा डावा मेंदू जेव्हा सर्वसामान्यांप्रमाणेच वेगाने त्याची कार्ये करू लागला तेव्हा तो परत पूर्णपणे कार्यक्षम झाला. आता तो आपल्या मार्गावर कार्यरत आहे. तो आयुष्याला भिडायला इतका आतुर आहे की त्याचा वेग वर्णन करायचा झाला तर ताशी एक अब्ज मैल तरी असावा असे वाटते. अर्थात हे वेगळे सांगायला नको

की माझ्या डाव्या अर्धगोलातील भाषेची ज्ञानकेंद्रें आणि माझ्या उजव्या अर्धगोलातील आंतरिक शांततेचा अनुभव, यांच्यातील नैसर्गिक स्पर्धेमुळे मला पुन्हा मानवी जीवनाच्या नेहमीच्या वागण्यासारखे जमिनीवर पाय घट्ट रोवून वावरावे लागते आहे. माझ्या व्यक्तिमत्त्वातील काही भागाला मी पुन्हा कार्यमग्न झाल्याचा अतिशय आनंद झालेला आहे; पण त्याच्यातील एक फार मोठा भाग घाबरलेलाही आहे.

माझा डावा मेंदू बंद पडल्याचा अनुभव आल्यापासून, ज्या लोकांना मेंदूचा झटका आलेला आहे अशा लोकांच्या प्रश्नांकडे पाहण्याचा माझा दृष्टिकोन अधिक सकारात्मक होऊन माझे मन जास्त जागरूक झाले आहे. मला नेहमी हे आश्चर्य वाटते की वाचाच बंद झाली असेल आणि इतरांशी संपर्क साधायचे दुसरे कोणतेही साधन वापरण्याची त्यांची क्षमताच जर कुंठित झाली असेल तर कोणती अंतर्दृष्टी किंवा क्षमता त्या व्यक्तीला प्राप्त झाल्या असतील? झटक्यातून वाचलेल्या पण माझ्यापेक्षा वेगळ्या असलेल्या किंवा ज्या सर्वसामान्य नाहीत अशा व्यक्तींबद्दल मला वाईट वाटत नाही. अशा व्यक्तीची कीव येणे ही भावना योग्य नव्हे, हे मी जाणते. अशा रीतीने आपल्यापेक्षा वेगळ्या असलेल्या व्यक्तींची शिसारी येण्याऐवजी मला त्यांची दया येते. त्यांच्याविषयी वाटणाऱ्या कुतूहलाने उलट मी त्यांच्याकडे अधिक आकृष्ट होते. त्यांच्या व्यक्तीविशेषत्वाचा मला अचंबा वाटतो आणि त्यांच्याशी अर्थपूर्ण संवाद साधण्याची निकड मला वाटते. मग तो प्रयत्न केवळ डोळे भिडवणे असेल किंवा नुसतेच स्मित हास्य असेल किंवा अगदी साधा योग्य स्पर्शसुद्धा असू शकेल.

माझ्या आयुष्यात घडणाऱ्या घटनांची जेव्हा मी जबाबदारी घेते, तेव्हा मी स्वत:ला चालकाच्या जागी बसवते आणि माझ्या स्वत:च्या शक्तीचा वापर करते. तेव्हा असे वाटते की हे जग फार झपाट्याने धोकादायक बनते आहे. त्यात वावरताना, माझ्या मनाचा समतोल राखताना माझ्या डाव्या आणि उजव्या मेंदूमधले संबंध स्वस्थ राहावेत म्हणून मी फार कष्ट घेते. मात्र त्याचबरोबर (उजव्या की डाव्या कोणत्या मेंदूबद्दल मी बोलते आहे असे तुम्ही विचाराल.) या केवळ ताऱ्यांनी बनलेल्या आकाशगंगांच्या धुळीने भरलेल्या विश्वाइतकीच मी मोठी आहे, सर्वव्यापी आहे, ही माझी झालेली भावना मला अतिशय प्रिय आहे.

प्रत्येकाचाच मेंदू वेगवेगळा असतो; पण माझ्या मेंदूबद्दल मला ज्या काही साध्या आणि सत्य गोष्टी माहीत झाल्या आहेत, त्याची माहिती मला तुमच्यासमोर मांडायची आहे. माझ्या हे लक्षात आलेले आहे की, माझ्या सान्निध्यात येणाऱ्या गोष्टींना मी जाणीवपूर्वक ज्या पद्धतीने प्रभावित करते, त्याच प्रमाणात त्यांच्यापासून मला मिळणाऱ्या प्रतिसादात माझा प्रभाव अभिव्यक्त होत असतो. माझ्या आजूबाजूला ज्या घटना घडत आहेत किंवा ज्या घडत नाहीत, त्यावर मी बारकाईने लक्ष ठेवून

माझे दैनंदिन जीवन कसे चालले आहे, याची नोंद ठेवते. मी कोणत्या गोष्टींकडे माझे लक्ष आकृष्ट करते त्यावरून घटना कशा घडत आहेत याची जबाबदारी मी घेते आणि त्या घडत असताना त्यात जाणीवपूर्वक योग्य ते बदल करते. याचा अर्थ असा नव्हे की माझ्या बाबतीत घडणाऱ्या प्रत्येक गोष्टीवर माझा संपूर्ण ताबा असतो; पण मी त्या गोष्टींबाबत कसा विचार करते, मी त्यांच्याकडे कोणत्या दृष्टिकोनातून पाहाते आणि मला त्यांच्याबद्दल नेमके काय वाटते याच्यावर माझे नियंत्रण असते. घडणाऱ्या अगदी नकारात्मक गोष्टींमध्येही आपल्या आयुष्याकरता एखादा मौल्यवान् संदेश असू शकतो. तो अर्थात मी जर थोडे उजवीकडे पाऊल टाकून आणि घडलेल्या घटनेकडे सौजन्याने पाहण्याचा दृष्टिकोन बाळगला तरच!

आता जेव्हा माझ्या डाव्या मनातील भाषेची ज्ञानकेंद्रे आणि त्यातील गोष्टीवेल्हाळ भाग पूर्ववत कार्य करायला लागली आहेत, तेव्हा मला असे जाणवते की पूर्वीप्रमाणेच भन्नाट गोष्टी माझ्या मनात येतात; पण त्यात नकारात्मक विचारांचा भरणा जास्त असतो. या बाबतीत माझ्या लक्षात आलेली गोष्ट म्हणजे अशा नकारात्मक विचारांच्या किंवा भावनांच्या चक्रातून बाहेर पडण्याकरिता करावयाची पहिली गोष्ट म्हणजे मी जेव्हा अशा प्रकारच्या दिवास्वप्नांमध्ये हरवते आहे अशी जाणीव मला होते, तेव्हाच मी सावध झाले पाहिजे. आपल्यापैकी काही जणांच्या बाबतीत त्यांचे दुसरे मन त्यांना काय सांगत आहे ते लक्षपूर्वक ऐकणे ही नैसर्गिक प्रक्रिया असते. मात्र माझे महाविद्यालयातील कितीतरी विद्यार्थी जोरजोरात ही तक्रार करीत असतात की, त्यांचे दुसरे मन काय म्हणते आहे ते नुसते समजून घ्यायलासुद्धा खूपच मानसिक परिश्रम करावे लागतात. कोणतेही निष्कर्ष न काढता केवळ साक्षीदार या भावनेने आपले दुसरे मन काय सांगते आहे हे शिकायला तसा अभ्यासही लागतो आणि सहनशक्तीही असायला हवी; पण एकदा का तुम्ही त्यावर प्रभुत्व मिळवलेत की, मग त्या काळजी लावणाऱ्या डाव्या मनाच्या दिवास्वप्नांसारख्या गोष्टीवेल्हाळ नाटकीय कथा आणि त्यांच्यामुळे होऊ शकणाऱ्या आघातापासून मुक्त होऊन तुम्ही पुढे जाता.

मी जेव्हा माझ्या डोक्यात कोणती विचारचक्रे सुरू आहेत, याबाबत जागरूक होते, तेव्हा मी त्यांच्यावर लक्ष केंद्रित करून त्यांच्यामुळे मला नेमके कसे वाटतेय, काय वाटतेय याचा मी सर्वप्रथम अंदाज घेते. त्या विचारांनी कशाबद्दल तरी मला सावध केले आहे का? हे मी पाहते. माझे डोळे विस्फारले गेलेत का? माझ्या छातीत जडत्व आल्यासारखे मला वाटते आहे का? माझे डोके हलके झाल्यासारखे वाटते का? माझे पोट बिघडले आहे का? माझ्या मनावर कसला तरी ताण आला आहे का? का मला कशाची तरी काळजी वाटते का? माझे पाय थरथरताहेत का? वगैरे. भीती, काळजी वाटणे किंवा संतापाच्या मज्जापेशीय गोलाकार साखळीप्रक्रिया

(न्यूरोनल लूप) सुरू होणे या गोष्टी अनेक प्रकारच्या संवेदनांनी उद्दीपित होत असतात; पण अशा प्रकारच्या कोणत्याही प्रक्रियेची साखळी एकदा का उद्दीपित झाली की ती अशी अगदी अपेक्षित शारीरिक प्रतिक्रिया निर्माण करते की तिचे जाणीवपूर्वक निरीक्षण करण्याचे तंत्र तुम्ही अभ्यासाने आत्मसात करू शकता.

अशा प्रकारची मज्जापेशीय गोलाकार साखळीप्रक्रिया जेव्हा मुळात स्वत: वांझोटी असते, शिवाय ती दुराग्रहाने निष्कर्ष काढायला लावणारी असते, सहज थोपवता येणार नाही अशीही वाटते; तेव्हा मी भावनिक वा शारीरिक प्रतिक्रिया निघून जाण्यासाठी ९० सेकंद थांबते. त्यानंतर माझ्या मेंदूजवळ, जणू काय तो म्हणजे लहान मुलांचा एक घोळका आहे असे गृहीत धरून चक्क बोलते. मी मनापासून त्याला निक्षून सांगते की विचार करायची आणि भावनांचे आवेग जाणून घ्यायची तुझी क्षमता आहे हे मी जाणते. पण अशा प्रकारचे विचार करण्यात किंवा अशा प्रकारचे भावनिक आवेग जाणून घेण्यात मला अजिबात स्वारस्य नाही. कृपा करून अशा प्रकारच्या गोष्टी पुढे आणू नकोस. म्हणजे थोडक्यात, मी जाणीवपूर्वक माझ्या मनावर ही गोष्ट ठसवते की माझ्या मेंदूने विशिष्ट मज्जापेशीय गोलाकार साखळी प्रक्रियांत किंवा विचारचक्रात स्वत:ला म्हणजे मलाच गुंतवून घेऊ नये. कित्येकजण वेगवेगळ्या प्रकारे ही गोष्ट साधत असतात. काही लोक 'रद्द, रद्द!' असा शब्दप्रयोग करतात किंवा काहीजण आपल्याच मेंदूवर किंचाळून त्याला सांगतात, 'काम! काम! काम! मला वेळ नाही. मी खूप कामात आहे!' किंवा काही जण म्हणतात, 'बस, बस, बस आता बाकी खूप झालं! फेकून दे!'

कित्येक वेळा, माझ्यातील खऱ्या आंतरिक आवाजाने, नुसते हे विचार मनात आणलेले माझ्या गोष्टीवेल्हाळ डाव्या मनाला सांगून पुरेसे होत नाहीत. मी असे पाहिले आहे की या विचारांना जर योग्य भावनांची जोड दिली आणि खरोखरीच्या कळकळीने हे विचार मनात आणले तर माझे डावे मन समजून घेऊ शकते. जर केव्हा माझ्या डाव्या मेंदूला सूचना देऊनही त्याचे विचारचक्र थांबण्यात अडथळा आला, तर माझ्या सूचनेला शरीरगतीच्या भागाची (कायनेस्थेटिक कॉम्पोनंट) जोड देत मी हवेत बोट फिरवून किंवा कमरेवर दोन्ही हात घेऊन निश्चल उभी राहून मी त्याला सूचना देते. मुलावर रागावणारी आई त्याला खरोखर मनापासून दटावताना बोललेले शब्द, तिचे आविर्भाव आणि हातवारे वगैरे असे काही होतात की तिच्या इच्छा-आकांक्षा मुलापर्यंत पोचल्यावर परिणामकारक ठरतात.

मला मनापासून वाटते की माझ्या मेंदूतील आणि शरीरातील मिळून ९९.९९९ टक्के पेशींना मी सुखी, स्वस्थचित्त आणि यशस्वी असावे असेच वाटते. माझ्या डाव्या मेंदूतील सूक्ष्म गोष्टीवेल्हाळ भागाला मात्र माझ्या आनंदात बिनशर्त सामील व्हायचे नसावे. तो सूक्ष्म भाग मला माझ्या आंतरिक शांततेपासून परावृत्त करणाऱ्या

विचारचक्रांत मला गुंतवून ठेवण्यास मोकळा असतो. अशा मज्जापेशींच्या समुदायाला वेगवेगळ्या नावांनी संबोधले जाते. त्यातील माझी आवडती संबोधने आहेत – पीनट गॅलरी, द बोर्ड ऑफ डायरेक्टर्स आणि इटी-बिटी सिली कमिटी. या मज्जापेशी आपल्या बोलक्या मनात (व्हर्बल माईन्ड) असतात आणि त्या आपल्याकरता निराशावादी, विनाशकारी विचारचक्रे चालविण्यात तरबेज असतात. या मज्जापेशी आपल्या व्यक्तिमत्त्वातील हेवेदावे, भीती, उद्वेग आणि संतापासारख्या नकारात्मक लक्षणांची मदत घेतात. या मज्जापेशी अगदी सशक्तपणे तेव्हा कार्यरत होतात; जेव्हा त्या तक्रारखोर बनतात, जोरजोरात मोठ्याने ओरडत भांडतात आणि निर्लज्जपणे सर्व गोष्टी कशा अगदी वाईट आहेत ते प्रत्येकाला सांगत सुटतात.

शरीरस्वास्थ्याचा विचार न करता एखादी कृती करावी अशी मोहाची स्थिती जेव्हा उत्पन्न होते तेव्हा मी माझ्यातील खऱ्या आंतरिक आवाजाने माझ्या डाव्या मेंदूतील भाषेच्या केंद्रातील माझ्या पीनट गॅलरीला त्याने कडकपणे पाळायच्या एका वेळापत्रकाचे बंधन घालते. माझ्यातल्या गोष्टीवेल्हाळी मनाला मी सांगते की उदाहरणार्थ सकाळी ९ ते ९:३० मध्ये आणि मग पुन्हा रात्री ९ ते ९:३०चे दरम्यान त्याने मनसोक्त ओरडावे, तक्रारखोर बनावे वगैरे; पण जर यदाकदाचित काही अपघाताने त्या गोष्टीवेल्हाळ भागाने त्याची करवादण्याची वेळ चुकवलीच तर त्याला निश्चित केलेली पुढील वेळ येईपर्यंत त्याच्या ओरडण्याकडे मी अगदी दुर्लक्ष करते. मी नकारात्मक विचारचक्रात स्वत:ला अडकवून घ्यायला अजिबात तयार नाही; अशा अर्थी माझ्या बोलक्या मनाच्या मज्जापेशींना दिलेल्या माझ्या सूचना लवकर पोहोचतात.

माझा असा ठाम विश्वास आहे की आपण आपल्या स्वत:शीच चाललेल्या बोलण्याकडे लक्ष पुरवणे हे आपल्या मानसिक स्वास्थ्याच्या दृष्टीने अत्यंत महत्त्वाचे आहे. मला वाटते की, आतल्या आत चरफडत राहाणे आणि स्वत:लाच दोष लावीत बसणे हे सभ्यसंमत वागणे नाही असा आपल्या स्वत:शीच निश्चय करणे ही निरामय आंतरिक शांतता अनुभवण्यातील पहिली पायरी आहे. नकारात्मक विचारचक्र उद्दीपित करणाऱ्या मज्जपेशींचा माझ्या डाव्या मेंदूतील गोष्टीवेल्हाळ भाग हा केवळ एका भुईमुगाच्या दाण्याएवढाच आहे, याचे मला जेव्हा आकलन झाले तेव्हापासून माझी मानसिक ताकद अनेकपटींनी वाढली. म्हणूनच झटक्यात त्या नकारात्मक मज्जापेशी जेव्हा रक्तात बुडून मुक्या बनल्या होत्या, तेव्हा माझ्या मनात किती शांतता निर्माण झाली होती याची केवळ कल्पना केलेली बरी! माझ्या डाव्या मनाने पुन्हा पूर्ववत होणे म्हणजे तेथील सर्व मज्जापेशींना त्यांचा आवाज त्यांना परत देणे हे आलेच; परंतु, माझ्या सर्वसाधारण मानसिक स्वास्थ्याचे रक्षण करण्याकरता मला माझ्या मनाच्या बागेची देखभाल करणे आणि या नकारात्मक

गोष्टीवेल्हाळ मज्जापेशींना काबूत ठेवणे अत्यंत आवश्यक आहे, ही गोष्ट मी शिकले. माझ्या हे लक्षात आले की माझ्यातला गोष्टीवेल्हाळ डाव्या मनाला फक्त थोडी शिस्त लावायला हवी होती. मला त्याच्याकडून काय हवे आहे आणि काय नको आहे याच्या स्पष्ट सूचना माझ्या जाणत्या मनाकडून त्याला मिळणे आवश्यक होते. आमच्यात जे मोकळेपणी विचारांचे आदानप्रदान होते ही माझ्या दृष्टीने खरोखर प्रार्थनीय गोष्ट होती. डाव्या मेंदूतील या मज्जापेशी समूहात काय चालले आहे यावर माझ्यातील खऱ्या आंतरिक आवाजाची जरब निश्चितच होती. त्यामुळेच मी नको त्या विचारचक्रात अगदी कमी काळ गुंतून राहाते.

हे सांगितल्यावरसुद्धा माझ्यातले चलाख गोष्टीवेल्हाळ मन माझ्या जाणत्या मनाच्या सूचनांना काही वेळा अशा काही गमती करून चकवते की मला हसू येते. माझ्या लक्षात आले की माझ्या जाणत्या मनाच्या, आंतरिक आवाजाच्या अधिकाराला, लहान मुले वडीलधाऱ्या माणसांना जसे आव्हान देतात ना, अगदी तसेच आव्हान या मज्जापेशी देतात आणि त्या माझ्या निग्रहाची परीक्षा घेतात. एकदा त्यांना आज्ञा देऊन गप्प केल्यावर, विचारचक्रे थोडा वेळ वाट पाहतात आणि काही वेळानंतर लगेच त्यांची डोक्यात टकळी सुरू होते. मी जर दुसऱ्या गोष्टीवर विचार करण्याच्या माझ्या दृढ निश्चयापासून जराजरी ढळले किंवा त्या विचारांकडे जराजरी माझे दुर्लक्ष होऊन आणखी कोणत्या भलत्याच – अगदी वेगळ्याच – विचारांत जाणीवपूर्वक माझे मन गुंतवले, तर त्या गोष्टीवेल्हाळाची विचारचक्रे त्यातून नव्याने शक्ती प्राप्त करून घेतात आणि अनाहुतपणे ती प्रकट होऊन मनाचा ताबा घेतात. त्याच्या या कृतीचे परिमार्जन करून माझ्या चित्तवृत्ती माझ्या इच्छा असलेल्या विचारांकडे वळवण्यासाठी मी माझ्याकडे तीन गोष्टींची सूची तयार ठेवलेली आहे : १) मला आवडलेल्या ज्या गोष्टीवर अधिक खोलवर विचार व्हायला हवा अशी माझी पूर्वी केव्हा तरी इच्छा होती, पण ती गोष्ट राहून गेलेली आहे, अशी गोष्ट आठवायचा मी प्रयत्न करते. २) मला अतिशय आनंदित करेल अशा गोष्टींचा विचार करते किंवा ३) मला करावीशी वाटेल अशा गोष्टीचा विचार करते. माझ्या मनावर ताबा मिळविण्याची जेव्हा जेव्हा मला निकड भासते, तेव्हा मी या साधनांचा विचार करते.

माझ्या आणखी एक लक्षात आलेली गोष्ट म्हणजे मी ज्या वेळी शारीरिक श्रमांमुळे गळून गेलेली असते किंवा मानसिक दृष्टीने थोडी मलूल असते, तेव्हा अपेक्षा नसतानाही नकारात्मक विचार डोके वर काढतात आणि माझ्या डोक्यात त्यांची टकळी सुरू होते. माझे मन मला काय सांगते आहे याकडे जागरूक राहून जितके जास्त लक्ष मी ठेवते, तेवढी त्या विचारांमुळे माझ्या शरीरात मला नेमके काय वाटते आहे यावरून मला कोणत्या गोष्टीचा विचार करायला हवा आणि मला कसे वाटायला हवे आहे हे ठरवण्याची माझी शक्ती अधिकच वृद्धिंगत होते. मला

जर माझी आंतरिक शांतता राखायची असेल, तर मला सातत्याने पाठपुरावा करून माझ्या मनाच्या बगीच्याची निगा क्षणोक्षणी राखलीच पाहिजे. तसे निर्णय हजार वेळा घ्यावे लागले तरी मी ते घ्यायलाच हवेत.

आपल्या डोक्यात येणाऱ्या असंख्य तऱ्हेच्या विचारांच्या स्वरूपांचा आधार हा मेंदूतील अगणित अनेकमितीय मज्जापेशीय जोडण्या (मल्टिडायमेन्शनल न्यूरल सर्किट) हा असतो. त्यांच्या स्वरूपांची ओळख करून घ्यायला आपण शिकत असतो. पहिली गोष्ट म्हणजे प्रत्येक विचारधारेच्या स्वरूपाला स्वत:चा असा विषय असतो. ज्या गोष्टीचा मी जाणीवपूर्वक विचार करते आहे ती गोष्ट म्हणजे त्या विचारधारेचा विषय असतो. उदाहरणार्थ, मी माझ्या लहान कुत्रीबद्दल, म्हणजेच नियाबद्दल, मी विचार करते आहे. तिने गेली आठ वर्षे माझ्या मांडीवर बसून घालवली आणि हे पुस्तक लिहिण्यात मला मदत केली. नियाबद्दल विचार करणे ही माझ्या मेंदूतली विवक्षित मज्जापेशीय जोडणी (सब्जेक्ट न्यूरल सर्किट) आहे. दुसरी गोष्ट म्हणजे प्रत्येक विचारधारेसमवेत त्याच्याजवळ असलेल्या आणि माझ्या जाणिवेत असलेल्या विशिष्ट भावनिक मज्जापेशीय जोडणीही (इमोशनल न्यूरल सर्किट) कदाचित उद्दीपित होईल किंवा होणारही नाही. नियाच्या बाबतीत विचार करताना मला नेहमीच आनंद होतो कारण ती अतिशय लळा लावणारी आहे. माझ्या मेंदूत नियासंबंधीची विषयजोडणी आणि आनंदाच्या भावनेचीजोडणी या जोडण्या घट्टपणे एकमेकांत गुंतलेल्या आहेत. अखेरीस, या विवक्षित विषय आणि भावनिक जोडण्या अधिक गुंतागुंतीच्या मेंदूतील शरीराच्या इतर भागांशी निगडित असलेल्या अशा जोडण्यांशीही गुंतलेल्या असतील, ज्या उद्दीपित होऊन अपेक्षित वर्तणूक माझ्यात घडवून आणते. उदाहरणार्थ, मी जेव्हा नियाचा विचार करते, म्हणजेच माझी नियाविषयाची जोडणी कार्यरत असते, तेव्हा मला अतिशय आनंद होतो. म्हणजेच माझी भावनिक जोडणी उत्तेजित होते. कित्येक वेळा तर मी आनंदाने हरखून जाते. तिला गोंजारते. तिच्या पाठीवरून अलगद हात फिरवून तिचा मुलायमपणा अनुभवत आनंदाने माझे शरीर भरून जाते. मी क्षणभर अवतीभवतीचे वातावरणही विसरते. म्हणजेच माझ्या मेंदूतील विविध शारीरिक हालचालींशी निगडित असलेल्या जोडण्याही (फिजिऑलॉजिकल न्यूरल सर्किट) उत्तेजित होतात आणि मी कुत्र्याशी त्याला साजेसे वागायला लागते. तिच्याशी बोलताना मी लगेचच लहान मुलांसारखा आवाज काढू लागते. माझे डोळेही विस्फारतात. माझा आनंद तिला स्पर्श करण्याची प्रेरणा देतो आणि माझा देह तिच्या मागे असा काही डोलू लागतो की जणू काही मीच माझी शेपटीची वळवळ करते आहे! पण त्याचबरोबर, या आनंदाच्या आणि प्राण्याला साजेसे वागण्याशी निगडित शारीरिकजोडण्यांशिवाय इतर काही वेळा नियाविषयी विचार करताना मला दु:खाचा

आवेगही येतो. माझ्या या लाडक्या निरागस चतु:श्पाद प्राण्याला आता मी गमावले आहे, याचे मला अतिशय दु:ख होते. अशा विचारात झालेल्या बदलाने आणि त्यामागच्या भावनिक आणि शारीरिक जोडण्यांच्या प्रभावाखाली माझे डोळेही पाणावतात. तीव्र दु:खाच्या आवेगात गुरफटल्यावर माझा ऊर भरून येतो, माझा श्वासोच्छ्वास जोरजोरात होऊ लागतो आणि भावनावेगाने मी निरुत्साही किंवा उदास होते. माझ्या ढोपरात ताकद नाहीशी झाल्यासारखे मला वाटू लागते. मी हळूहळू मरगळत जाते आणि काळ्याकुट्ट अंधाराच्या मज्जापेशीय जोडण्यांनी पूर्णपणे मी ग्रासली जाते.

अशा भावनेच्या आवेगांनी आणि विचारांनी माझे मन क्षणात भरून जाऊ शकते. पण पुन्हा, ९० सेकंद होऊन गेल्यावर, कोणत्या भावनिक किंवा शारीरिक जोडणीत मी स्वत:ला गुंतवून ठेवायचे किंवा त्या सर्वांतून पूर्णपणे बाहेर पडायचे याची निवड करण्याची शक्ती माझ्यात आहे. मला वाटते की आपण संताप किंवा मनाच्या खिन्न वाटण्यासारख्या जोडण्यात (इमोशनल, फिजिऑलॉजिकल न्यूरल सर्किट) किती गुंतून पडायचे याकडे बारीक नजर ठेवणे मानसिक स्वास्थ्याच्या दृष्टीने फारच हितकारक आहे. अशा प्रकारच्या भावनांनी भारलेल्या मज्जापेशीय वर्तुळी जोडण्या (इमोशनल न्यूरल लूप) वारंवार उत्तेजित होऊन यांच्या प्रभावात बराच वेळ अडकून पडण्याने आपल्या शारीरिक आणि मानसिक स्वास्थ्यावर त्याचे विपरीत परिणाम होऊ शकतात. याचे कारण आपल्या भावनिक आणि शारीरिक जोडण्यांपेक्षा त्या मज्जापेशीय वर्तुळी जोडण्या अधिक शक्तिशाली असतात; परंतु असे असले तरी, या भावनांचा आवेग आपल्या भावनिक आणि शारीरिक जोडण्यांतून जात असताना त्या भावनांचा आदरही राखायला हवा. कारण तेही तितकेच महत्त्वाचे आहे. मी ज्या वेळी माझ्या स्वयंप्रेरित मज्जापेशीय जोडण्यांनी उत्तेजित होते (ऑटोमॅटिक सर्किटरी) म्हणजेच माझे मन एखादे वेळी जेव्हा भावनांनी हरखून किंवा हेलावून गेलेले असते, तेव्हा मी माझ्यातल्या सर्व पेशींचे खरोखर आभार मानते; कारण त्यांची त्या भावना अनुभवण्याची क्षमता आहे आणि नंतर मी माझे विचार परत वर्तमानात आणण्याची निवड करते.

आपल्या मज्जापेशीय जोडण्या कार्यरत असताना त्यांचे त्रयस्थपणे निरीक्षण करणे आणि त्यांच्यात गुंतून राहाणे या दोन्ही गोष्टींत योग्य तो समन्वय शोधणे आपल्या सर्वसाधारण स्वास्थ्याच्या दृष्टीने अत्यंत महत्त्वाचे असते. जरी माझ्या मेंदूची माझ्या सर्व भावना अनुभवण्याची क्षमता मी साजरी करते, तरीही कोणत्याही कार्यरत असलेल्या भावनिक मज्जापेशीय वर्तुळी जोडणीत किती अडकून राहायचे, या बाबतीत मी फारच सावध आहे. भावनेच्या आवेगाला प्रभावी आरोग्यकारक रीतीने अनुभवत त्यातून बाहेर पडण्याचा मला माहिती असलेला मार्ग म्हणजे

भावनांच्या आवेगाला किंवा भावनांनी भारलेल्या मज्जापेशीय वर्तुळी जोडण्या उत्तेजित होऊन कार्यरत असताना त्यांना संपूर्णपणे शरण जाऊन त्याच्या शारीरिक मज्जापेशीय वर्तुळी जोडणीसह (फिजिऑलॉजिकल न्यूरल लूप) तो आवेग अनुभवणे होय. मी सरळ अशा वेळी त्या आवेगाला शरण जाते आणि ९० सेकंद त्याला अनुभवते. लहान मुलांप्रमाणेच भावनांची कदर केल्यास आणि त्यांच्या अस्तित्वाची वेळीच नोंद घेतल्यास त्या स्वास्थ्य बिघडवत नाहीत. काही काळानंतर त्यांची तीव्रता आणि वरचेवर त्यांनी माझ्या मनाचा ताबा घेणे सर्वसाधारणपणे कमी होते.

खरोखर प्रचंड शक्तिशाली विचार हे अति तीव्र स्वरूपाचे म्हणून अनुभवले जातात, याचे कारण ते एकाच वेळी असंख्य भावनिक आणि शारीरिक मज्जापेशीय जोडण्या उद्दीपित करतात. आपण ज्यांना स्थितप्रज्ञ (न्यूट्रल) म्हणतो, त्यांना तसे संबोधण्याचे कारण म्हणजे ते गुंतागुंतीची कोणतीही मज्जापेशीय जोडणी सहसा विचलित करीत नाहीत. वर्तमानकाळात आपण कोणत्या जोडण्यांत गुंतलेलो आहोत, त्यांच्याकडे लक्ष दिल्यास आपल्याला आपल्या मनाची बांधणी मूलतः कशा प्रकारे झालेली आहे आणि त्याच्या परिणामी आपण त्या बगीच्याची देखभाल अधिक परिणामकारक रीतीने कशी करू याची अति उत्कृष्ट अंतर्दृष्टी आपल्याला प्राप्त होऊ शकते.

माझ्या मज्जापेशींबरोबर संवाद साधण्यात बराच काळ घालविण्याबरोबरच माझ्या संपूर्ण शरीराचीच जडणघडण ज्या पन्नास महापद्म पेशींनी केलेली आहे; त्या पेशींवर माझे निरतिशय प्रेम आहे. मी त्यांची इतकी आभारी आहे की त्या पेशी अजूनही जिवंत आहेत आणि त्या एकमेकींशी सदैव इतक्या अचूक लयीत कार्यरत असतात की माझे स्वास्थ्य त्या टिकवून ठेवीत आहेत, हा अव्यक्त आणि अतूट विश्वास मला त्यांच्याबद्दल आहे. न चुकता दररोज सकाळी मला जाग आल्याबरोबर आणि रात्री झोपायला पाठ टेकण्याअगोदर माझी उशी दोन्ही हातांनी छातीशी घट्ट दाबून मी क्षणभर धरून ठेवते आणि माझ्या आयुष्यातल्या आणखी एका नव्या दिवसाकरता माझ्या पन्नास महापद्म पेशींचे मी जाणीवपूर्वक आभार मानते. अगदी खरोखर कृतज्ञतापूर्वक अगदी हृदयापासून, स्पष्ट आवाजात मी म्हणते, 'मुलींनो, माझ्या आयुष्यात आणखी एक अलौकिक नवीन दिवस आणल्याबद्दल मी तुमची अत्यंत आभारी आहे.' नंतर त्यांना मी प्रार्थना करते की, 'कृपया, माझे स्वास्थ्य उत्तम राहू द्या.' मी डोळ्यांसमोर आणते की माझ्यातील रोगप्रतिकारक शक्ती मला तसा प्रतिसाद देते आहे.

माझ्या शरीराच्या पेशींवर माझे कृतज्ञतापूर्वक खरोखरीचे निर्विकार प्रेम आहे. दिवसभर माझ्यातील त्यांच्या सहज अस्तित्वाबद्दल मी त्यांची आभारी असते आणि उत्साहाने त्यांना मी प्रोत्साहित करीत असते. कोणालाही आश्चर्य वाटेल; पण मी

एक जबरदस्त असामी आहे; माझ्यातली ऊर्जा जगात लोकांकरता उधळून देण्याची क्षमता माझ्यात आहे. मला जेव्हा मलोत्सर्ग होतो, तेव्हा मी माझ्या पेशींना, माझ्यात तयार झालेली घाण त्यांनी बाहेर फेकून दिल्याबद्दल, उत्साहित करते. माझे मूत्र जेव्हा बाहेर फेकले जाते; तेव्हा मी माझ्या मूत्राशयाच्या पेशींइतके भरपूर मूत्र साठवण्याच्या त्यांच्या क्षमतेबद्दल त्यांचे कौतुक करते. मला जेव्हा भूकेमुळे पोटात कढ येतात आणि त्या वेळी मला अन्न मिळत नाही, तेव्हा मी पेशींना आठवण करून देते की साठलेल्या चरबीचे माझ्या पार्श्वभागात इंधन आहे. मला धमकावल्यासारखे जेव्हा वाटते तेव्हा मी माझ्या पेशींनी धमकीला सामोरे जाणे, तिथून निघून जाणे किंवा मेल्याचे सोंग करून निपचिप पडून राहाणे यांतली योग्य ती निवड करण्याच्या त्यांच्या क्षमतेबद्दल त्यांची आभारी असते.

त्याचबरोबर, माझे शरीर मला जेव्हा काही सांगत असेल, तर ती गोष्ट मी लक्षपूर्वक ऐकते. मला जर दमल्यासारखे वाटले, तर मी देहाला विश्रांती देते. याउलट, मला जेव्हा सुस्त वाटते तेव्हा मी त्यांना हालचाल पुरवते. मी जेव्हा दुःखी असते, तेव्हा मी शांत होते. जखमेची शुश्रूषा करते आणि होणाऱ्या वेदनांना मी जाणीवपूर्वक शरण जाते. त्यामुळे त्यांची तीव्रता कमी होण्यास मदत होते. वेदना हे शरीरातील पेशींना मेंदूशी संपर्क साधून शरीरात त्या जागी आघात झालेला आहे, हे त्याला कळविण्याचे त्यांचे एक साधन आहे. आपल्या पेशी वेदनेच्या संग्राहकांनी (रिसेप्टर) मेंदूपर्यंत ती जाणीव पोचवून त्याने त्या आघाताकडे लक्ष पुरवण्याकरता त्यांना उत्तेजित करते. एकदा का माझ्या मेंदूला आघाताचे अस्तित्व मान्य झाले म्हणजे त्यांचे काम पूर्ण होते. मग संग्राहकांच्या संवेदनेची एकतर तीव्रता वाढते किंवा ती नाहीशी होते.

माझ्या दृष्टीने आपल्या ईप्सित – लक्ष्यावर केंद्रित असलेले मानवी मन हे या विश्वातील सर्वांत प्रभावशाली साधन आहे. भाषेच्या माध्यमातून आपले शारीरिक स्वास्थ्य परत मिळविण्यासाठी किंवा ते तंदुरुस्त राखण्यासाठी मार्ग दाखविण्याकरिता आपला मेंदू पूर्ण सक्षम आहे. माझे डावे अहंकारी बोलके मन हे माझ्या पन्नास महापद्म पेशींत कार्यरत असलेल्या संयुगांच्या विलक्षण बुद्धिमत्तेला प्रोत्साहन देण्यात प्रमुख भूमिका बजावते. दरारोज जेव्हा 'मुलींनो, पुढे व्हा', असे म्हणून मी माझ्या पेशींना उत्साहात प्रोत्साहित करत असते, तेव्हा त्याचा परिणाम असा होतो की माझ्या शरीरात अशी काही स्पंदने निर्माण होऊन माझ्या स्वास्थ्याला उपकारक वातावरणनिर्मिती तेथे होते आणि असा विचार केल्याशिवाय मला गत्यंतर नाही असेही वाटते. माझा असा विश्वास आहे की, जेव्हा माझ्या पेशी स्वस्थ असतात, तेव्हा मी स्वस्थ आणि सुखी असते.

याचा अर्थ अर्थातच असा अजिबात नव्हे की ज्या लोकांना खरोखर मानसिक

व्याधींनी ग्रासलेले आहे अशा रुग्णांना त्यांच्या मेंदूत जे काय चालू आहे त्यातून संपूर्ण निवड करण्याची क्षमता त्यांच्यात असते. तरी पण माझा असा विश्वास आहे की अगदी अति तीव्र स्वरूपाच्या मानसिक व्याधी या पायाभूत जैव रासायनिक प्रक्रियांशी (बायोकेमिकल रिॲक्शन) निगडित असतात. उदाहरणार्थ, कोणत्या पेशी दुसऱ्या कोणत्या पेशींबरोबर संवाद करीत आहेत आणि त्या संवादात कोणत्या जैव रसायनांचे आणि त्यांच्या किती मात्रेत त्यांची ती देवाण-घेवाण चालू आहे वगैरेसारख्या त्या प्रक्रिया असतात. आज मेंदूवरील संशोधन हे मानसिक आजार कोणत्या पायाभूत मज्जापेशीय जोडण्यांवर (न्यूरॉलॉजिकल सर्किटरी) अवलंबून आहेत हे समजावून घेता येतील अशा वळणावर येऊन ठेपलेले आहे. आपले ज्ञान जसे वाढेल तसतसे अधिकाधिक लोकांच्या अधिक परिणामकारक चाचण्या घेऊन त्यांना कशी मदत करता येईल याची अधिक समज आपल्याला येईल आणि त्यांच्या मनाकडे आपल्याला अधिक जास्त लक्ष देता येईल.

मानसिक आजारांवरील उपाययोजनांचा विचार करता, आज आपल्याला मेंदूवर परिणाम करणारे औषधोपचार करता येतात. विद्युतप्रवाहाचा उपयोग करून मज्जापेशींना आपण उद्दीपित करू शकतो आणि जाणिवेच्या स्तरावर मानसोपचार करतो. माझ्या मते, औषधोपचारामागचा हेतू हा आपली समान वास्तव अनुभवण्याची आणि त्यात वावरण्याची संधी वाटून घेण्याची आपली क्षमता वाढवणे हा असतो. मी या मताची आहे की लोकांनी इतरांशी संपर्कात राहाण्याकरता कोणत्या साधनसामग्रीचा उपयोग करून घेता येईल याचा जास्तीतजास्त शोध घेतला पाहिजे. दुर्दैवाने, स्किझोफ्रेनिया झाल्याचे निदान झालेल्या मनोरुग्णांपैकी ६० टक्के रुग्ण हे मान्य करायला तयार होत नाहीत की ते मानसिकदृष्ट्या आजारी आहेत. त्यामुळे, ते औषधोपचार करून घेत नाहीत किंवा त्याला किंमतही देत नाहीत. कित्येक वेळा तर स्वत:चे स्वत:च उपाय करण्याच्या मागे लागून ते दारू किंवा औषध म्हणून मादकद्रव्य सेवनाच्या आहारी जातात आणि अशा मादकद्रव्यांचा केवळ खेळ म्हणून अगदी कोणा सामान्य माणसाने केलेला उपयोगही समान वास्तव अनुभवण्याची आपली क्षमता कमी करतो. म्हणूनच केवळ गंमत म्हणूनसुद्धा मादकद्रव्याचे सेवन हे आपल्या स्वास्थ्याला हानिकारकच असते.

जरी काही व्यक्ती विक्षिप्त व्यक्तिमत्त्व (इन्सॅनिटी) घेऊन वावरणे हा त्यांचा अधिकार आहे अशा विचारांचा पुरस्कार करीत असले तरी माझे असे मत आहे की सर्वसामान्य व्यक्तिमत्त्व आणि समान वास्तव अनुभवणे हा प्रत्येकाचा वैधानिक अधिकार आहे. मग त्यांच्या मेंदूचा विकार कोणत्याही स्वरूपाचा असो किंवा त्याला झालेला आघात कोणताही असो!

■

आंतरिक शांततेचा शोध

माझी आंतरिक शांतता, एका विचाराच्या किंवा जाणिवेच्या अत्यंत जवळ जाणारी आहे. ही माझ्यादृष्टीने झटक्यामुळे मला झालेल्या अंतर्ज्ञानाने प्राप्त झालेली अमूल्य अशी भेट आहे. शांतता अनुभवायची याचा अर्थ 'आनंदाचे डोही, आनंद तरंग'च्या अवस्थेत सदान्कदा डुंबून राहायचे असा नाही, तर त्याचा अर्थ असा आहे की सर्वसामान्य धकाधकीचे जीवन जगत असतानासुद्धा तुम्ही स्वत: आनंदी राहू शकता. माझी अशी समजूत आहे की आपल्यापैकी कित्येकांना आपले विचारी मन आणि आपले दयाळू हृदय यांच्यातील अंतर मैलोन्मैल दूर असल्यासारखे वाटते. आपल्यापैकी काही जण तरी त्यांना आज्ञा झाल्यावर ते अंतर पार करून जातात, तर इतर कितीतरी जण आपल्या दुर्दैवाला, नैराश्याला, लाचारीला, संतापाला इतके चिकटून असतात की शांत हृदयाची केवळ संकल्पनासुद्धा त्यांना अतिशयोक्तीपूर्ण आणि अगदी असुरक्षित वाटते.

माझे संपूर्ण डावे मन या आघातात मी गमावलेले होते. त्या अनुभवाच्या आधारावर माझ्या अगदी हृदयापासून माझा असा विश्वास आहे की निरामय शांततेची भावना ही मज्जापेशीय वर्तुळी जोडणीच्या (न्यूरल सर्किटरी लूप) स्वरूपात आपल्या उजव्या मेंदूत वसलेलीच आहे. ही जोडणी सतत कार्यरत असते आणि आपल्याला तिच्यात गुंतून राहण्यासाठी ती अवगतही असते. शांततेची भावना ही नेहमीच वर्तमानक्षणात होत असते. ती काही अशी गोष्ट नव्हे की जी आपण आपल्या भूतकाळातून आपल्याबरोबर घेऊन येत असतो किंवा भविष्यात व्हावी म्हणून तशी प्रक्षेपित करीत असतो. ती हृदयाची शांतता अनुभवण्यातली पहिली पायरी म्हणजे 'आत्ताच्या आत्ता या क्षणी इथे' राहण्याची आपली मानसिक तयारी असणे ही होय.

जगत असताना सहजावस्थेत निरामय शांतता आपण जेव्हा कधी अनुभवतो तेव्हा ती जाणीवपूर्वक अनुभवावी. अर्थात या बाबतीत आपण जितके अधिक जागरूक राहू तितके तिच्या मज्जापेशीय वर्तुळी जोडणीत स्वत:ला गुंतून ठेवायला आपल्याला अधिक सोपे जाईल. आपल्यापैकी कित्येकजणांना मेंदूतील ही मज्जापेशीय वर्तुळी जोडणी कार्यरत असलेली ओळखताना अतिशय कष्ट पडतात, कारण आपली मने इतर विचारांत विखुरलेली असतात. याला फार अर्थ आहे; कारण आपला पाश्चात्त्य समाज केवळ असणाऱ्या उजव्या मेंदूपेक्षा गोष्टी – कृती – करण्याच्या डाव्या मेंदूच्या कौशल्यांचा जास्त आदर राखतो; बक्षीस देऊन त्याला शाबासकी देतो. तेव्हा, तुम्हाला तुमच्या उजव्या मेंदूतील मज्जापेशीय वर्तुळी जोडण्यांच्या जाणिवांचा अंदाज घेण्यास कष्ट पडत असतील तर बहुतेक त्याचे कारण, तुम्हाला लहानाचे मोठे होताना जे जे शिकविण्यात आले होते, ते शिकण्याचे फार मोठे काम तुम्ही नक्की व्यवस्थित पार पाडलेले आहे. (हे वाक्य पाश्चात्त्य विचारांच्या अमेरिकन समाजाला उद्देशून आहे.) त्या यशाबद्दल तुमच्या शरीरातील पेशींचे तुम्ही अभिनंदन करा. त्याचबरोबर माझा जिवलग मित्र डॉ. कात डॉमिंगो सांगतोय की प्रबुद्धता (एन्लायटन्मेंट) ही शिकण्याची प्रक्रिया नव्हे; तर शिकलेले परत विसरण्याची ती प्रक्रिया आहे, हे लक्षात ठेवा.

ज्याअर्थी मेंदूचे दोन्ही अर्धगोल एकत्रित कार्य करून क्षणोक्षणीच्या वास्तवाचा एकात्म अनुभव आपल्यात निर्माण करीत असतात, त्याअर्थी आपला उजवा मेंदू हा सदा सर्वकाळ कार्यरत असतो. मज्जापेशीय वर्तुळी जोडणीद्वारे वर्तमानक्षणात गुंतलेले असताना एकदा का तुम्ही तुमच्या शरीरात निर्माण झालेली एखादी सूक्ष्म भावना जाणीवपूर्वक अनुभवायला शिकलात की, अधिक अभ्यासाने ती मज्जापेशीय जोडणी तुम्ही तुमच्या इच्छेनुसार उत्तेजित करण्याची सवय स्वत:ला लावून घ्यायला तुम्हाला शिकता येईल. माझ्या उजव्या मनाच्या आत या क्षणीच्या शांततेची जाणीव आणि व्यक्तित्व माझ्यात पुन्हा परत आणण्याकरता जे अनेक मार्ग मला उमगले आहेत, त्यांची माहिती या ठिकाणी मी तुम्हाला सांगणार आहे आणि त्यामुळे या निमित्ताने मलाच त्यांची परत एकदा रुजवात करून घेता येणार आहे.

आंतरिक निरामय शांतता अनुभवण्याकरता करण्याची माझी पहिली गोष्ट म्हणजे मी त्या अतिभव्य विश्वाच्या पसाऱ्याचा एक भाग आहे, ही भावना सतत जागृत ठेवणे होय. त्या सनातन ऊर्जेच्या ओघापासून त्यातील अणू, परमाणू आणि संयुगांपासून मला स्वत:ला कधीही वेगळे करता येणार नाही, (पाहा प्रकरण दुसरे). मी त्या वैश्विक प्रवाहाचा एक अविभाज्य भाग आहे हे समजून घेतल्यावर मला फार सुरक्षित वाटते आणि त्यामुळे माझे आयुष्य हेच मुळी मला पृथ्वीवरील स्वर्ग

आहे असे भासू लागते. मी जर त्या मोठ्या अखंडत्वापासून वेगळी करता येणार नाही तर मी असुरक्षित असेनच कशी? माझे डावे मन सांगते की, मी एक इतकी नाजूक व्यक्ती आहे की माझे आयुष्य केव्हाही संपुष्टात येईल. माझे डावे मन समजते की माझ्या अस्तित्वाचे मूलभूत स्वरूपच मुळी अनंत जीवन हे आहे. जरी मी या पेशी गमावल्या आणि या त्रिमितीतील जगाला अनुभवण्याची क्षमताही मी जरी गमावली, तरी माझी ऊर्जा ही केवळ त्या शांततेच्या परमोच्च आनंदी अवस्थेत परत शोषून घेतली जाईल. हे जाणल्यावर मला आता जो वेळ मिळालेला आहे, त्याबद्दल मी काळाची अंत:करणापासून कृतज्ञ आहे. शिवाय, माझ्या शरीराची जडण-घडण करणाऱ्या पन्नास महापद्म पेशींनी स्वस्थ राहावे म्हणून प्रथम उत्साहाने मी कंबर कसलेली आहे.

वर्तमानक्षणात परत येण्यासाठी, आपण आपली मने जाणीवपूर्वक संथ करायला पाहिजेत. हे करण्याकरता प्रथम स्वत:शी निर्णय घ्या की तुम्हाला कोणत्याही प्रकारची घाई म्हणून नाही. तुमच्या डाव्या मनाला कदाचित घाई असेल, त्याचे विश्लेषण चालू असेल, त्याच्या योजना चालू असतील; पण तुमचे उजवे मन मात्र फारच मुलायम आहे.

आता या क्षणी, हे पुस्तक वाचण्याव्यतिरिक्त, तुम्ही काय करत आहात? जाणिवांच्या इतर काही मज्जापेशीय वर्तुळी जोडण्यात तुम्ही गुंतलेले आहात काय? तुम्ही वाजले किती हे पाहताय? का एखाद्या गर्दीच्या ठिकाणी बसला आहात? तुमच्या डोक्यात येत असलेल्या अतिरिक्त विचारांबाबत जागरूक व्हा. त्यांनी तुमच्याकरता कार्य साधलेले आहे, त्याबद्दल त्यांचे आभार माना आणि त्यांना क्षणभर नि:शब्द व्हायची आज्ञा द्या. लक्षात ठेवा, आपण त्यांना अजिबात 'निघून जा' म्हणून सांगत नाही, तर काही मिनिटांकरता सबुरीने त्यांनी घ्यावे, ही त्यांना आज्ञा आहे. काळजी करू नका. तुमचे विचार कुठेही नाहीसे होत नाहीत. तुम्ही जेव्हा तुमच्या गोष्टीवेल्हाळ डाव्या मनात अडकाल, तेव्हा ते लगेच तुमच्या मनावर स्वार होतील.

ज्या वेळी आपण जाणिवेच्या स्तरावर विचारांत गढलेले असतो आणि कल्पनेच्या भराऱ्या मारीत असतो किंवा आठवणींच्या विश्वात वावरत असतो, तेव्हा आपण वर्तमान काळातच नसतो. कारण, जरी शरीराने आपण वर्तमान काळात, आत्ता, इथे या क्षणी असलो तरी मनाने आपण दुसऱ्याच कालखंडात वावरत असतो. म्हणजे, एकतर कोणत्यातरी भूतकाळात घडलेल्या गोष्टींबद्दल विचार करीत असतो किंवा ज्या गोष्टी भविष्यात घडाव्यात अशी आपली अपेक्षा असते त्या विचारांत मग्न असतो. आत्ताचा इथला हा क्षण अनुभवण्यासाठी त्या विचारचक्रांना तुमच्या जाणिवेतून दूर जाऊ द्या.

तुम्हाला शक्य असेल तर तुम्ही तुमच्या श्वासोच्छ्‌वासाचा विचार करा. तुम्ही आता हे पुस्तक वाचत असल्याकारणाने तुम्ही कदाचित आरामात बसले असाल. एक मोठा दीर्घ श्वास घ्या. घ्या, घ्या काही हरकत नाही. तुमची छाती श्वासाने जितकी भरता येईल तितकी भरा. तुमचे ओटीपोट फुगताना पाहा. तुमच्या शरीरात कोणती हालचाल होते आहे? तुम्हाला भूक लागली आहे? तुमचे मूत्राशय किती भरलेले आहे? तुम्हाला प्रसाधनगृहात जावेसे वाटते का? तुमच्या घशाला कोरड पडली आहे का? तुमच्या पेशींना दमल्यासारखे वाटते की ताजेतवाने कसे वाटते आहे? तुमची मान कशी आहे? तुम्हाला विचलित करणाऱ्या विचारांना जरा दूर ठेवा आणि तुम्ही तुमच्या जीवनाकडे जरा बघा. तुम्ही कुठे बसलेले आहात? तिथे प्रकाश कसा आहे? तुम्ही बसलेले आहात तेथे तुम्हाला कसे वाटते आहे? पुन्हा एक दीर्घ श्वास घ्या आणि आता पुन्हा आणखी एक दीर्घ श्वास घ्या. तुम्ही या क्षणी अगदी भरभरून आयुष्य जगत आहात, या वस्तुस्थितीचा आनंद घ्या! याच आनंदाने आणि कृतज्ञतेने तुमच्या चेतनेला भरभरून वावरू द्या.

आंतरिक शांततेच्या माझ्या उजव्या मनात परत येण्यासाठी मदत व्हावी म्हणून मी माझे शरीर त्याच्याकडे असलेली माहितीची संरचना विशिष्ट प्रणालीमध्ये कशी विकसित करते आणि अगोदरच तयार झालेल्या जोडण्या अधिक कार्यक्षम बनवण्याकरता त्या माहितीचा कसा उपयोग करून घेते, हे मी पाहते. हे करण्याकरता माझ्या असे लक्षात आले की ज्ञानेंद्रियांतून आलेली संवेदना माझ्या शरीरात कोणते आणि कसे बदल घडवून आणते याचे जाणीवपूर्वक निरीक्षण करणे हे एक उत्तम साधन आहे. पण अर्थात, मी फक्त ज्ञानेंद्रियांनी ग्रहण केलेल्या संवेदनांचे निरीक्षण करते असे नाही; तर त्या संवेदनेची अभिव्यक्ती होताना माझ्या शरीरात असलेल्या जोडण्यांच्या अनुभवात मी स्वत:ला गुंतवून घेते. मी मला पुन:पुन्हा विचारते, हे करीत असताना मला नेमके कसे वाटते आहे?

'खाणे, पिणे आणि आनंदी असणे,' हे सर्व आताच्या या क्षणी घडत असते. आपल्या तोंडात अनेक प्रकारचे संग्राहक (रिसेप्टर) आहेत. ते आपल्याला पदार्थांचे केवळ वेगवेगळे स्वाद चाखायचीच क्षमता प्रदान करीत नाहीत; तर खास नमुनेदार पदार्थांची चव त्यांच्या वेगवेगळ्या तपमानांसह अजमावण्याची क्षमताही प्रदान करतात. वेगवेगळे खाद्यपदार्थ चवीला कसे आहेत, याचा जागरूकपणे अनुभव घ्या. तऱ्हेतऱ्हेचे खाद्यपदार्थ कसे बनवले आहेत आणि ते ग्रहण करताना त्यांची खासियत काय आहे आणि जिभेला ते कसे लागतात, याकडे लक्ष देऊन पाहा. कोणते खाद्यपदार्थ केवळ गमतीत खायचे म्हणून तुम्ही वर्ग कराल आणि का? मला स्वत:ला कुठेही गेले की ते साबुदाण्याच्या पुडिंगमध्ये घोळवलेले जिलेटिनचे गोळे कुठे मिळतात हे शोधायला फार आवडते. तसेच स्पॅगेटी हासुद्धा, त्याची

खासियत शोधायला एक उत्तम पदार्थ आहे. बर्फात अर्धवट गार झालेल्या वाटाण्याच्या शेंगांतून वाटाणे सोलायला मला फार आवडतात. त्याचबरोबर कुस्करलेले बटाटे घालून बनवलेले पदार्थ खाताना तर मला अतिशय आनंद होतो. जेवताना ताणतणाव निर्माण करणाऱ्या विचारांना थारा देण्यात कधीही गंमत नसते!

चवीने खाण्याच्या गोष्टी करण्याव्यतिरिक्त, आपल्या अन्नाचा आपल्या शरीरावर काय परिणाम होतो, हे पाहणे तितकेच महत्त्वाचे असते. पारंपरिक सकस आहारावर लक्ष देण्याच्या संकल्पनांच्याही पलीकडे जाऊन काही शेलक्या खाद्यपदार्थांचे सेवन केल्यावर तुम्हाला काय आणि कसे वाटते याकडेही लक्ष द्या. साखर आणि कॅफिन असलेले पदार्थ खाल्ल्यावर काही मिनिटांतच माझ्या सर्व अंगाला मुंग्या आल्यासारखे वाटते. मला ते अर्थातच आवडत नाही आणि शक्यतो असे पदार्थ खाण्याचे मी टाळते. ॲमिनो आम्ल ट्रिप्टोफॅन असलेले पदार्थ, उदाहरणार्थ – दूध, केळी, कोंबडी वगैरे खाल्ल्यावर माझ्या मेंदूत सिरोटोनिन नामक मज्जापेशी प्रक्षेपकाची (न्यूरो ट्रॉन्समीटर) जलदगतीने वाढ होते. माझा स्वभाव मुलायम व्हायला सिरोटोनिन कारणीभूत आहे. मला जेव्हा एखाद्या गोष्टीवर लक्ष केंद्रित करायचे असते किंवा मला जेव्हा शांतता हवी असते; तेव्हा माझ्या खाण्यात या पदार्थांचा उपयोग मी जाणीवपूर्वक करते.

साधारणपणे पिष्टमय पदार्थांचे साखरेत लगोलग रूपांतर होते. त्यामुळे माझे शरीर जरा जड आणि सुस्तावल्यासारखे वाटते. शिवाय, पिष्टमय पदार्थांमुळे माझ्या साखर आणि इन्शुलिनचे गुणोत्तर प्रमाण झपाट्याने बदलते. ते मला आवडत नाही. कारण माझी तहान फारच वाढते. प्रथिने मला जास्त तरतरी आणतात. ती माझ्यात कोणत्याही भावना उत्तेजित किंवा अनुत्तेजित करीत नाहीत. शिवाय मला ती ऊर्जाही देतात. संतुलित आहाराचे महत्त्व आहेच; पण तुम्ही ऊर्जा कशी खर्च करता आणि अन्न सेवन केल्यावर तुम्हाला कसे वाटते याकडे लक्ष देणे सर्वांत महत्त्वाचे आहे.

कोणाचीही मनस्थिती (चांगली किंवा वाईट) बदलण्याचा सर्वांत सोपा मार्ग म्हणजे त्यांच्या घ्राणेंद्रियाला प्रभावित करणे हा होय. तुम्ही कोणत्याही वासाला जर फारच संवेदनशील असाल तर जगात तुम्हाला जगणे फार त्रासदायक होईल; पण त्याचबरोबर, घ्राणेंद्रियाच्याच मदतीने आपल्याला या क्षणांत परत आणणे सोपे असते. एक सुवासिक मेणबत्ती किंवा उदबत्ती पेटवा आणि त्यात असलेल्या अत्तराचा मंद सुवास दरवळू द्या. त्या सुवासाने भारलेल्या वातावरणात त्या सुगंधाचा आस्वाद घेण्याच्या मज्जापेशीय वर्तुळी जोडण्यात स्वत:ला गुंतवून घ्या. तो सुवास ओळखण्याच्या प्रयत्नात आपला अमूल्य वेळ घालवा. म्हणजे ताणतणावाच्या विचारांच्या पलीकडे तुमची मनस्थिती उंचावेल. वेगवेगळ्या सुवासांचे वेगवेगळे शारीरिक अनुभव असतात. ते अनुभव मात्र जाणीवपूर्वक घ्यावेत. महत्त्वाचे म्हणजे

त्या अनुभवांनी तुम्ही आता या इथे या क्षणात परत येणे महत्त्वाचे आहे.

तुम्हाला वास घेण्याच्या तुमच्या क्षमतेतच काहीतरी कमतरता आहे असे वाटत असेल आणि तुम्ही जर वास ओळखण्याकरिता असलेल्या मज्जापेशीय जोडण्यांमुळेच जर त्यापासून कायमचे वंचित नसाल, तर तुमची वासाबद्दलची संवेदनक्षमता अभ्यासाने आणि औषधोपचारांनी वाढवता येते. तुम्ही जेव्हा तुमच्या आसमंतातील वासांकडे जाणीवपूर्वक लक्ष देता, तेव्हा तुम्ही तुमच्या मेंदूला संदेश देता की तुम्ही वासाशी निगडित मज्जापेशीय जोडण्यात स्वत:ला गुंतवून घ्यायला फार उत्सुक आहात. तुम्हाला तुमची सुवास घेण्याची संवेदनक्षमता जर अधिक तीव्र करायची असेल; तर वेगवेगळी अत्तरे आणि सुवास हुंगायला सुरुवात करा आणि तुमच्या पेशींबरोबर सुसंवाद साधा. त्यांनाही समजू द्या की तुम्हाला त्यांनीही त्यांच्या क्षमता उंचावायला हव्या आहेत. तुम्ही जर तुमच्या वागण्यात असा बदल करायला तयार असाल आणि ज्याचा सुवास तुम्ही घेता त्या वस्तूबद्दल विचार करण्यात जाणीवपूर्वक वेळ खर्च करण्याची तुमची तयारी असेल आणि तोच बरोबर सुवास घेण्यावर लक्ष केंद्रित करायला जर तुम्ही तयार असाल, तर तुमच्यातील त्या मज्जापेशीय जोडण्या जास्त सामर्थ्यशाली होतील. तुमची सुवास घेण्याची आणि ते ओळखण्याची संवेदनक्षमता जास्त प्रभावी होईल.

जेव्हा आपण दृष्टीच्या बाबतीत विचार करतो, तेव्हा तुमच्या डोळ्यांचा उपयोग तुम्ही मूलत: दोन प्रकारे करू शकता. तुमच्यासमोर असलेल्या दृश्यावर क्षणभर लक्ष केंद्रित करा. तुम्हाला काय दिसते आहे? तुमचे उजवे मन त्या दृश्यातील भव्यता अनुभवते. ते दृश्याचे सर्वसाधारण असे आकलन करते की जिथे प्रत्येक गोष्ट ही तुलनात्मक संदर्भात घेतली जाते. ते दृश्यातील बारकाव्यांवर लक्ष केंद्रित न करता त्याचा सम्यक आढावा घेते. तुमचे डावे मन मात्र त्या दृश्यातील प्रत्येक गोष्टीच्या सीमांवर लक्ष केंद्रित करून ते संपूर्ण दृश्य बनविणाऱ्या त्या सर्व विवक्षित वस्तूंची रूपरेखा अधोरेखित करते.

मी जेव्हा एखाद्या डोंगरमाथ्यावर उभी राहाते आणि सहज नजर फिरवते, तेव्हा माझे उजवे मन त्या मोकळ्या दृश्याचे वैभव टिपते. त्या भव्यदिव्य दृश्याकडे बघून माझ्या शरीरात खोलवर आनंदाची एक ऊर्मी उठते. मी आपली पृथ्वी किती सुंदर आहे, या उदात्त विचारांनी नतमस्तक होते. हा क्षण आठवताना हे दृश्य, एकतर मी माझ्या मन:पटलावर उत्पन्न करून अनुभवते किंवा त्या दृश्याने माझ्या मनात उमटवलेल्या भावनांच्या जाणिवांतून अनुभवते. माझे डावे मन याच्या अगदी उलट वागते. अगदी उत्साहात ते विशिष्ट जातीच्या झाडांवर, आकाशातील रंगांवर माझे लक्ष केंद्रित करते. माझ्या कानांवर आदळणाऱ्या विशिष्ट पक्ष्यांच्या आवाजांचे ते विश्लेषण करते. ते वेगवेगळ्या ढगांचे तौलनिक वर्गीकरण करते. झाडांच्या

रूपरेखा अधोरेखित करते. हवेच्या तापमानाची नोंद करते.

आता या क्षणी या पुस्तकाचे वाचन क्षणभर थांबवा. तुमचे डोळे मिटा आणि कानांवर आदळणारे कोणतेही तीन आवाज ओळखा. व्हा पुढे. तुमचे मन स्वस्थ असू द्या आणि तुमच्या जाणिवांच्या कक्षा रुंद करा. तुम्ही काय ऐकत आहात? जवळचे आवाज नीट कानोसा देऊन ऐका आणि दूरचेही ऐका. मी आता येथे ईस्टर पार्कजवळील रॉकी माऊंटेन्समधील रॉकी रिज् संगीत केंद्रातील डायपर केबिनमध्ये बसलेली आहे. इथून मी जे दृश्य पाहाते आहे, त्यात माझ्या डोळ्यांसमोर जो एक ओढा वाहतो त्याचा खळखळाट माझ्या कानांवर येतो आहे.

तुमच्या आवडीचे संगीत, त्याचे कोणत्याही प्रकारचे विश्लेषण किंवा त्यावर कोणत्याही प्रकारच्या आपल्या म्हणण्याची मोहोर न उठवता, शांतपणे ते ऐकत त्याचा आनंद घेणे हासुद्धा स्वतःला आता या इथे, या क्षणी आणण्याचा एक प्रभावी मार्ग आहे. त्या स्वरांनी केवळ तुमच्या आल्हाददायक भावनाच उत्तेजित झाल्या पाहिजेत असे नाही; तर त्या स्वरांचा संचार तुमच्या शरीरातही उमटल्यास अधिक उत्तम. तुमच्या शरीराला त्या स्वरांच्या लयबद्ध तालावर नाचू द्यावे, फिरू द्यावे किंवा हातापायाने ठेका धरू द्यावा.

अर्थात संपूर्ण नीरव शांतताही तितकीच सुंदर असू शकते. मी स्नान करताना टबमध्ये पाण्याखाली माझे कान नेऊन कोणतेही आवाज माझ्या मेंदूत शिरणार नाहीत अशी स्थिती अनुभवते. माझ्या पोटातील स्नायू वायू बाहेर पडताना खळाळतात किंवा घशातला कफ सुटून जेव्हा त्यांचे आवाज येतात तेव्हा त्यांच्यावरही कटाक्षाने लक्ष पुरवते आणि चांगले काम करीत असल्याबद्दल मी माझ्या पेशींचे आभार मानते. माझ्या लक्षात आले आहे की, कानांवर पडणाऱ्या मोठ्या आवाजाने माझे मन फार लवकर विचलित होते. म्हणून मी काम करताना किंवा प्रवासात कानात कापसाचे बोळे घालून असते. मला वाटते की माझ्या मेंदूवर पडणाऱ्या संवेदनांचा भार कमी करणे ही माझी जबाबदारी आहे. माझ्या कानातील कापसाच्या बोळ्यांनी माझी संवेदनशीलता सांभाळण्यात अनेकवेळा मला मदत केली आहे.

त्वचा हे आपले सर्वांत मोठे आणि एक अत्यंत महत्त्वाचे असे ज्ञानेंद्रिय आहे. ज्याप्रमाणे विविध प्रकारचे विचार करणाऱ्या, भावनांची अनुभूती घेणाऱ्या आणि विवक्षित शारीरिक अभिव्यक्ती घडवून आणणाऱ्या अनेकविध मज्जापेशीय जोडण्या आपल्या मेंदूत असतात, त्याचप्रमाणे विविध संवेदना टिपण्याकरता त्यांचे संग्राहक (रिसेप्टर) त्वचेच्या पृष्ठभागावर सर्वत्र पेरलेले असतात. इतर ज्ञानेंद्रियांप्रमाणेच स्पर्श, दाब, उष्णता व थंडावा, स्पंदने आणि वेदना यांच्या संवेदना ग्रहण करण्याची आपल्यापैकी प्रत्येकाची क्षमता ही वेगवेगळी असते. आपल्यापैकी काहीजण या संवेदनांतील फरकात स्वतःला लवकर सामावून घेण्यात यशस्वी

होतात. जरी आपल्यापैकी कित्येकजण एकदा कपडे अंगावर चढवल्यावर त्यांच्या बाबतीत फारसा विचार करत नसले तरी काही जण मात्र त्यांच्या अस्तित्वाबाबत इतके संवेदनशील असतात की त्यांची घडी, वजन, रंग आणि ते अंगभर ठेवून कसे वाटतात वगैरे गोष्टींचे भान मनात सतत बाळगून वावरत असतात. अशा संवेदनांतील बदलात मला नेहमी सामावून घेण्याच्या माझ्या पेशींच्या क्षमतेबद्दल मी त्यांचे नियमितपणे आभार मानते. कल्पना करा की जर आपण सामावून घेऊ शकलो नाही तर आपल्या मनावरील कितीतरी दडपणांखाली आपल्याला सतत वावरावे लागेल.

सहज गंमत म्हणून हे पुस्तक वाचताना जरा थांबून बघा. मात्र या वेळी आपले डोळे जरा मिटा आणि तुमच्या त्वचेमार्फत तुमच्यापर्यंत येणाऱ्या संवेदनांवर जरा लक्ष केंद्रित करा. वातावरणातील तापमान कसे भासते आहे? तुमच्या कपड्यांचा स्पर्श तुम्हाला कसा जाणवतो आहे, मुलायम की त्रासदायक? हलका की जड? ज्याला तुम्ही टेकून बसलेले आहात, तो लोड, तक्क्या, उशी, खुर्ची वगैरे अशांपैकी कोणतीही एखादी गोष्ट असेल, ती तुम्हाला मागून लोटते आहे असे वाटते का? केवळ तुमच्या त्वचेचाच क्षणभर विचार करा. तुमच्या मनगटावरील घड्याळ किंवा डोळ्यांवर असलेला चष्मा तुम्हाला जाणवतोय का? किंवा असल्यास तुमच्या पाठीवर लोळणारे केस जाणवतात का? आणि तुमची मान इकडे-तिकडे होताना होणारा त्यांचा स्पर्श तुम्हाला जाणवतो का? उपचारांच्या (थेरपी) अनुषंगाने विचार करता, व्यक्तीशी जवळीक साधण्याचे, मित्राबरोबर झटापट करण्याचे, अगदी घरात वाढवलेल्या शोभेच्या झाडांशी हितगुज करताना किंवा घरातील पाळीव प्राण्यांशी हितगुज करताना स्पर्शाशिवाय दुसरे अधिक प्रभावी साधन नाही. संगोपन करताना शारीरिक स्पर्श हा, संगोपन करणाऱ्या प्राण्याला आणि ते करून घेणाऱ्या प्राण्याला दोघांनाही अमूल्य आणि जास्तीतजास्त परिणामकारक असतो. नुसते शॉवरच्या खाली उभे राहून पाणी अंगावर घेण्याने किंवा पोहण्याच्या तलावात उडी मारण्याने तुम्हाला स्वत:ला आता इथे या क्षणात आणण्याचा एक उत्तम मार्ग आहे. शॉवरखाली किंवा तलावात पोहताना तुमच्या त्वचेवर पडणारा पाण्याचा दाब आणि त्याचे तापमान जाणवताना अतिशय आनंददायी उत्तेजना मिळते. अशा प्रकारच्या प्रयोजनात तुम्हाला आता इथे या क्षणात आणण्याची अनन्यसाधारण ताकद सामावलेली आहे. तिचा नियमितपणे उपयोग करावा. तुमच्या वेगवेगळ्या मज्जापेशीय जोडण्या केव्हा उत्तेजित होतात, यावर बारकाईने लक्ष ठेवण्याचा अभ्यास करा. हे तुम्ही जसजसे जास्त प्रमाणात कराल, तसतसे तुम्हाला हव्या असलेल्या मज्जापेशीय जोडण्यात स्वत:ला गुंतवून घेण्यात किंवा फार काळ गुंतवून न ठेवण्याकरता तुम्ही त्यांना प्रोत्साहित कराल.

शरीराला चांगली चेपून मालिश करवून घेणे हे अनेक कारणांकरिता उत्तम

असते. तुमच्या स्नायूंतील ताणतणाव काढून टाकायला तो एक उत्तम उपचार (थेरपी) आहेच, शिवाय स्नायूंमधील आंतरपेशीतील विविध द्रव्यांच्या हालचालीत जास्त मोकळेपणा येऊन त्यांच्यात चांगलीच वाढ होते. तुमच्या शरीरांतर्गत असलेल्या जगात, पेशीचे भरण, पोषण आणि मलनिस्सारण कसे होते, हे महत्त्वाचे असते. त्यांचे राहाणीमान उंचावेल अशा कोणत्याही गोष्टीला मी उत्साहाने पाठिंबा देईन.

आत्ता या इथे, या क्षणीच्या अवस्थेत स्वत:ला परत आणण्याकरिता स्पर्शसंवेदनेचा उपयोग करून घेण्याची माझ्या आवडीची गोष्ट म्हणजे पावसात मनसोक्त भिजणे ही आहे. पावसात भिजत, भिजत रस्त्याने चालत राहाणे हा माझ्यात अगदी खोलवर परिणाम करणारा एक बहुमितीय अनुभव असतो. माझ्या चेहऱ्यावर टपटप पडणारे थेंब आणि पाण्याचे लहान ओहोळ माझ्या गालावरून वाहत आहेत, हा अनुभव मला आतून फार शुद्ध करणारा वाटतो. माझे उजवे मन त्याच्या निरागस बालिशपणात बुडते आणि त्याच्या सौंदर्याने भारून जाते. पावसाच्या पाण्याने भिजलेल्या चेहेऱ्यावर पडणाऱ्या सूर्यप्रकाशाचा कोमटपणा किंवा गालांना हलकेच स्पर्शून जाणारी वाऱ्याच्या एखाद्या झुळकेची अनुभूती, विश्वातील सर्व गोष्टींशी मी एकरूप आहे, या माझ्यातल्या भावनेशी मला सरळ सरळ जाऊन भिडवते. महासागराच्या कडेला दोन्ही हात लांब मोकळे सोडून, लाटांचा खळखळाट कानांवर आदळत असताना, अंगावर शिरशिरी आणणारा आणि चेहऱ्यावरील सर्व स्नायूंना मनसोक्त झोंबणारा वारा अंगावर घेत उभे राहाणे मला अतिशय प्रिय आहे. माझे सर्व सुवास, आवाज, चवी आणि कुठेतरी खोलवर मला कसे वाटते आहे ते सर्व एकाच वेळी आठवत मी माझ्या निर्वाण अवस्थेत स्वत:ला अगदी अलगद घेऊन जाते.

गोष्टी कशा दिसतात, त्यांचे नाद कसे असतात, त्यांचा वास कसा असतो, खाण्यायोग्य असतील तर ते चवीला कसे आहेत, आपल्या त्वचेला चिकटवल्यावर कसे वाटते आणि त्याचबरोबर शरीरात उमटणारी स्पंदने आपल्याला काय सांगत आहेत, याकडे जास्तीतजास्त लक्ष देण्याने आपल्या मेंदूला पूर्वीचा कोणताही क्षण पुन्हा निर्माण करण्यास सोपे जाते. नको असलेल्या विचारांची तर्कटे घालवून देऊन विविध कल्पनांची झालर असलेल्या विचारांनी मन भारून टाकण्याने आपली जाणीव आपल्यातल्या आंतरिक शांतीकडे परत नेण्यात मदत करते. अर्थात आपले अनुभवविश्व संपन्न करायला आपल्या ज्ञानेंद्रियांचा योग्य तो वापर करणे ही गोष्ट उत्तमच आहे; पण तरीसुद्धा माझी अशी धारणा आहे की अनुभवातल्या आनंदाची खरी ताकत ही त्याने होणारे शरीरांतर्गत बदल किंवा त्याने निर्माण होणारी स्पंदने ही आपल्याला कशी वाटतात यामध्ये आहे.

आता या इथे, या क्षणीच्या अवस्थेत स्वत:ला परत आणण्याकरिता ज्ञानेंद्रियांना मिळणाऱ्या संवेदनांचा उपयोग करण्यासंबंधीच्या या प्रकरणाचा शेवट, त्यातील ऊर्जेची देवाणघेवाण आणि अंत:प्रेरणा यासारख्या विषयाला स्पर्श केल्याशिवाय करणे अशक्यच आहे. तुमच्यापैकी ज्यांची उजवी मने अतिशय संवेदनशील आहेत, त्यांना मी काय म्हणते आहे ते जास्त नीट समजेल; पण त्याचबरोबर, मला हीसुद्धा कल्पना आहे की आपल्यापैकी कित्येकांना, जर आपले डावे मन वास घेऊ शकत नाही, चव घेऊ शकत नाही, त्याला ऐकायला येत नाही, ते पाहू शकत नाही किंवा स्पर्शही करू शकत नाही, तर त्या गोष्टीच्या अस्तित्वाबद्दलच आपणाला शंका येऊ लागते. आपला उजव्या मेंदूची जडणघडणच अशी केली गेली आहे की तो डाव्या मेंदूच्या ऊर्जा ओळखण्याच्या ज्या सीमा आहेत त्याच्या कितीतरी पलीकडे जाऊन ती ओळखू शकतो. माझी अशी आशा आहे की आपला उजवा आणि डावा मेंदू, हे बाहेरील जगाची एकसंध अशी अनुभूती निर्माण करण्याकरता एकमेकांशी सहकार्य करण्याच्या त्या दोघांच्या कार्यपद्धतीत जो मूलभूत फरक असतो, त्याची तुमच्या समजुतीत वाढ झाल्यामुळे, अंत:प्रेरणा आणि ऊर्जेच्या देवाणघेवाणीसारख्या विषयीची तुमच्यात आधी निर्माण झालेली अढी आता कमी झालेली असावी.

आपणसुद्धा ऊर्जेचेच कण आहोत. म्हणूनच आपल्यावर आदळणाऱ्या संवेदनांच्या स्वरूपातील ऊर्जा आत्मसात करून तिचे मज्जापेशीय संवेदनात (न्यूरल कोड) रूपांतर घडवून आणीत असतो. ही संकल्पना तुम्ही आठवल्यास (पाहा प्रकरण दुसरे) तुमच्या स्वत:तील ऊर्जेची देवाण-घेवाण आणि अंत:प्रेरणा या गोष्टींबद्दल तुम्ही अधिक जागरूक होण्यास मदत होईल. ज्या वेळी एखाद्या खोलीत तुम्ही प्रथम प्रवेश करता, तेव्हा त्या खोलीची भावनिकदृष्ट्या असलेली स्थिती कशी आहे याची काही कल्पना करू शकता का? काही वेळा एखाद्या क्षणी तुम्ही समाधानी असता आणि त्यानंतरच्या दुसऱ्याच क्षणी तुम्ही भीतीने गर्भगळीत होता, याबद्दल तुम्हाला कधी आश्चर्य वाटले आहे काय? आपल्या उजव्या मेंदूची जडणघडण अंत:प्रेरणेने ऊर्जेतील सूक्ष्म बदल आत्मसात करून घ्यायला आणि त्यांचे विश्लेषण करण्याकरिता झालेली आहे.

मला झटका आल्यापासून मी माझे आयुष्य असे जगायला लागले आहे की माझ्या संपर्कात येणाऱ्या व्यक्ती, जागा आणि वस्तू हे सर्व ऊर्जेच्या स्तरावर मला कसे जाणवतात, यावर माझे सर्व लक्ष केंद्रित असते. माझ्या उजव्या मेंदूकडील अंत:प्रेरणेने त्याला आलेले शहाणपण ऐकण्यासाठी मात्र माझे डावे मन, त्याच्यातल्या गोष्टीवेल्हाळाच्या प्रवाहात किंवा डोक्यातील चिवचिवाटाच्या प्रवाहात मी संपूर्ण वाहून जाऊ नये म्हणून, मला जाणीवपूर्वक संथ करायलाच लागते. अंत:प्रेरणेने

माझ्या अंतर्मनात जर मला काही लोकांच्या सहवासाचे आकर्षण वाटले किंवा इतर काही लोकांचा सहवास मला असह्य होतो आहे असे वाटले तर मी त्या जाणिवेला डिवचत बसत नाही. कोणताही किंतु मनात न आणता स्वाभाविकपणे मी ती स्वीकारते. मी माझे शरीर मला काय सांगते आहे, याकडे लक्ष देते. अप्रत्यक्षपणे, माझ्या देहबुद्धीवर माझा विश्वास आहे.

त्याचबरोबर माझे उजवे मन कार्यकारणभावाचा पूर्ण आदर राखते. ऊर्जेच्या जगात जिथे प्रत्येक गोष्ट ही इतर अन्य गोष्टींना प्रभावित करीत असते, तिथे मी माझ्या उजव्या मनाच्या प्रभावाला नाकारणे अगदीच अनभिज्ञतेचे लक्षण ठरेल. समजा, मी धनुष्यबाणाने लक्ष्यावर शरसंधान करीत आहे, तर लक्ष्याच्या केंद्रबिंदूवर केवळ मी माझे लक्ष केंद्रित करीत नाही, तर मी बाणाचे टोक आणि लक्ष्याचा केंद्रबिंदू यांना जोडणाऱ्या मार्गाचे मनात रेखाटन करते. माझ्या स्नायूंनी सर्वांनी मिळून नेमक्या किती जोराने धनुष्याची प्रत्यंचा ताणून धरून बाण सोडायचा आहे, हे सर्व डोळ्यांपुढे आणते. शिवाय, शेवटी काय होईल यापेक्षा माझे लक्ष, ही सर्व प्रक्रिया स्वाभाविकपणे आणि मोकळेपणाने कशी होईल यावर असते. मला हे उमगले आहे की जेव्हा मी माझ्या जाणिवेच्या कक्षा रुंदावून माझे अनुभव आठवते, तेव्हा माझे कयास जास्त अचूक असतात. तुम्ही जर कोणताही खेळ खेळत असलात तर त्या वेळी तुमच्या लक्ष्याच्या संदर्भात किंवा तुम्हाला जे अंतिम ध्येय गाठायचे आहे त्यासंदर्भात तुम्ही स्वत:ला कसे जाणायचे आहे, याची निवड तुमची तुम्ही करायची असते. लक्ष्यापासून तुम्ही दूर आहात, म्हणजे तुमचे लक्ष्य 'अ' या ठिकाणी आहे आणि तुम्ही 'ब' या ठिकाणी आहात अशी कल्पना करू शकता किंवा तुम्ही तुमच्या लक्ष्याशी एकरूप आहात आणि लक्ष्याच्या आणि तुमच्यामध्ये असलेल्या अवकाशातील सर्व अणू आणि संयुगांसह त्यांच्या प्रवाहात तुम्ही आहात अशी कल्पनाही तुम्ही करू शकता.

आपला उजवा मेंदू नेहमी संवेदनेची भव्य प्रतिमा अनुभवतो. तो हे जाणतो की आपल्या आसमंतातील आपल्याबद्दलची, आपल्यातली आणि आपल्या शरीरांत असलेली प्रत्येक चीज म्हणजे ऊर्जेच्या कणांनी विणलेले वैश्विक जाळीदार वस्त्र आहे. त्यामुळे, प्रत्येक गोष्ट जोडलेली असल्याकारणाने, आपण सर्व जण जगाच्या पाठीवर कोठेही असलो, तरी माझ्या शरीरातील अणू आणि संयुगांच्या सभोवतालचे अवकाश आणि माझ्या शरीराच्या सभोवती असणाऱ्या अणू आणि संयुंगांचे अवकाश यांचा फार जवळचा संबंध आहे. ऊर्जेच्या स्तरावर जर मी तुमच्याबद्दल विचार केला आणि तुमच्या दिशेने चांगली स्पंदने धाडली, तुम्हाला प्रकाशात कल्पून जर तुमच्याकरता प्रार्थना मी म्हटली, तर तुमचे भले व्हावे या आशयाने मी जाणीवपूर्वक माझी ऊर्जा तुमच्याकडे पाठवीत असते. मी जर तुमचे ध्यान केले

आणि तुमच्या जखमेवर जर हात ठेवला तर मी जाणीवपूर्वक माझी ऊर्जा तुमची जखम बरी व्हावी, या उद्देशाने तुमच्याकडे धाडीत असते. रेकी, फेंगशुई, ॲक्युपंक्चर आणि अगदी देवाचा केलेला धावा (फक्त काही गोष्टींचाच उल्लेख केला आहे.) या गोष्टी कसे कार्य करतात ही गोष्ट औषधशास्त्रीयदृष्ट्या अजूनही एक गूढ आहे. हे बहुतांशी खरे असल्याचे एक कारण म्हणजे आपला डावा मेंदू आणि विज्ञान यांनी आपल्या मेंदूचा उजवा अर्धगोल कसे कार्य करतो याविषयीचे संपूर्ण सत्य समजून घेण्यापर्यंत मजल गाठलेली नाही.

ज्ञानकेंद्रांशी निगडित चाललेल्या या चर्चेहून वेगळ्या अशा इतर गोष्टींचाही उपयोग आता इथे, या क्षणीच्या अवस्थेत स्वत:ला परत आणण्यासाठी करता येतो. या अवस्थेत स्वत:ला आणण्यासाठी आपल्या शारीरिक हालचालींचाही (मोटर आऊटपूट सिस्टिम) उपयोग आपण कौशल्याने करू शकतो. उदाहरणार्थ, जे स्नायू आपल्या काही सवयीमुळे नेहमी टंच, जड किंवा जखडलेले वाटतात, त्यांच्याकडे जाणूनबुजून लक्ष पुरवून त्यांना शिथिल केल्याने थकवा दूर होऊन हायसे वाटते आणि सहजच आपण आता इथे, या क्षणीच्या अवस्थेत स्वत:ला परत घेऊन येतो. माझ्या कपाळावरील ताण मी नियमितपणे तपासते. रात्री जर झोप येत नसेल तर माझा जबडा जाणूनबुजून दीर्घ जांभईप्रमाणे फाकवून त्याला थोडा व्यायाम देते आणि मग झोपेला अलगद माझ्यावर स्वार होऊ द्यायला मी तयार होते. तुमच्या स्नायूंना काही होत आहे काय? असा त्यांचा केवळ विचार करणे आणि कुठे थोडे शल्य वाटल्यास हाताच्या बोटांनी काही वेळ ते पुन:पुन्हा व्यवस्थित दाबून, शिथिल करीत आणले तरी ते तुम्हाला तुमचे लक्ष आता इथे, या क्षणी घेऊन येण्यास फार मदतीचे होऊ शकते.

कितीतरी लोक शरीराच्या सांकेतिक हालचाली किंवा व्यायामाचा उपयोग त्यात मनाला अडकवून घेऊन स्वत:ला वर्तमानातील त्या क्षणात आणण्यासाठी करत असतात. योगासने, फिल्डेनक्राईस, ताईचि यांसारखे व्यायाम स्वत:ची प्रगती, विश्रांती आणि विकास साधण्यासाठी फार उत्तम साधने आहेत. अस्पर्धात्मक खेळसुद्धा तुम्हाला तुमच्या अस्तित्वाचे भान परत मिळवून द्यायला आणि डाव्या मेंदूच्या कब्जातून तुम्हाला बाहेर काढायला फार उपयुक्त असल्याचे सिद्ध झाले आहे. निसर्गाच्या सान्निध्यात फिरणे, गाणे, चित्र काढणे, शक्य असल्यास संगीताची निर्मिती करणे किंवा ते अभिव्यक्त करणे किंवा इतर कलांच्या आविष्कारात स्वत:ला विसरून जाणे, वगैरे कृती तुमचा स्वत:विषयीचा दृष्टिकोन बदलून तुम्हाला वर्तमानातील त्या क्षणात आणायला उपयुक्त साधने ठरतात.

डाव्या मनातील आपल्याला नको असलेल्या, असह्य किंवा त्रासदायक वाटणाऱ्या विचारांच्या आवर्तनातून आपले लक्ष उडवून लावण्याचा आणखी एक उत्तम उपाय

म्हणजे आपल्या आवाजाचा उपयोग जाणूनबुजून करणे, हा होय. मला असे आढळले आहे की, मंत्रासारख्या आवाजाच्या समूहाचा पुनरुच्चार करणे हे त्या दृष्टीने फारच उपयुक्त साधन आहे. मंत्राचा साधा आणि सोपा अर्थ आहे. तो म्हणजे मनाचे त्राटक किंवा मन स्थिर ठेवण्याचे ठिकाण होय. त्याकरता दीर्घ श्वास घेऊन तो संथ लयीत मी सोडते आणि 'या क्षणी मी माझा आनंद मिळवत आहे' किंवा 'आत्ताच्या या क्षणी मी निर्दोष, सुंदर आणि परिपूर्ण आहे.' किंवा 'मी या विश्वातील एक निरागस आणि आदर्श बालक आहे.' यासारख्या वाक्यांचा पुनरुच्चार करीत माझे लक्ष मी माझ्या उजव्या मनाच्या जाणिवांत परत घेऊन येते.

शब्दकीर्तन (व्हर्बल मेडिटेशन) ऐकणे हा माझा आवडता छंद आहे. माझ्या मनातील नको असलेले विचार काढून टाकायला आणि भावनिक पातळीवर वेगळ्या विचारलहरींचा प्रभाव माझ्या शरीरात निर्माण करणारा शब्दकीर्तन हा एक उपयुक्त उपाय म्हणून मला लाभला आहे. तसेच आपण जेव्हा प्रार्थना म्हणतो, तेव्हा आपण आपले मन आपल्याला त्रासदायक असलेल्या विचारांची जागा स्वतःहून अगोदरच स्वीकारलेल्या वाक्यसमूहांच्या शब्दकीर्तनाने भरून काढत असतो. अशी प्रार्थना हा आपल्या शब्दवेल्हाळ डाव्या मनात एकसारखा चिवचिवाट करीत राहाणाऱ्या खारीला तिच्या पिंजऱ्यासकट जाणीवपूर्वक निवांत जागी बसवून ठेवण्याचे एक उत्तम साधन आहे.

एकच कंपनसंख्या असलेला स्वर निर्माण करणाऱ्या विविध स्वरांच्या स्फटिकांपासून घडविलेल्या भांड्यावर दुसरी वस्तू आपटून विविध स्वरांची निर्मिती करण्याचा खेळ खेळणे मला अतिशय प्रिय आहे. स्फटिकाची ही भांडी तशी मोठी असतात. त्यांच्यावर लाकडी दांडा आदळल्यावर आपल्याला शाळेत शिकवलेल्या ट्यूनिंग फोर्कप्रमाणे ते एकाच स्वराचा फार मोठा अनुनाद (रेझोनन्स) निर्माण करतात. तो करीत असताना भांड्याला बोटाने हलकेच स्पर्श केल्यावर त्या स्वराची स्पंदने माझ्या शरीरात प्रवेश करून माझ्या हाडांतून थेट माझ्या हातापायाच्या टोकापर्यंत गेल्याचे मी अनुभवते. त्यामुळे मी हा खेळ खेळत असताना माझ्या मनात काळजीचा स्वर थोडाही उमटण्याची हिंमतसुद्धा करू शकत नाही.

दिवसातून अनेक वेळा एंजल कार्डस्‌चा मी उपयोग करते. आयुष्यात महत्त्वाचे आहे असे जे मी मानते, त्यावर माझे लक्ष केंद्रित राहण्यास मला त्यांची फार मदत होते. मूळचे एंजल कार्ड हे पत्ते हे वेगवेगळ्या आकारात असलेल्या पत्त्यांचा एक कॅट असायचा. प्रत्येक पत्त्यावर फक्त एकच शब्द लिहिलेला असायचा. दररोज सकाळी उठल्याबरोबर मी अगदी कर्मकांडातल्या शिस्तीत माझ्या कल्पनेत, देवदूताला मी माझ्या आयुष्यात येण्याचे आवाहन करते. डोळे मिटून देवदूतांच्या पत्त्यांच्या कॅटमधून एक पत्ता हलकेच बाहेर काढते. मग दिवसभर त्यावर लिहिलेल्या

शब्दावर मी चिंतन करीत राहते. माझ्यावर जर काही ताण असेल किंवा कामाची जोखीम वगैरे असेल किंवा मला कोणाला टेलिफोन करावयाचा असेल तर मी वाटल्यास आणखी एक पत्तासुद्धा काढते. त्यामुळे मला मनातले विचार बदलायला त्याची आणखीच मदत होते. जग मला जे काही देईल ते मोकळेपणाने स्वीकारायची माझी नेहमीच तयारी असते. मी मोकळी असताना मला हवेहवेसे वाटणारे मिळाल्यास खरोखरी मला ते आवडतेही. देवदूतांच्या पत्त्यांचा (एंजल कार्डस्) उपयोग मी अशा औदार्यपूर्ण मोकळेपणाच्या मन:स्थितीत मला परत आणण्यासाठीही करते. काही माझ्या आवडीचे पत्ते आहेत. उत्साह, समृद्धी, विकास, स्पष्टपणा, अखंडता, खेळ, स्वातंत्र्य, जबाबदारी, एकवाक्यता, सभ्यपणा आणि जन्म. देवदूतांच्या पत्त्यांच्या कॅटमधून पत्ते काढणे हा डाव्या मनाच्या सतत निष्कर्ष काढून मत व्यक्त करण्याच्या प्रवृत्तीतून माझ्या मनाला सोडवून दुसऱ्या संकल्पनांमध्ये गुंतवून घेण्याचा एक साधा आणि अतिशय परिणामकारक उपाय मला सापडला आहे

माझ्या उजव्या मनाकरता, मला करता येईल असे काही चांगले कार्य माझ्या हातून घडावे अशा अर्थाचा पत्ता काढायचा असेल तर मला करुणा हा शब्द असलेला पत्ता उचलायला आवडेल. मी म्हणेन की तुम्ही स्वत:लाच एक प्रश्न विचारून बघा की दया किंवा सहानुभूती या शब्दाचा कोणता अर्थ तुम्हाला अभिप्रेत आहे? अशा कोणत्या परिस्थितीत तुम्हाला कोणाबद्दल तरी नक्की सहानुभूती वाटेल किंवा दया येईल? तुमच्या आठवणीत असा एखादा प्रसंग आहे काय? आणि असलेल्या अशा प्रसंगी तुम्हाला तुमच्या शरीरात कोणते बदल झाले होते ते आठवतात का? किंवा अशा प्रसंगात तुमच्या शारीरिक अनुभूती काय होत्या?

सर्वसाधारणपणे पाहण्यात असे येते की, आपल्या बरोबरीच्या लोकांच्या संदर्भात आपल्याला सहानुभूती असते. आपण आपल्यातल्या 'अहम्'ला फार जास्त चिकटून नसलो, तर इतरांच्या बाबतीत त्यामानाने बरेच उदार धोरण आपण ठेवतो. आपण जेव्हा सहानुभूती बाळगतो तेव्हा दुसऱ्याच्या परिस्थितीकडे जास्त प्रेमाने पाहतो. त्याविषयी मत बनवण्याची आपली प्रवृत्ती फारच कमी असते. आपण घर नसलेल्या किंवा मानसिक आजाराने ग्रस्त अशा व्यक्तीच्या जवळ मोकळ्या मनाने जातो. अशा वेळी आपल्या मनात त्या व्यक्तीविषयी भीती, तिच्याविषयी किळस किंवा संताप वगैरे गोष्टी नसतात. अलीकडे केव्हा बरं तुम्ही एखाद्या व्यक्तीविषयी सहानुभूती वाटून तिच्याजवळ गेला होतात, ते पुन्हा एकदा आठवा. त्या वेळी तुमच्या शरीरात जे काही झाले होते ते कसे वाटले होते? सहानुभूती वाटणे म्हणजे उजवीकडे झुकणे आहे. आता इथे, या क्षणी आपल्याला घेऊन जाणारी ती अवस्था असते. आपली चेतना स्थिर असते. मन मोकळे असते आणि मदत करण्याची आपली इच्छा असते.

माझ्या उजव्या मनाच्या गाभ्यात ज्या भावनेची जाणीव दडलेली असते; तिचे एका शब्दात जर वर्णन मला करायचे असेल तर तो शब्द आहे आनंद. माझे उजवे मन जीवनाभिमुख आहे. ते रसरशीत जीवन जगायला फार उत्सुक असते! एक व्यक्ती म्हणून या जगात माझी ओळख आहे. ती घेऊनच मी या जगात वावरत असते. तेथे सकारात्मक बदल घडवून आणण्यात मी सहभागी होते; पण त्याच वेळी या सर्व विश्वाशी मी तादात्म्य पावण्याचीही क्षमता माझ्यात आहे. याचा विचार जेव्हा माझ्या मनात येतो तेव्हा माझी मीच अचंबित होते.

तुम्ही जीवनातील आनंद अनुभवायची तुमची क्षमताच जर घालवून बसला असाल तर घाबरू नका. त्या अनुभवाशी निगडित असलेली तुमच्या मेंदूतील जोडणी (न्यूरोनल सर्किट) अजूनही तिथेच आहे. फक्त ती तुमच्यातली अधिकाधिक काळजी करण्याशी किंवा तुमच्यात भीतीची भावना उत्पन्न करण्याशी निगडित असलेल्या मज्जापेशीय जोडणीच्या जबरदस्त प्रभावाखाली कार्यान्वित होण्यापासून वंचित झालेली आहे. मला वाटते माझ्याप्रमाणेच तुम्हीसुद्धा एखाद्याचे हे तुमच्या डोक्यावर असलेले भावनांचे ओझे घालवाच! शांततेच्या अवस्थांशी निगडित असलेल्या जोडण्यात स्वत:ला गुंतवून घेण्यामागचे रहस्य हे आहे की शरीराने आणि मनाने आता इथे, या क्षणीच्या अवस्थेत राहण्यापासून आपल्याला वंचित करणाऱ्या संकल्पना, विचार आणि काळजी यांच्याशी निगडित असलेल्या सर्व जाणिवा किंवा त्यात आपल्याला गुंतवून ठेवायला भाग पाडणाऱ्या इतर अनेक गोष्टींना 'नाही. आता पुरे.' हे सांगण्याची आपली जबरदस्त आणि खरोखरीची इच्छा ही एकमेव गोष्ट होय. म्हणूनच यामध्ये महत्त्वाची गोष्ट म्हणजे मन:शांतीची आपली इच्छा ही आपला 'अहम्'पणा, आपले दुर्भाग्य, चणचणी वगैरेंपेक्षाही फारच प्रभावी असायला हवी. मला ती जुनी म्हण आठवते. 'तुम्ही बरोबर असणे तुम्हाला महत्त्वाचे वाटते की सुखी असणे?'

व्यक्तिश: माझ्या शरीरात आनंद म्हणून जी भावना मी अनुभवते ती खरोखरीच मला आवडते. आणि म्हणूनच त्या जोडणीत मी नियमितपणे मला स्वत:ला गुंतवून ठेवीत असते. एका गोष्टीचे मला असे आश्चर्य वाटते की, हा जर केवळ निवडण्याचाच प्रश्न असेल तर कोणीही आनंदी आणि सुखी जीवनाशिवाय इतर दुसरे जीवन का म्हणून निवडेल? याबद्दल मी फक्त माझ्या कल्पना मांडते. मात्र, माझा कयास या बाबतीत असा आहे की आपल्यापैकी कित्येकांना ही निवडायची गोष्ट असू शकते याची माहितीच मुळी नसते. आणि म्हणूनच ते त्यांच्यातील निवडण्याच्या क्षमतेचा वापरच करीत नाहीत. मला झटका येण्यापूर्वी माझी अशी धारणा होती की मी म्हणजे निव्वळ माझ्या मेंदूची एक अभिव्यक्ती आहे. आणि त्यामुळे माझ्या शरीरातून सळसळणाऱ्या भावनांना कसा प्रतिसाद द्यायचा असतो

याच्या निर्णयात माझे म्हणून काही योगदान असू शकते, याची मला कल्पनाच नव्हती. बौद्धिक पातळीवर चिंतनाने माझ्या लक्षात आले होते की अशा सळसळणाऱ्या भावनांची मी नोंद घेत होते. त्याप्रमाणे मी माझ्या जाणिवांत बदलही करीत होते. पण तरीसुद्धा माझ्या भावनांना कसे समजून घ्यायचे आणि यामध्ये माझे स्वत:चेसुद्धा योगदान असते ही गोष्ट माझ्या मनात चुकून कधी आली नाही. शिवाय कोणी मला ही गोष्ट सांगितलीसुद्धा नव्हती की, शास्त्रीयदृष्ट्या जैव-रसायनाने माझ्यात सळसळणाऱ्या या भावनांचा माझ्या देहावरील प्रभाव फक्त ९० सेकंदच टिकतो आणि मग भावनेची ती सळसळ नाहीशी होते. त्यानंतर मात्र त्या भावनेशी निगडित असलेल्या जोडण्यात गुंतून राहायचे की नाही, हा निर्णय सर्वस्वी माझा असतो. ही मला आलेली समज अतिशय महत्त्वाची आहे. कारण त्याने मी माझे आयुष्य कसे जगायचे याबाबत माझ्या आयुष्यात जमीन-आस्मानाइतका फरक आणला आहे.

आपल्यापैकी अनेक जण सुखी जीवनाची निवड करीत नाहीत याचे आणखी एक कारण म्हणजे, जेव्हा आपल्या मनात तीव्र स्वरूपाची नकारात्मक भावना घर करून बसलेली असते, उदाहरणार्थ – संताप, संशय, मनोदौर्बल्य वगैरे, तेव्हा आपण अशा अत्यंत गुंतागुंतीच्या जोडण्यात स्वत:ला गुंतवून ठेवण्यात सक्रिय असतो. त्यांच्यामुळे आपल्यात एक प्रकारची ताकद किंवा शक्ती वास करते आहे, अशी आपली भावना झालेली असते. मला असे लोक ठाऊक आहेत की जे नियमितपणे संतापाशी निगडित जोडण्यात स्वत:ला गुंतवून ठेवण्याचा जाणीवपूर्वक अभ्यास करतात. कारण त्यामुळे ते स्वत: कोण आहेत याची त्यांची आठवण सतत जागृत ठेवण्यासाठी त्या अभ्यासाची त्यांना मदत होते.

मला स्वत:ला सवयीने आनंदाने सुखात वावरण्याच्या किंवा संतापाच्या जोडण्यात गुंतवून ठेवायला अगदी सहज शक्य होते. खरे म्हणजे जीवशास्त्रीय दृष्टिकोनातून विचार करता सुखात राहणे ही माझ्या उजव्या मनाची स्वाभाविक अवस्था आहे. त्यामुळे ही जोडणी सतत कार्यरत असते. मला स्वत:ला जाणीवपूर्वक त्यात गुंतवून ठेवायला ती नेहमीच उपलब्ध असते. माझी संतापाची जोडणी नेहमीच कार्यरत नसते; पण जेव्हा जेव्हा माझ्या अस्तित्वाला धोका उत्पन्न होतो, तेव्हा तेव्हा ती उद्दीपित होते. माझ्या धमन्यांतून सळसळताना ती साधारण ९० सेकंद टिकते आणि मग नाहीशी होते. मग, परत मी आनंदाच्या जोडणीत स्वत:ला गुंतवून ठेवायला मुक्त होते.

अंतिमत: आपण जे जे म्हणून अनुभवतो, तो आपल्या पेशी आणि त्यांच्या जोडण्या (सर्किट) यांचाच परिपाक असतो. एकदा का या वेगवेगळ्या जोडण्या कार्यरत असताना त्या जाणिवांशी तुम्ही एकरूप होऊन त्या तुमच्या शरीरात तुम्हाला कशा वाटतात हे अनुभवलेत की मग तुम्ही या जगात वावरताना आपल्या

इच्छेप्रमाणे त्यांची निवड किंवा त्या उद्दीपित होण्यापासून आपला बचाव करायला मुक्त असता. व्यक्तिश: भीती किंवा काळजीच्या जोडण्या माझ्या शरीरात कार्यान्वित असताना जी कालवाकालव होते, त्याची मला फारच ॲलर्जी आहे. अशा भावना जेव्हा माझ्या शरीरातून सळसळतात तेव्हा मला आतल्या आत इतके गुदमरायला होते की माझ्या शरीराचे बांध तोडून ते बाहेर फेकून द्यावे इतका मला त्वेष येतो. तेव्हा माझ्या शरीरालाच या भावना आवडत नसल्याने नियमितपणे त्यांच्या जोडण्यात स्वत:ला गुंतवून ठेवायचे शक्यतो मी टाळतेच.

भीतीची मला पसंत असलेली व्याख्या आहे, खोट्या अपेक्षा खऱ्या वाटणे. मात्र, माझी भीतीची जोडणी उद्दीपित झाल्यावर माझे शरीर कंप पावू लागते. माझ्या डोक्यांत विचारांचे काहूर माजते. माझे गोष्टीवेल्हाळ डावे मन अनेक तऱ्हेच्या बऱ्या-वाईट कल्पनांच्या भराऱ्या मारण्यात गुंग होते; पण असे असले तरी माझ्या जेव्हा लक्षात येते की डोक्यात येणारे असे सर्व विचार हे केवळ माझ्या शरीरात सळसळून जाणार आहेत, तेव्हा मग मी तितकीशी घाबरत नाही. त्याच वेळी मी ही गोष्ट लक्षात घेते की या विश्वाशी मी एकरूप आहे. तेव्हा तर माझी भीती आणखीच कमी होते. माझ्या संताप आणि भीतीच्या जोडण्या अचानकपणे उद्दीपित होण्यापासून मुक्त रहावे म्हणून, कोणत्या जोडण्यांत स्वत:ला गुंतवून घ्यायचे आणि कोणत्या नाही याची मी फार खबरदारी घेते. माझ्या भीती किंवा संतापाच्या प्रतिक्रियेचा जोर कमी व्हावा म्हणून अंगावर शहारे आणणारे फार भीतिदायक चित्रपट बघण्याचे मी जाणीवपूर्वक टाळते. शिवाय, शीघ्रकोपी लोकांच्या सहवासातही मी उगाचच रेंगाळत बसत नाही. मला हव्या असलेल्या जोडण्यांना सरळ सरळ प्रभावित करतील अशा गोष्टींची निवड मी जाणीवपूर्वक करीत असते. मला आनंदात राहायला आवडते म्हणून माझ्या आनंदाची कदर असणाऱ्यांच्या सहवासात मी जास्त करून वावरते.

मी पूर्वी म्हटल्याप्रमाणे शरीरात कुठेही वेदना होणे ही एक शारीरिक घटना असते. शरीरातल्या अमुक एका भागातल्या पेशीद्रव्याला (टिश्यू) इजा झालेली आहे, याची इत्थंभूत माहिती मेंदूच्या ज्ञानकेंद्रांना पोहोचविण्यासाठीच निर्मिलेली असते. त्यामुळे अशा वेदनेची जाणीवही ते कोणते तरी दु:ख म्हणून भोगण्याच्या जोडणीच्या आहारी जाऊन स्वत:ला त्यात गुंतवून न घेता सहन करण्याची क्षमता आपल्यात असते, याची जाणीव बाळगणे फार महत्त्वाचे असते. मला या वेळी अशा कित्येक लहान मुलांचे कौतुक करावेसे वाटते जी अतिशय आजारी असतानाही त्याला धैर्याने आनंदात सामोरी जातात. त्यांचे आईवडील मात्र कित्येक वेळा फार धास्तावलेपणाच्या भावनेच्या किंवा दु:ख भोगण्याच्या आणि भीतीच्या जोडण्यांच्या आहारी जात असतात. आणि इकडे त्यांचे आजारी मूल मात्र भावनेचा लवलेश न

दाखवता स्वत:च्या आजारी अवस्थेचा अंगीकार करायला शिकते. वेदना अनुभवण्याला पर्याय असू शकत नाही; पण ती दु:ख म्हणून भोगणे हा जाणीवपूर्वक घेतलेला निर्णय असतो. मुले जेव्हा आजारी पडतात; तेव्हा कित्येक वेळा त्यांना आपला आजार सहन करण्यापेक्षा आपल्या आई-वडिलांचे दु:ख पाहणे फार कठीण जात असावे.

ही गोष्ट कोणाही आजारी व्यक्तीस लागू पडणारी आहे. तुम्ही जेव्हा एखाद्या आजारी व्यक्तीच्या समाचारास जाता, तेव्हा कोणत्या जोडण्या उत्तेजित करता याबाबत कृपा करून अतिशय सावध राहा. मृत्यू ही एक स्वाभाविक घटना असते, हे लक्षात ठेवा की तुमच्या उजव्या मनात खोलवर कुठेतरी (म्हणजेच तुमच्या हृदयात खोलवर असलेली जाणीव) अनंत शांततेचा धबधबा निरंतर वाहत असतो. माझ्या मनाला त्याच्या स्वाभाविक सभ्यतेच्या अवस्थेत परत वळविण्याचा सर्वांत सोपा उपाय कृतज्ञ राहाण्याच्या मार्गाने जातो. जेव्हा मी हे जग निव्वळ कृतज्ञतेच्या भावनेने न्याहाळते तेव्हा माझे जीवन अनेक रंगांनी उजळून निघते.

■

बगीच्याची देखभाल

मी माझ्या धक्क्याच्या अनुभवातून भरपूर शिकले. हा सर्व प्रवास मी पुरा केला. त्यातून मी तावून-सुलाखून बाहेर पडले. याकरताच मी स्वत:ला खरोखर भाग्यवान समजते. तशी या धक्क्याची मी खरोखरीच आभारी आहे, कारण मी माझ्या मेंदूबद्दल माझ्या स्वत:च्या साक्षीत घडलेल्या अशा काही गोष्टी शिकले की त्या सत्य आहेत. त्यांची स्वप्नातसुद्धा मी कल्पना करू शकले नसते. या साध्या अंतर्दृष्टीकरता मी नेहमीच कृतज्ञ राहीन. केवळ माझ्यासाठीच नव्हे, तर आपण सर्व माणसांनी आपल्या मेंदूकडे कसे पाहवे, त्याचे संगोपन कसे करावे आणि परिणामस्वरूप या जगात कसे वावरावे याची जी आशा माझ्या अनुभवाच्या शक्यतांनी निर्माण केली आहे, त्याकरतासुद्धा मी कृतज्ञ आहे!

या अतिकठोर प्रवासात तुम्ही स्वच्छेने सहभागी झाल्याबद्दल मी तुमची आभारी आहे. कोणत्याही घटनेने तुम्ही हे पुस्तक वाचायला प्रवृत्त झाला असलात तरी मला आशा वाटते की माझ्या अंतर्दृष्टीचा थोडा जरी अंश लक्षात आला तरी तुमच्या मेंदूत किंवा इतर कोणा वाचकांच्या लक्षात आल्यावर त्याच्या मेंदूत नक्की बदल घडून येतील आणि तुम्ही पुढे जाल. एवढेच नव्हे, तर माझ्या उजव्या मनाच्या हृदयातील जाणिवेवरील माझ्या विश्वासाने सांगते की हे पुस्तक तुमच्या हातातून प्रवाही होऊन दुसऱ्या कोणाच्या हाती जाऊन त्याला ते उपयुक्त ठरेल.

माझ्या ई-मेलचा शेवट मी नेहमीच प्राध्यापक अल्बर्ट आईनस्टाईनच्या काही वाक्यांची पुस्ती जोडून करीत असते. मला वाटते ते जेव्हा म्हणतात की, 'भविष्यात मी जो कोणी होणार आहे त्याकरता आता मी जो कोणी आहे तो संपविण्याची मानसिक तयारी मी ठेवलीच पाहिजे.' तेव्हा त्यांना नेमके बरोबर काय आहे ते उमगले होते. माझी या जगात राहाण्याची क्षमता ही सर्वस्वी माझ्या मेंदूतील मज्जापेशीय जोडण्यांच्या

अखंडत्वावर अवलंबून आहे. ही गोष्ट समजायला फार कठीण अवस्थेतून मला जावे लागले. सुंदर अशा पेशी-पेशीतून आणि मज्जापेशीय जोडणी-जोडणीतून माझ्या मेंदूत जी चेतना मी अनुभवते ती त्या अलौकिक छोट्या छोट्या पेशींची एकत्रित जागृती असते आाणि ते सर्वजण मिळून एका सुंदर अनेक पदरी नक्षीदार जाळ्या तिला गुंफतात. त्या जाळ्यालाच मी 'मन' असे म्हणते. स्वाभाविक लवचिकपणाबद्दल पेशींचे आभार! त्यांच्या बदलण्याच्या क्षमतेबद्दल आणि स्वत:त बदल घडवून आणीत इतर पेशींबरोबरच्या संबंधांत बदल करीत, तुम्ही आणि मी आपल्या विचारात लवचिकता ठेवून निसर्गाशी जमवून घेत आपण कोण आणि कसे म्हणून या पृथ्वीतलावर वावरण्याच्या आपल्या क्षमता वाढवीत असतो. आपण आज कसे जगण्याचा निर्णय घेतो तो सुदैवाने काल, म्हणजे अगोदरच ठरवलेला नसतो.

मी जिवंत असेपर्यंत संगोपन करण्याकरता माझ्याकडे विश्वासाने सोपवलेल्या वैश्विक स्थावर चीजवस्तूचा एक पवित्र तुकडा म्हणून मी मनाच्या बगीच्याकडे पाहते. त्याचा एक स्वतंत्र विश्वस्त म्हणून मी आणि फक्त मीच, माझ्या पेशीपेशींतील डीएनएच्या संयुगीय कौशल्याने आणि ज्या ज्या नैसर्गिक गोष्टींना मला सामोरे जावे लागते त्यांच्या साहाय्याने, तो बगीचा माझ्या मेंदूत फुलवीत असते. मी लहान असताना अगदी कमीतकमी मज्जापेशीय जोडण्या माझ्या मेंदूत वाढल्या होत्या. याचे कारण, मी म्हणजे जैवी चिखल-मातीचा आणि जी बीजे माझ्या आईवडिलांनी माझ्यात रोवली होती त्यांचा परिपाक आहे. पण सुदैवाने, आपल्यातील डीएनए संयुग हे काही एखाद्या हुकूमशहाप्रमाणे कार्य करीत नाही. शिवाय अधिक चांगली गोष्ट म्हणजे आपल्या मज्जापेशींची लवचिकता, आपल्या विचारांची ताकद आणि आधुनिक वैद्यकीय प्रगतीमुळे अगदी फारच थोड्या गोष्टी या एखाद्या हुकूमी एक्क्याप्रमाणे निश्चित असतात.

हा वैश्विक बगीचा माझ्यापाशी असला तरीसुद्धा एकदा का मी माझ्या मनाची निगा राखण्याची जबाबदारी स्वीकारली की, मी त्याच मज्जापेशीय जोडण्या काळजीपूर्वक जोपासून फुलविते. त्या मला वाढवायच्याच असतात. त्याचबरोबर ज्यांच्याशिवाय मला माझे आयुष्य जगायचे आहे अशा मज्जापेशीय जोडण्यांना मी मागे सारते. अर्थात, अशा प्रकारची मला नको असलेली एखादी मज्जापेशीय जोडणी माझ्या मेंदूत जीव धरू पाहत आहे, हे लक्षात येताच निर्धारपूर्वक सातत्याने पाठपुरावा करीत त्यावर मात करून ती मुळासकट उपटून टाकणे मला (लेखिकेला) जरी सोपे असले तरी, अगदी कठीणात कठीण विळखाधारी बांडगुळसुद्धा त्याला खतपाणी मिळू न दिल्यास शेवटी निस्तेज होऊन गळून पडल्याशिवाय राहत नाही.

समाजाचे मानसिक स्वास्थ्य हे तो समाज बनविणाऱ्या मेंदूंच्या मानसिक स्वास्थ्याचा परिपाक असतो. मला अर्थात हे मान्य करायलाच हवे की पाश्चिमात्य

समाज हा माझ्यासारख्या प्रेमळ आणि उजव्या मेंदूच्या स्वाभाविक शांततेची आवड असणाऱ्या व्यक्तीला वावरण्याकरता खूपच आव्हानांनी भरलेलं अवकाश आहे. अर्थात लक्षावधी सुंदर, सुंदर लोक त्यांच्या नेहमीच्या वास्तवातून पळून जाण्याकरता सर्रास अवैध औषधांचा स्वत:हूनच उपयोग करून व्यसनाधीन होत आहेत, हे जेव्हा मी आजूबाजूला पाहते तेव्हा अशी भावना असलेली मी एकटीच येथे नाही, याची मला खात्री पटते.

मला वाटते की, महात्मा गांधी अगदी बरोबर म्हणत होते, ते सांगत, 'या जगात जो बदल व्हावा अशी आपली अपेक्षा आहे तो बदल आपणच आपल्यात करायला हवा.' मला वाटते की माझ्या उजव्या मेंदूची चेतना, आपली ही पृथ्वी शांततामय, प्रेमळ भूमी बनवण्याकरता मानवाने भविष्यात प्रचंड पावले उचलावीत म्हणून आपल्याला कार्यप्रवण करण्याकरता अतिशय उत्सूक आहे. म्हणून उजवीकडचे पाऊल उचलून आपण सर्वजण मिळून ती तशी बनवावी हीच सर्वांची प्रामाणिक इच्छा आहे.

तुमचे शरीर म्हणजे जवळजवळ पन्नास महापद्म पेशींतील संयुगांच्या एकत्रित शक्तीचा महास्त्रोत आहे. तुम्ही आणि मी आपण फक्त स्वत:हूनच या जगात कसे जगायचे आहे, याचा क्षणाक्षणाला निर्णय घेत असतो. मी तुम्हाला कळकळीची विनंती करते की, तुम्ही तुमच्या मेंदूत नेमके काय चालू आहे, याकडे कृपा करून नीट लक्ष द्या. तुमच्यातल्या ऊर्जेचे मालक व्हा आणि जीवनाला सामोरे जा. उजवीकडे प्रकाशझोत फेका.

आणि जेव्हा केव्हा तुमचा जीवनरस आटेल तेव्हा आशेची देणगी म्हणून तुमचा सर्वांगसुंदर मेंदू तुम्ही हार्वर्ड विश्वविद्यालयाच्या हार्वर्ड मज्जापेशीद्रव्य संसाधन केंद्राच्या मज्जापेशीद्रव्य बँकेला भेट द्यावा. माझी तुम्हाला ही विनंती आहे.

■

परिशिष्ट 'अ'

मेंदूच्या झटक्यातून वाचल्यावर आपले स्वास्थ्य पुन्हा प्राप्त करून घेण्याच्या मार्गात झालेल्या आपल्या प्रगतीचा अंदाज येण्याकरता रुग्णाने विचारावयाचे दहा प्रश्न –

१. डॉक्टर, मला किती दिसते आहे आणि मला कितपत ऐकू येत आहे हे तुम्हाला समजेल का, याकरता माझे डोळे आणि कान आपण तपासाल का?
२. मला रंग ओळखता येतात का?
३. मला जवळ, दूर, कोपऱ्यात, पायाखाली, डोक्यावर, खोल आणि उंच यांचे नीट भान आहे का?
४. मला आता, काल, आज, उद्या, सकाळ, दुपार, संध्याकाळ, दिवस आणि रात्र यांचे नीट आकलन होते आहे का?
५. माझ्या शरीराचे सर्व भाग आणि अवयव माझे म्हणून मला ओळखता येतात का?
६. मला गोंगाटात कोणाचा आवाज ओळखता येतो का?
७. मला स्वत:च्या हातांनी जेवता येते का? मी बंद डबा उघडू शकते किंवा शकतो का?
८. मी शांतचित्त आहे का? मला थंडी वाजत नाही ना? मला तहान लागत नाही ना? माझे काही दुखत-खुपत नाही ना?
९. मी प्रकाश, आवाज आणि वासाला अति संवेदनशील नाही ना ?
१०. मी सरळ विचार करू शकते किंवा शकतो का? मला मोजे आणि बूट यातला फरक समजतो का?

■

परिशिष्ट 'ब'

बरे होण्यासाठी मला जास्तीतजास्त गरज कशाची होती?

१. मी मूर्ख नाही. मी फक्त जखमी आहे. म्हणून कृपा करून माझा योग्य तो आदर राखावा, असे मला वाटत होते.
२. अगदी जवळ येऊन संथ गतीने स्पष्ट शब्दात माझ्याशी बोलावे. वाटल्यास हावभाव करून, हातवारे आणि चेहऱ्यावर योग्य भाव आणून बोलल्यास मला समजायला मदत झाली असती.
३. कृपया, एकच गोष्ट पुन:पुन्हा सांगा. लक्षात ठेवा मला काहीही माहीत नाही. सर्व गोष्टी पुन्हा पहिल्यापासून पुन्हापुन्हा सांगण्याची तयारी ठेवा, हे मला सांगायचे होते.
४. माझ्या बाबतीत अगदी धीराने घ्यायला हवे होते. अगदी विसाव्या वेळीही एखादी गोष्ट शिकवताना प्रथमच मी शिकते आहे, असे गृहित धरून शिकवायला हवे होते.
५. मोकळ्या मनाने माझ्याशी संवाद साधायला हवा होता. स्वस्थपणे तो साधून दुसऱ्यांनी आपला उत्साहही संथ ठेवायला हवा होता.
६. आपली देहबोली आणि चेहऱ्यावरचा भाव काय प्रदर्शित करीत आहेत याबद्दल सतर्क राहून, माझ्याशी संवाद साधायला हवा होता.
७. माझ्या डोळ्यांना डोळे भिडवून संवाद करायला हवा होता. मला उत्साहित करायला हवे होते.
८. बोलताना, कृपा करून त्यांनी आवाज फार मोठा होऊ द्यायला नको होता.
९. मला योग्य तेवढा स्पर्श करायला हवा होता. माझ्याशी संपर्क साधायला हवा होता.
१०. बरे होण्याच्या प्रक्रियेत असताना निद्रेचा आदर करायला हवा.
११. माझ्यातल्या ऊर्जेला सांभाळायला हवे होते. रेडिओ, दूरदर्शनचा आवाज नको. अस्वस्थ मनाचे पाहुणे नकोत. भेटसुद्धा अगदी जुजबी म्हणजे पाच एक मिनिटेच हवी होती.

१२. माझ्यात काही नवे शिकण्याची ऊर्मी असेल तेव्हा माझ्या मेंदूला प्रोत्साहित करायला हवे होते. अगदी छोट्या छोट्या गोष्टींनी मला लवकर मरगळ येऊ शकत होती.

१३. लहान मुलांच्या वयाला साजेशी पुस्तके आणि खेळणी मला शिकवताना वापरायला द्यायला हवी होती.

१४. मला शिकवताना मी एक लहान बालक आहे, असे समजायला हवे होते. मला हात धरून जगाची माहिती करून द्यायला हवी होती. मला स्वत:च्या अनुभवाने शिकू द्यायला हवे होते.

१५. माकडचेष्टा करताना करतात तसे हावभाव करून मला शिकवणे आवश्यक होते.

१६. मी नक्की प्रयत्न करत होते याची खात्री बाळगायला हवी होती. मात्र ते तुमच्या कौशल्याच्या पातळीवर नाहीत किंवा तुमच्या वेळपत्रकाप्रमाणेही नाहीत, हे लक्षात घ्यायला हवे होते.

१७. मला अनेक पर्याय असलेले प्रश्न विचारायला हवे होते; पण 'होय' किंवा 'नाही' अशी उत्तरे असलेले प्रश्न टाळायला हवे होते.

१८. ज्यांची नेमकी उत्तरे आहेत असेच प्रश्न मला विचारायला हवे होते आणि उत्तरे शोधायला भरपूर वेळ द्यायला हवा होता.

१९. माझ्या जाणिवांच्या क्षमता मी किती झटकन विचार करते आहे, यावरून ठरवणे योग्य नव्हते.

२०. एखाद्या नवजात शिशूला जसे सांभाळतात, तितक्याच हळूवारपणे मला सांभाळणे आवश्यक होते.

२१. माझ्याशी बोलायला हरकत नव्हती. माझ्याविषयी इतरांशी बोलायला नको होते.

२२. मला उत्साहित करून मी पूर्ण बरी होईन, ही अपेक्षा बाळगायला हवी होती. मग त्याला वीस वर्षे लागली असती तरी हरकत नव्हती.

२३. माझा मेंदू सतत शिकत होता, हा विश्वास ठेवणे गरजेचे होते.

२४. करावयाच्या सर्व मोठ्या गोष्टी छोट्या छोट्या कृतींमध्ये विभागून करायला हव्या होत्या.

२५. मी कामात यशस्वी होण्यात कोणते अडथळे आहेत त्यांचा अंदाज घ्यायला हवा होता.

२६. मी कोणती पुढची पायरी घ्यायची ते मला नीट समजावून द्यायला हवे होते. म्हणजे मी काय साध्य करण्याकरता काम करते आहे हे मला माहीत झाले असते.

२७. माझ्या आत्ताच्या कामातील सर्व कौशल्य आत्मसात केल्यावरच मला पुढील पायरीवर जायचे होते.
२८. माझ्या छोट्या छोट्या यशालाही दाद देऊन ते साजरे करायला हवे होते.
२९. कृपा करून माझी वाक्ये माझ्याकरता तुम्ही पूर्ण करू नयेत किंवा मला न आठवणारे शब्दही आपणहून भरून द्यायला नको होते. माझ्या मेंदूला ते काम करू द्यायला पाहिजे होते.
३०. माझे जुने दप्तर धुंडाळून सापडत नसेल तर मी नवे दप्तर तयार करत होते.
३१. मला खरोखरी जेवढे समजत होते त्यापेक्षा जास्त मला समजते असे वाटणे, मला हवे होते.
३२. मला काय येत नव्हते याचे दुःख करत बसण्यापेक्षा मला काय येत होते त्यावर मी जास्त लक्ष केंद्रित करणे आवश्यक होते. (ते मी केलेच.)
३३. माझ्या जुन्या आयुष्यातील आठवणी जास्त उजळ करायला हव्या होत्या. मी पूर्वी वाजवत होते तशी वाद्ये आता वाजवू शकत नाही, म्हणून संगीताचा आणि वाद्यांचा मी आस्वादच घेऊ शकणार नाही, असे गृहीत धरून चालायला नको होते.
३४. काही कौशल्ये मी गमावली असतील तर तशा काही नव्या क्षमताही मला प्राप्त झाल्या होत्या.
३५. माझे कुटुंबीय, मित्रवर्ग आणि प्रेमाचा आधार यांच्याशी माझा संपर्क साधून देणे आवश्यक होते. माझ्या अवतीभवती मला आलेली सदिच्छा पत्रे, फोटो वगैरे मला सतत दिसतील असे लटकत ठेवायला हवे होते.
३६. लहान लहान मुलांनाही मला भेटू द्यायला हवे होते. आजूबाजूला सगळ्यांना माझ्याविषयी कळू द्यायला हवे होते. त्यांचे प्रेम त्यांना मला देऊन माझी सर्व माहिती त्यांना द्यायला हवी होती. माझ्यासमोर असताना त्यांना माझ्याकरता काही गोष्टी करायला सांगायला हवे होते. उदाहरणार्थ, मी माझे अन्न व्यवस्थित गिळत आहे किंवा मी माझे शरीर स्वतःहून हलवून नीटपणे टेकून बसते आहे, असे चित्र त्यांनी कल्पनेने माझ्यासमोर रंगवणे आवश्यक होते.
३७. मी जशी होते तशाच स्थितीत माझ्यावर प्रेम करायला हवे होते. या करता मी पूर्वी कशी होते ते विचारात घ्यायची गरज नव्हती.
३८. मला आधार द्यायला हवा होता; पण माझ्या प्रगतीच्या आड त्याला येऊ देता कामा नये, हे लक्षात घ्यायला हवे होते.
३९. मला माझ्या जुन्या चित्रफीती किंवा चित्रमुद्रिका मला दाखवणे आवश्यक होते. मी कामात गर्क होते, मोकळेपणे बोलत होते, चालत होते, नाचतबागडत

होते या गोष्टी मला दाखवणे गरजेचे होते.

४०. माझ्या औषधांनी कदाचित मला थकवा आला होता किंवा मी म्हणून जी काही होते, तसे वाटण्यावर ग्लानी आली होती.

■

परिशिष्ट 'क'

सूची

•	स्ट्रोक	: झटक्यामुळे मेंदूतील रक्तवाहिनी फुटून मेंदूच्या कार्याचा वेगाने ऱ्हास होत जाणे.
•	कंजेनायटल मालफॉर्मेशन	: शरीरातील असाधारण संरचनात्मक दोष, नीला-रोहिण्यांची अनैसर्गिक आणि दोषपूर्ण जोडणी किंवा संरचना
•	आर्टेरिओव्हेनस मालफॉर्मेशन (एव्हीएम)	: नीला-रोहिण्यांतील अनैसर्गिक आणि दोषपूर्ण जोडणी किंवा संरचना
•	कॉन्शसनेस	: जाणीव, चेतना
•	न्यूरॉलॉजिकल लेव्हल	: मज्जापेशीय स्तर
•	न्यूरोसायन्स	: मज्जापेशी विज्ञान
•	फिजिऑलॉजिकल सायकॉलॉजी	: शारीरिक मानसशास्त्र
•	ह्युमन बायॉलॉजी	: मानवी जीवशास्त्र, जीवविज्ञान
•	मेडिकल सायन्स	: वैद्यकीय विज्ञान
•	ह्युमन ग्रॉस ॲनॉटॉमी	: सर्वसाधारण मानवी शरीरसंरचना शास्त्र
•	न्यूरोॲनॉटॉमी	: मज्जापेशी संरचना शास्त्र
•	हिस्टॉलॉजी	: पेशीद्रव्य शास्त्र
•	डिपार्टमेंट ऑफ न्यूरोसायन्स	: मज्जापेशी विज्ञान विभाग
•	मिडल टेंपोरल कॉर्टेक्स	: मध्य समयी कवच
•	लोकलायझेशन ऑफ एरिया	: प्रदेशाची कार्यकक्षा निश्चिती

- मिडल कॉर्टेक्स : मध्यप्रमस्तिष्कीय कवच
- व्हिज्युअल कॉर्टेक्स : दृष्टिकवच
- पोस्टमॉर्टेम : शवविच्छेदन
- डिपार्टमेंट ऑफ सायकियाट्री : मनोचिकित्सा विभाग
- ॲबनॉर्मल : विक्षिप्त
- सायकियाट्रिक डिस्ऑर्डर : मनोचिकित्सीय व्याधी
- बायॉलॉजी (लाईफ सायन्स) : जैवविज्ञान
- स्ट्रक्चरल न्यूरोसायन्स : संरचनात्मक मज्जापेशी विज्ञान
- ब्रेन टिश्यू : मज्जापेशीद्रव्य
- ब्रेन टिश्यू रिसोर्स सेंटर : मज्जापेशीद्रव्य संसाधन केंद्र
- ब्रेन बँक : मज्जापेशीद्रव्य बँक
- ब्रेन सायंटिस्ट : मेंदूशास्त्रज्ञ
- मोटर कॉर्टेक्स : संचालन कवच
- न्यूरॉन : मज्जापेशी
- न्यूरो ट्रान्समीटर : मज्जापेशी प्रक्षेपक
- ट्रिलियन : महापद्म
- बिलियन : एक अब्ज
- प्रोटोकॉल : संहिता
- हेमिस्फिअर : अर्धगोल
- सेरेब्रल कॉर्टेक्स : प्रमस्तिष्कीय कवच
- कॉर्पस् कलोजम : उजव्या आणि डाव्या मेंदूंना जोडणारा मज्जापेशींचा घट्ट सांधा
- इन्फर्मेशन हायवे : माहिती महामार्ग
- गायरी : मेंदूच्या कवचावरील उंचवटे
- सल्की : मेंदूच्या कवचावरील खळगा
- सुपिरिअर टेंपोरल गायरस : सर्वांत लांब आणि मोठा समयी उंचवटा
- प्री सेंट्रल गायरी : मध्यपूर्व उंचवटे
- पोस्ट सेंट्रल गायरी : मध्यपश्च उंचवटे
- सुपिरिअर पेरीॲटल गायरी : सर्वांत मोठा पार्श्विक उंचवटा
- लॅटरल ऑक्सिपिटल गायरी : सर्वांत मागील बाजूचे उंचवटे
- फ्रंटल रीजन : समोरील भाग (कपाळ)
- पेरीॲटल रीजन : पार्श्विक भाग

- ऑक्सिपिटल रीजन : मागील भाग
- टेंपोरल रीजन : मोठा समयी भाग
- फायबर ट्रॅक : मज्जापेशीसमूह
- ब्रेन स्टेम : मेंदूला मज्जारज्जूशी जोडणारे टोक
- ॲन्टिरिअर सेरेब्रल आर्टेरी : पूर्वप्रमस्तिष्कीय धमनी
- मिडल सेरेब्रल आर्टेरी : मध्यप्रमस्तिष्कीय धमनी
- पोस्टिरिअर सेरेब्रल आर्टेरी : पश्चप्रमस्तिष्कीय धमनी
- स्कल् : कवटी : मेंदूच्या बाहेरील आवरण असलेली हाडाची पेटी
- लिम्बिक सिस्टिम : ज्ञानेंद्रियांकडून आलेल्या संवेदनांच्या विश्लेषणात भावना प्रभावित करण्याचे कार्य करणारी मेंदूतील यंत्रणा.
- रेप्टिलियन ब्रेन : सरपटणाऱ्या प्राण्यांप्रमाणे कार्य करणारा मेंदू, लिम्बिक सिस्टिमचे एक संबोधन
- इमोशनल ब्रेन : भावनाप्रधान मेंदू – लिम्बिक सिस्टिमचे आणखी एक संबोधन
- अमिग्डाला : मेंदूतील भीती वा प्रतिक्रियावादी प्रवृत्ती उद्दीपित करणारी यंत्रणा. लिम्बिक सिस्टिमचाच एक भाग.
- हिप्पोकॅम्पस : हिप्पोपोटॅमसच्या तोंडाच्या आकारासारखा दिसणारा लिम्बिक सिस्टिमचा एक भाग. हा जुन्या स्मृती आठवण्यात आणि नवीन गोष्टी शिकताना कार्यरत असतो.
- सिंग्युलेट गायरस : अद्वितीय उंचवटा
- सेन्सरी सिस्टिम : ज्ञानकेंद्रे. ही अत्यंत क्लिष्ट अशा साखळीयुक्त पद्धतीची संरचना असलेल्या न्यूरॉनच्या गठ्ठ्यांसारखी असतात.
- न्यूरल कोड : मज्जापेशीय संवेदना
- ब्रेन चॅटर : डोक्यातला चिवचिवाट
- न्यूरल लूप : मज्जापेशीय वर्तुळी जोडणी
- न्यूरल सर्किटरी : मज्जापेशीय जोडण्या
- इंट्युशन : अंत:प्रेरणा
- फ्रिक्वेन्सी : कंपनसंख्या

- वेव्हलेंग्थ : लहरींची लांबी
- पिक्सेल : चित्रकण
- कॅपिलरी बेड : केशिकासंच
- इंप्रेशनिस्ट पॉइंन्टिलिझम : मनात उमटलेल्या प्रतिमा चित्रकणांनी व्यक्त करण्याची चित्रकला पद्धती.
- ट्रॉमा : आघात
- न्यूरॉलॉजी : मज्जापेशी शास्त्र
- रिसेप्टर : संग्राहक
- कॉमिशुरोटॉमी : शरीरातील सांध्यांना एकमेकांपासून अलग करण्याची शस्त्रक्रिया, कवटी विच्छेदन शस्त्रक्रिया
- स्पेसीज : प्रजाती
- न्यूरॉलॉजिस्ट : मज्जापेशी तज्ज्ञ
- न्यूरॉलॉजी आय.सी.यू. : मज्जापेशी अतिदक्षता विभाग
- न्यूरोसर्जन : मज्जापेशी शल्यविशारद
- फिजिशियन : वैद्यकीय चिकित्सक
- क्रॅनियॉटॉमी : कवटी विच्छेदन शस्त्रक्रिया
- स्टेरिऑक्टिक क्रॅनिऑटॉमी : त्रिमितीत मेंदू आखून कवटी छेदन शस्त्रक्रिया
- थोरॅसिक कॅव्हिटी : छाती, फुप्फुसे आणि हृदय हे अवयव कार्य करतात ती यंत्रणा
- ॲबडॉमिनल कॅव्हिटी : पोट – ओटी-पोटातील चयापचय क्रियांची यंत्रणा
- क्रॅनियल कॅव्हिटी : कवटीतील (स्कल) यंत्रणा म्हणजेच मेंदू
- फिजिओ थेरपिस्ट : शरीर उपचारक
- ऑक्युपेशनल थेरपिस्ट : व्यवसाय उपचारक
- रॅन्डम फॅक्ट : अक्रमिक तथ्य
- वेर्निकेचा एरिया : वेर्निकेचा पश्चप्रमस्तिष्कीय उंचवटा
- ब्रोकाचा एरिया : ब्रोकाचा पूर्वप्रमस्तिष्कीय उंचवटा
- कॉम्पोझिट डायनॅमिक सिस्टिम : संमिश्र गतिमान पेशींचे संग्रह
- पॅरलल प्रोसेसिंग : समांतर प्रक्रिया
- केअर गिव्हर : उपचारक
- प्लास्टिसिटी : लवचिकपणा
- जेनेटिक सीक्वेन्स : डिएनए संरचना

- जेनेटिकली प्रोग्रॅम्ड : जनुकीय संरचनेतून बांधले गेलेले
- रेटिना : डोळ्याच्या मागचा पडदा
- टिंपॅनिक मेंब्रेन : कानातील पडदा
- रिझिलियन्सी : पुनरुत्थान क्षमता
- मोटर कॉर्टेक्स : संचालन कवच
- सेन्सरी कॉर्टेक्स : संवेदना कवच
- राईट फ्रंटल कॉर्टेक्स : समोरील उजवे मज्जापेशीय कवच
- ग्रॉस मोटर स्किल्स : हात, पाय, बोटे यांच्या शरीराच्या इतर भागांशी समतोल साधून करावयाच्या साध्या हालचाली, उदाहरणार्थ, चालणे, उठणे, बसणे, खाजवणे किंवा वस्तू उचलणे वगैरे
- फाईन मोटर स्किल : बारीकसारीक हालचाली, उदाहरणार्थ, वस्तू अलगद लावणे, जोडणे, यंत्र चालवणे वगैरे
- व्हीडिओ डिस्क : चित्रमुद्रिका
- स्पीच थेरपी : वाचाशुद्धी उपचार
- ग्रे मॅटर : मेंदूतील भुऱ्या रंगाच्या मज्जापेशींचा सर्वसाधारण उल्लेख
- मेंटल् क्ल्यूज : मानसिक संकेत
- फ्रंटल लोब : भ्रूमध्याच्या मागील उंचवटा
- पॅटर्न : आकृतिबंध
- बायोकेमिकल रिॲक्शन : जैव रासायनिक प्रक्रिया
- बायो केमिकल्स : जैव रसायने
- पॅरामेडीक : शुश्रूषा रक्षक
- न्यूरोनल सर्किटरी : मज्जापेशीय जोडणी
- डीएनए स्ट्रक्चर : जनुकीय संरचना
- जेनेटिक पूल : जनुकीय समूह
- एलिमेंटरी पार्टिकल्स : मूलभूत कण
- प्रोग्रॅम : क्रमादेश
- लिनिअर इंटर्नल डायलॉग : सरळ अंतर्गत संवाद
- लेफ्ट टेंपोरल मँडिब्युलर जॉइंट : खालच्या जबड्याचा डाव्या बाजूचा समयी सांधा
- ब्रेन सिजर : फेफरे
- सायको थेरपिस्ट : मानसोपचार तज्ज्ञ

- गेस्टॉल्ट : गेस्टॉल्ट या नावाने प्रसिद्ध असलेल्या मानसशास्त्रीय सिद्धातनांवर आधारित मानसोपचार पद्धतीचा उल्लेख
- न्यूरॉलॉजिकल डिटीरिओरेशन : मज्जापेशीय ऱ्हास
- फिजिऑलॉजी / ॲनॉटॉमी : शरीरशास्त्र / शरीररचना
- ॲप्लाईड बायॉलॉजी : उपयोजित जीवशास्त्र इंजिनिअरिंग
- बायोमेकॅनिकल इंजिनिअरिंग : जैवयंत्र अभियांत्रिकी
- फ्लॅश कार्ड : एक शैक्षणिक साधन
- निन्टेंडो : शंभर वर्षांची जुनी शैक्षणिक खेळ बनविणारी अमेरिकन कंपनी
- बिग ब्रेन ॲकॅडेमी : शैक्षणिक खेळ बनवणारी अमेरिकन कंपनी
- कायनेसिऑलॉजी : शरीर गतियंत्र शास्त्र
- कायनेस्थेटिक कॉम्पोनंट : शरीरगतीचा भाग
- डिपार्टमेंट ऑफ मेडिसीन : वैद्यकशास्त्र विभाग
- कन्सल्टिंग न्यूरोॲनॉटोमिस्ट : मज्जापेशी संरचना सल्लागार
- व्हर्चुअल रिॲलिटी : आभासी वास्तव
- व्हिज्युअली डायरेक्टेड इंटेन्शन : दृष्टी प्रक्षेपित लक्ष्य
- न्यूरॉलॉजिकल नेटवर्कस् : मज्जापेशींच्या (न्यूरॉन) जोडण्यांची जाळी
- न्यूरॉलॉजिकल लूप : मज्जापेशीय जोडण्यांची साखळी
- न्यूरोसायंटिस्ट : मज्जापेशी शास्त्रज्ञ
- मल्टिपल पर्सनॅलिटी डिस्ऑर्डर : बहुभंग व्यक्तिमत्त्व
- यांग-यीन : आपल्या मनातील सुष्ट-दुष्ट प्रवृत्तींचे चिनी तत्त्वज्ञानातील नामाभिधान
- कार्ल यंग : स्वित्झर्लंडमधील प्रसिद्ध मानसोपचार तज्ज्ञ
- ओरिएन्टेशन : मांडणी
- मोटर फंक्शन : संचालन
- ओरिऐन्टेशन असोसिएशन : मांडणी आणि हालचालींचा प्रमस्तिष्कीय एरिया कवचातील ज्ञानकेंद्रांच्या उंचवट्याचा भाग.
- पोस्टिरिअर पेरीॲटल गायरस : अतिपार्श्विक उंचवटा

- सिंगल फोटॉन एमिशन कॉम्प्युटेड टोमोग्राफी (स्पेक्ट) : प्रतल प्रक्षेपित एक क्ष-किरण प्रकाशकण एकत्रित करून चित्र घडवण्याचे तंत्र
- फ्रान्सिस्कन योगिनी : ख्रिस्त संत फ्रान्सिस यांचे नियम पाळणाऱ्या ख्रिस्ती योगिनी
- झायगोट : युग्मबीज
- मॉलेक्युलर जिनिअस : संयुगीय शहाणपण
- मॅनिक : उन्माद
- न्यूरोनल लूप : मज्जापेशीय गोलाकार साखळी प्रक्रिया
- व्हर्बल माईन्ड : बोलके मन
- मल्टिडायमेन्शनल न्यूरल सर्किट : अनेकमितीय मज्जापेशीय जोडणी
- इमोशनल न्यूरल सर्किट : भावनिक मज्जपेशीय जोडणी
- फिझिऑलॉजिकल न्यूरल सर्किट : शारीरिक हालचालींशी निगडित असलेल्या मज्जापेशीय जोडणी
- सबजेक्ट न्यूरल सर्किट : विषयाची मज्जापेशीय जोडणी
- इमोशनल न्यूरल लूप : भावनांनी भारलेल्या मज्जापेशीय वर्तुळी जोडणी
- फिजिऑलॉजिकल न्यूरल लूप : शारीरिक मज्जापेशीय वर्तुळी जोडणी
- ऑटोमॅटिक सर्किटरी : स्वयंप्रेरित मज्जापेशीय जोडण्या
- सायकोथेरपी : मानसोपचार
- इन्सॅनिटी : विक्षिप्त व्यक्तिमत्त्व
- सबकॉन्शस : अंतर्मन
- फिल्डेनक्राईस : मोशे फिल्डेनक्राईस या मूळच्या रशियन ज्यू वैद्यानिक आणि ज्यूडो शिक्षकाने, सर्व दृष्टीने स्वस्थ आणि दीर्घायुषी राहाण्याकरता निर्माण केलेली, हालचालीतून जागृती या तत्त्वावर आधारलेली पद्धत.
- ताय – ची : शरीराच्या केवळ चपखल हालचाली करून स्वास्थ्य आणि दीर्घायुष्याकरता करावयाच्या व्यायामाची एक पारंपरिक चिनी पद्धत.
- व्हर्बल मेडिटेशन : शब्दकीर्तन
- रेझोनन्स : अनुनाद

• एंजल कार्डस् : देवदूतांचे पत्ते – पत्त्यांच्या खेळात वापरात येणाऱ्या पत्त्यांप्रमाणेच पण आकाराने छोटेखानी असलेल्या या पत्त्यांवर देवदूतांची, पऱ्यांची चित्रे असतात. शिवाय त्याचबरोबर अत्युच्च आध्यात्मिक स्तरावर पोहोचलेल्या शुद्ध चारित्र्यवान व्यक्तीत आपल्याला अपेक्षित असलेल्या सर्व संकल्पना शब्दरूपात मांडलेल्या असतात.

■